ஒரு பூர்வ பௌத்தனின் சாட்சியம்:
அயோத்திதாசரின் சொல்லாடல்

அட்டைப்படக் குறிப்பு

இரக்கம் எனும் பொதுவெளியில் இருந்துதான் அதீத அன்பும், பகையும் நமக்கு வாய்க்கிறது. நிறுவனங்களாகச் சுருக்கப்பட்டு அடர்த்தி மிகுந்த இவ்வுணர்வுகளைக் காணும் யாவற்றின் மேலும் பிரயோகப்படுத்தி நமக்கு நாமே எதிரெதிர்த் திசையில் நின்று நடக்கும் போரில் மடிந்தது யார்? பகை என்ற பெயருடன் அன்பைக் கொன்றோமா?

பகைக்கு மதம்பிடித்த யானை என்று பெயரிட்டு அதைக் கொன்றொழிக்கும் உக்கிரம் தனிப்பதற்கு இவ்வாழ்க்கை நமக்குப் போதாது. அது சிவனின் கதையில் வரும் யுகங்களைக் கடந்தது. யானை என்று பெயரிடப்பட்ட அந்த மதம்பிடித்த பகையின் உக்கிரம் தனிப்பதற்கு புத்தரின் வாழ்க்கை போதுமானதாக இருக்கிறது.

ஒரு பூர்வ பௌத்தனின் சாட்சியம்:

அயோத்திதாசரின் சொல்லாடல்

பேராசிரியர் ப.மருதநாயகம்

தடாகம்

இந்நூலை முதன்முதலாக கல்லாத்தி பதிப்பகம் (2006)வெளியிட்டது.

தடாகம்

ஒரு பூர்வ பௌத்தனின் சாட்சியம்: ♦ ப.மருத நாயகம்,♦ உரிமை:ஆசிரியருக்கு ♦ முதற்பதிப்பு : மே 2006 (கல்லாத்தி வெளியீடு) ♦ இரண்டாம் பதிப்பு : டிசம்பர் 2016 ♦ வெளியீடு : தடாகம், 112, திருவள்ளுவர் சாலை, திருவான்மியூர், சென்னை-600041 ♦ பேசி: 044-43100442 | 89399 67179 ♦ இணையதளம்: www.thadagam.com ♦ மின்னஞ்சல்:editor.thadagam@gmail.com ♦ அட்டை மற்றும் நூல் வடிவமைப்பு : மெய்யருள் ♦ அட்டை ஓவியம் : க. நடராசன்

விலை ரூ. 160/-

ISBN : 978-81-932691-8-3

கமுழ்

ஒரு பூர்வ பௌத்தனின் சாட்சியம்:

அயோத்திதாசரின் சொல்லாடல்

பேராசிரியர் ப.மருதநாயகம் (பி. 1939)

பேராசிரியர் ப.மருதநாயகம் ஆங்கிலம், தமிழ், அமெரிக்க இலக்கியம் ஆகிய மூன்றிலும் முறையே சென்னைப் பல்கலைக்கழகம், மதுரை காமராசர் பல்கலைக்கழகம், அமெரிக்க நாட்டு ஹவாயி பல்கலைக்கழகம் ஆகியவற்றில் முதுகலைப் பட்டங்களும் தொன்மத் திறனாய்வு பற்றிய ஆய்வேட்டிற்காக ஆங்கிலத்தில் முனைவர் பட்டமும், தெ.பொ.மீ பற்றிய ஆய்வேட்டிற்காக தமிழில் முனைவர் பட்டமும் ''தமிழ்ச் செவ்விலக்கியங்கள் : ஒப்பியல் பார்வை'' என்னும் ஆங்கிலக் கட்டுரைத் தொகுதிக்காகப் புதுவை நடுவண் பல்கலைக்கழகத்தின் முதல் டி.லிட் பட்டமும் பெற்றவர். நாற்பது ஆண்டுகளுக்கு மேலாகக் கல்லூரிகளிலும் பல்கலைக்கழகங்களிலும் ஆங்கிலப் பேராசிரியராகக் கடமை ஆற்றியுள்ளார். புதுவைப் பல்கலைக்கழகத்திலிருந்து ஓய்வு பெற்றபின் புதுவை மொழியியல் பண்பாட்டு ஆய்வு நிறுவனத்தின் இயக்குநராக மூன்றாண்டுகள் பணிபுரிந்தார். கடந்த பத்து ஆண்டுகளாகச் செம்மொழித் தமிழாய்வு நடுவண் நிறுவனத்தில் ஆய்வுத் தகைஞராகச் செயல்படுகிறார். மொரீசியஸ் உள்ள மகாத்மா காந்தி உயர்கல்வி நிறுவனத்தின் பேரறிஞர் அண்ணா இருக்கைப் பேராசிரியராக அழைக்கப்பெற்று அண்ணா பிறந்த நாள் சொற்பொழிவை நிகழ்த்தியதோடு அண்ணா பற்றிய நூல்கள் வெளிவருவதற்கான திட்டப் பணிகளை வடிவமைத்துத் தந்தார்.

கனடாவின் கார்ல்டன் பல்கலைக்கழகம், பிரெஞ்சு ரென் 2 பல்கலைக்கழகம், ரீயூனியன் பல்கலைக்கழகம், ஆக்ஸ்போர்டு பல்கலைக்கழகம், லண்டன் பல்கலைக்கழகம், ஜெர்மனியின் ஹைடெல்பர்க் பல்கலைக்கழகம் ஆகியவற்றில் ஆய்வு மேற்கொண்டு சொற்பொழிவுகளும் நிகழ்த்தியுள்ளார். வட அமெரிக்கத் தமிழ்ச் சங்கங்களின் கூட்டமைப்பு, பால்டிமோர், ராலே, சார்ல்ஸ்டன், வாசிங்டன் ஆகிய நகரங்களில் நடத்திய பன்னாட்டுக் கருத்தரங்கங்களில்

புறநானூறு, திருக்குறள், தனிநாயக அடிகளின் தமிழ்ப்பணி போன்ற தலைப்புகளில் அவரால் கட்டுரைகள் வழங்கப்பெற்றன. ஆக்ஸ்போர்டு பாட்லியன் நூலகத்திலும் லண்டன் பிரிட்டிஷ் நூலகத்திலும் எஃப். டபிள்யூ. எல்லிசின் கையெழுத்துப் பிரதிகளை ஆய்வு செய்து அன்னாரின் மூன்று அதிகாரத் திருக்குறள் மொழிபெயர்ப்பு நூலையும், தமிழ் யாப்பிலக்கணம் பற்றிய ஆங்கில நூலையும் பதிப்பித்துள்ளார். சாகித்திய அகாடமி வெளியிட்ட தொகுதிகளில் இவர் ஆங்கிலத்தில் மொழிபெயர்த்த தமிழ்க் கவிதைகள், கட்டுரைகள், நாவல் பகுதிகள் பல இடம்பெற்றுள்ளன. இவருடைய ஆங்கில, தமிழ்,அமெரிக்க, கனடா நாட்டு இலக்கியங்கள் பற்றிய இருநூற்றுக்கும் மேற்பட்ட ஆய்வுக்கட்டுரைகள் தமிழக, இந்திய, மேலை ஆய்விதழ்களில் வெளிவந்துள்ளன. இவர் இதுவரை எழுதியுள்ள பனிரண்டு ஆங்ல நூல்களும், பத்தொன்பது தமிழ் நூல்களும் உலகளாவிய ஒப்பியல் பார்வை கொண்டவை.

இரண்டாம் பதிப்பின் முன்னுரை

‘நூல் பல கற்ற சால்பினன்’’, “வல்லவர் போற்றும் கல்விமான்’’, “செந்தமிழ் பூண்ட அந்தணன்”, “பொறுமைக்கொரு உறைவிடம்” என்றெல்லாம் தமிழ்த் தென்றல் திரு.வி.க.வால் பாராட்டப்பெற்ற அண்ணல் அயோத்திதாசரைப் பற்றி நான் எழுதிய நூலின் முதற்பதிப்பிற்கு நல்ல வரவேற்பு இருந்தமையை அறிந்து மகிழ்க்கிறேன். அதன் இரண்டாம் பதிப்பை இப்பொழுது தடாகம் பதிப்பகத்தினர் கொண்டு வருகின்றனர்.

அரசியல், சமுதாயம், சமயம், கல்வி, மருத்துவம், படைப்பிலக்கியம், இதழியல் போனற் துறைகளில் அயோத்திதாசரின் பங்களிப்பு தனித்தன்மை கொண்டதாகும். அவர் காலத்து மேட்டுக்குடி அறிஞர்கள் பலரும் தமிழச் சமுதாயத்தில் பலநூறு ஆண்டுகளாக ஒடுக்கப்பட்டு உரிமைகள் யாவும் இழந்திருந்த அடித்தட்டு மக்களின் வாழ்வில் அக்கறை காட்டாத நிலையில், அயோத்திதாசர் அவர்களுக்கு இணையான கல்வியறிவை அரிதின் முயன்று பெற்று, தமிழ், ஆங்கிலம், பாலி, வடமொழி ஆகிய மொழிகளைக் கற்று, தமிழகத்துப் பழங்குடிகளுக்காகப் போர்க்கொடி உயர்த்தித் தமது வாழ்நாள் முழுவதும் உள்ளத் தூய்மையோடு பெரும்பாடு பட்டார். தமிழ் இனம், மொழி, இலக்கியம், பண்பாடு ஆகியவற்றிற்கு எதிரான உட்பகைவர்களையும், புறப்பகைவர்களையும் அடையாளம் காட்டி, அவர்களை அறிவுநிலையில் எதிர்கொள்ள வேண்டுமென்றும், வன்முறையில் ஈடுபடாமல் அறிவு நிலையில் எதிர்வினை செய்ய வேண்டுமென்றும் வற்புறுத்தி அதற்கான வழிமுறைகளை வகுத்துத் தந்தார். “பறையர் அவர், பார்ப்பார் இவர் என்ற பாகுபாட்டை வெட்டி வீழ்த்த வேண்டும் என்ற புத்த தர்மமான சுயமரியாதையை எல்லாரும் மடைதிறந்து இன்புற்று வாழ எல்லார்க்கும் சொல்வது நல்லார் கருத்தாம்’’ என்று தமது நோக்கை வலியுறுத்தித் தம் கட்டுரைகளிலும் உரைகளிலும் அவர் அதனைச் செயல்படுத்தக் காணலாம்.

“தொன்மப் படைப்பு, குலைப்பு, மீட்டுருவாக்கம்,” “வேத உபநிடதங்கள்: : மெய்யும் பொய்யும்,” “மனுவும் கீதையும் : ஒரு குலத்துக்கு ஒரு நீதி, “வடநூல்களில் வள்ளுவம்”, “குறள் காட்டும் வாழ்வு,” “தமிழில் பௌத்தம் : பௌத்தத்தில் தமிழ்,” “புத்த சரிதமும் ஆதி வேதமும்”, அரசியல் கட்டுரைகள் : சொல்லாடல் கலை” என்னும் தலைப்புகளில்

அமைந்துள்ள இக்கட்டுரைகள் அயோத்திதாசரின் நூல்களிலிருந்து ஏராளமான மேற்கோள்களைத் தந்து, அவருடைய கருத்துக்களில் பெரும்பாலானவை இன்றைய அரசியல், சமுதாயச் சூழல்களிலும் ஏற்புடையவை என்பதை நிலைநாட்டும். தமிழகமும் இந்தியத் துணைக் கண்டத்தின் பிறபகுதிகளும் சாதிக் கொடுமையிலிருந்து இன்னும் விடுபடவில்லையென்பதையும், தாழ்த்தப்பட்டவர்களுக்கு இன்னும் அவர்கள் பெறவேண்டிய, அவர்களுக்கு உரிமையுள்ள நல்வாழ்வு கிட்டவில்லையென்பதையும் இளைய தலைமுறையினர் உணர்ந்து அயோத்திதாசரின் பரிந்துரைகளின்படி, போராட்டத்தை அறவழியில் தொடர்ந்து நடத்த வேண்டும்.

அன்னார் தம்முடைய நூல்களின் மூலம் விடுத்துள்ள அன்பும் பணிவும் நிறைந்த விண்ணப்பம் இன்றும் முற்றும் பொருந்துவதென்பதை இந்நூலின் கட்டுரைகளைப் படிப்பார் உணரலாம். அதுவே இதன் இரண்டாம் பதிப்பைக் கொண்டு வருவதற்குப் போதுமான காரணமும் ஆகும்.

ப.மருதநாயகம்

1
தொன்மப் படைப்பு, குலைப்பு, மீட்டுருவாக்கம்

அண்ணல் அயோத்திதாசர் பல துறைகளில் தமிழ் அறிஞர்களுக்கு முன்னோடியாகவும் தமிழ்ச் சமுதாயத்திற்கு வழிகாட்டியாகவும் அடையாளம் காணப்பெற வேண்டியவர். தொட்ட துறையிலெல்லாம் தம் முத்திரையை ஆழமாகப் பதித்தாரென்றும் அவர் தொடாத பெரிய துறை ஏதுமில்லை என்றும் கூறலாம். அரசியல், சமுதாயம், சமயம், கல்வி, மருத்துவம், படைப்பிலக்கியம், பத்திரிகை போன்ற வற்றிலெல்லாம் அவருடைய அறிவுப் பங்களிப்பு குறிப்பிடத்தக்க விளைவுகளை ஏற்படுத்தியது.

இந்நாட்டில் சமயத்தின் பேரால், சாதி அடிப்படையில் ஒடுக்கப்பட்டவர்களுக்குப் பௌத்தமே அடைக்கலம் என்பதை அம்பேத்காருக்கு உணர்த்தியதும், பகுத்தறிவு, தன்மானம், நவீனத்துவம் ஆகிய கொள்கைப் போக்கு களின் இன்றியமையாமையைப் பெரியார் ஈ.வே.ரா. அறிந்துகொள்ளத் துணை செய்ததும், பூர்வ குடிகளின் நலன் எங்கெங்குக் கெடினும் அங்கெல்லாம் தலையிட்டுக் கிளர்ச்சி செய்ய வேண்டும் எனும் எண்ணத்தையும் உறுதியையும் தமக்குப் பின் வந்த தனிமனிதர்களுக்கும் இயக்கங்களுக்கும் கட்சிகளுக்கும் அளித்ததும்,

உரிமை இழந்தவரும் மறுக்கப்பட்டவரும் கல்வி பெறுவதன் மூலமே தம்மை உயர்த்திக் கொள்ள முடியும் என்பதால் எளியவர்க்குப் பள்ளிகளைத் திறந்து விடல், பகலுணவு அளித்தல், கட்டணமின்றிக் கல்வி தரல் ஆகியவை உடனடியாகச் செய்ய வேண்டிய சீர்த்திருத்தங்கள் என்பதைப் பின்னால் தமிழகத்தில் ஆட்சிப் பொறுப்பேற்றவர்களுக்கும் தன் செயல்கள் மூலம் வழிகாட்டியதும், பழந்தமிழ் இலக்கியங்களில் இடைச்செருகல்கள் மூலமாகவும் உரைகள் மூலமாகவும் செய்யப்பட்டிருந்த மோசடிகளைப் பின் வந்த தமிழறிஞர்கள் கண்டுகொள்ளக் காட்டியதும் அரசியல், பொருளாதார, சமயச் சிக்கல்கள் பற்றிய கட்டுரைகள் எத்தகைய தமிழ் நடையில் அமைய வேண்டும் என்பதற்கும் அரசியல் சதுரங்கத்தில் நகர்த்தப்படும் காய்கள் பிற்படுத்தப்பட்டோருக்கு விளைவிக்கப் போகும் இடையூறுகளை முன்னறிந்து எவ்வாறு அவற்றைத் தோலுரித்துக் காட்ட வேண்டும் என்பதற்கும் ஆங்கில, தமிழ்க் கட்டுரைகள் எழுதி நீதிக் கட்சியினருக்கு முன்மாதிரியாக இருந்தவரும் அவரே. பின்னை நவீனத்துவத்தார் "Truth is not absolute but relative" (உண்மை முழுமை யானதன்று, ஒரு சார்புடையது) என்பதால் வரலாறு மீண்டும் மீண்டும் மாற்றியெழுதப்படலாம் என்பர்.

திரு.வி.க., அயோத்திதாசரை "நூல் பல கற்ற சால்பினன்" என்றும், "வல்லவர் போற்றும் கல்விமான்" என்றும், "இல்லறம் என்னும் நல்லறம் ஏற்று விருந்தினை ஓம்பி இருந்தவன்" என்றும், "செந்தமிழ் பூண்ட அந்தணன்" என்றும், "பொறுமைக்கொரு உறை விடம்" என்றும் போற்றும் உரைகள் பொருள் பொதிந்தவை. தம் காலத்து மேட்டுக்குடி அறிஞர்களுக்கு இணையான கல்வி அறிவைப் பெறுவதற்கு அவர் அரும்பாடுபட்டிருக்க வேண்டும்.தமிழ், ஆங்கிலம், பாலி, சமஸ்கிருதம் ஆகிய மொழிகளை அவர் அறியாதிருந்தால் அவர்களால் எள்ளி நகையாடப்பட்டு எளிதில் புறக்கணிக்கப் பட்டிருப்பார். அவர் காலத்து அறிஞர் ஒருவர் சுட்டிக்காட்டி யிருப்பது போல், அயோத்திதாசர்,

ஆகமம் புராணம் இதிகாசம் மறை கோசங்கள்

அத்வைதம் வசிட்டத்வைதம்

சமண முனிவர்கள் பஞ்ச காவியம் கலை ஞானம்

ஆயுர்வேதம் தத்துவம்

யோகநிலை சாத்திரம் சித்தர் நூல் பக்தி நெறி

யுகமொடு பலது மாய்ந்து *(அலாய்சியஸ்* I xxvii)

தம்மைப் பண்டிதர் என்னும் பெயருக்குத் தகுதிப்படுத்திக் கொண்டது அவர் செய்த முதல் வேலை. பாலியிலுள்ள திரிபிடகம்

முதலானவற்றையும் வடமொழியில் உள்ள வேத உபநிதடங்களையும் தமிழில் அவர் காலத்து ஓலைச்சுவடிகளில் கிடைத்த தொல்காப்பியம், புறநானூறு, திருமந்திரம், சிலப்பதிகாரம், மணிமேகலை, சீவக சிந்தாமணி, வளையாபதி, குண்டலகேசி, சூளாமணி, நல்லாப் பிள்ளை பாரதம், சிவவாக்கியம், தேவாரம், பெருந்திரட்டு, சிறு திரட்டு, பெருங்குறவஞ்சி, சிறு குறவஞ்சி, ஏரெழுபது போன்ற இலக்கியங்களையும் திருக்குறள், நாலடி, திரிகடுகம், அறநெறிச் சாரம், நல்வழி, ஆத்திசூடி, கொன்றைவேந்தன், நீதி வெண்பா, மூதுரை போன்ற அறநூல்களையும் பட்டினத்தார், பத்திரகிரியார், தாயுமானவர், மச்சமுனி, இடைக்காட்டுச் சித்தர், அகப்பேய்ச் சித்தர், கடுவெளிச்சித்தர் போன்ற துறவியரின் பாடல்களையும் ஞானத் திரட்டு, ஞான போதம், ஞானவாசிட்டம், பதஞ்சலியார் ஞானம், சொரூப சாரம், தருக்கக் கௌமுகி, சிவயோக சாரம் போன்ற சமய நூல்களையும் அரிச்சந்திரப் புராணம், வாதவூர் புராணம் போன்ற புராணங்களையும் அவர் பயின்றிருந்தார்.

அவர் கற்றிருந்த நூல்களின் பட்டியல் மலைப்பூட்டுவது. இருக்கு வேதத்திலிருந்தும், பிரஹதாரண்யக உபநிஷதத்திலிருந்தும், பதஞ் சலியார் ஞானத்திலிருந்தும், அகத்தியர் பரிபாஷையிலிருந்தும், மேரு மந்திரப் புராணத்திலிருந்தும், அறப்பளீச்சுர சதகத்திலிருந்தும், எட்வின் ஆர்னால்டு எழுதிய “ஆசியாவின் ஒளி”(Light of Asia) யிலிருந் தும் அவரால் வேண்டிய இடத்திலெல்லாம் மேற்கோள்கள் தர முடிகிறது.

அயோத்திதாசர் வகுத்துக் கொண்ட மேல் வருணத்தாருக்கெதிரான போராட்ட வியூகத்திற்கு அவர் பெற்ற அளவற்றக் கல்வி தேவைப் பட்டிருக்கிறது. பெரும்பாலும் தனி மனிதராக நின்று அவர் நடத்திய போராட்டம் அது. பல முனைகளிலிருந்து பலரின் தாக்கு தலுக்கு ஆளான ஆதிதிராவிடர்களுக்காக அவர் தனியராகவே போர்க்கொடி உயர்த்தினார். அவர்களின் பகைவர்கள் யார் என்பதிலும் அவர்களுக்கெதிரான போர் எவ்வாறு நிகழ்த்தப்பட வேண்டுமென்பதிலும் அவர் முடிவுகள் தெளிவானவை.

நம்மை நெடுநாளாக ஏமாற்றி வரும் பிராமணக் கொள்கை மிகத் தந்திரமானது. அதன் லக்ஷணமோ நம்மைக் கவரும் மந்திரத்தால் கட்டப்பட்டுள்ளது. அது இருண்ட இந்தியா என்னும் பெரிய மரமாகும். அம்மரத்திற்குக் கடவுள், மதம், வேதம், ஜாதி என்ற நான்குக் கிளைகள் உண்டு. அக்கிளை நடுவில் இந்து என்னும் கூடு கட்டியுள்ளது. அக்கூட்டில் மும்மூர்த்தி மதம் என்னும் கல் முட்டை இட்டு, அதைப் பார்ப்பார் என்னும் கழுகு அடைகாத்துள்ளது. தனது கல்முட்டையைப் பொன் முட்டை என்று சொல்லி இந்திய மக்களின் மதியை மயக்கி வருதலைக் கண்ணிற் கண்டும், காதாற் கேட்டும், மனத்தில் உணர்ந்தும் கவலையற்றிருக்கிறோம். ஆராய்ச்சி

என்னும் கல்லெறிந்து கழுகைத் துரத்தாமலும் சுயதர்மம் என்னும் வாள் கொண்டு மரத்தை வெட்டிக் கூட்டை வீழ்த்தாமலும் பவுத்தம் என்னும் சஞ்சீவியை அக்கல்முட்டை மேல் பிரயோகித்து முட்டையை உடைத்து உண்மை அறிதற்கன்றி, மவுனம் சாதித்துச் சாகின்றோம். இவ்வித ஞாய விரிவை எடுத்துரைக்கும் பவுத்தர்களை நிந்திப்பதல்லாமல் சிந்திப்பதில்லை. பிராமணர் அல்லாதவர்களால் எழுதப்பட்டுள்ள பிராமணத்துவத்தைத்தான் யதார்த்த பிராமண வேதாந்த விவரமென்று நாம் சொல்கின்றோம். பிராமண மதத்தார்களே எழுதி வைத்துள்ள பிராமணத்துவத்தை, வேஷ பிராமண வேதாந்த விவரமென்று இழிவுபடுத்துகிறோம். (பண்டிதர் I 82)

வேறோரிடத்தில் "பறையர் அவர், பார்ப்பார் இவர் என்ற பாகுபாட்டை வெட்டி வீழ்த்த வேண்டும் என்ற புத்த தர்மமான சுய மரியாதையை எல்லோரும் மடைதிறந்து இன்புற்று வாழ எல்லார்க்கும் சொல்வது நல்லார் கருத்தாம்" (பண்டிதர் I 134) என்று தம் நோக்கை மறைமுகமாகச் சுட்டுவார்.

தாம் மேற்கொண்ட வாழ்நாள் போரில் அவர் எந்நாளும் எங்கும் வன்முறையைப் பரிந்துரைக்கவில்லை. உட்பகைவரானாலும் புறப்பகைவரானாலும் உடல் அளவில் ஊறு செய்ய வேண்டும் என்பது அவருக்கு ஏற்புடையதன்று. அறிவு நிலையில் அவர்களை எதிர்கொள்ள வேண்டும் என்பதும் அறிவு நிலையில் எதிர் வினை செய்ய வேண்டும் என்பதும் அவர் முடிவு. அவர்கள் செய்து வரும் கொடுமைகளை "இத்தேசத்துடன் நூதனமாகக் குடியேறியுள்ளப் பராய சாதியோர்களில் பறையர் பறையர் என்று அழைக்கும் படியானவர்களோ பெரும்பாலும் பயிரிடும் வேளாளத் தொழிலாளருமாய் இருப்பார்களன்றி வேறு மிலேச்சத் தொழில் கிடையாது. இத்தகைய சுத்த தேகிகளைக் கிராமங்களில் சுத்தசலம் மொண்டு குடிக்க விடாமலும் அம்பட்டர்களைச் சவரம் செய்ய விடாமலும் வண்ணார்களை வஸ்திரம் எடுக்க விடாமலும் தடுத்து இவர்கள் சுகத்தைக் கெடுப்பதுமல்லாமல் இவர்கள் உத்தியோகத்திற்குச் செல்லுமிடங்களிலும் சத்துருக்களாயிருந்து கெடுத்து வருவதையும் (அலாய்சியஸ் I 4, 6) உணர வேண்டும் என்று மீண்டும் மீண்டும் பல கட்டுரைகளிலும் எடுத்துரைப்பார். ஆனால் பகை கொண்டவர்களைப் பகையால் வெல்லலாகாது, சாந்தத்தால் வெல்லலாமென்றும், பொறாமை கொண்டவர்களைப் பொறாமையால் வெல்லலாகாது அன்பால் வெல்லலாமென்றும், புத்தபிரான் போதித்துள்ளாரென்று அவ்வப்பொழுது அவர் நினைவுபடுத்தக் காணலாம். தென்னிந்தியாவில் பறையர் என்று தாழ்த்தப்பட்ட பழங்குடிகள் ஒரு காலத்தில் உயர்வர் என்பது திண்ணம் என்ற நம்பிக்கை கொண்டிருந்த அயோத்திதாசர்

அவ்வாறு உயர்த்தப்படுங்கால் தங்களைக் காலமெல்லாம் தாழ்த்தி நிலை குலையச் செய்தவர்களை அவர்கள் தாழ்த்தித் துன்பம் செய்யார் என்று உறுதிமொழி கூறுகின்றார். ஆயினும் அடாத செயல் செய்தோர் அவர்கள் செய்த வினையின் பயனை அனுபவித்தே தீர வேண்டும் என்பதைப் புத்த தன்மக் கொள்கையடிப்படையில் விளக்குவது அவர் வழக்கம்.

உலக வாழ்க்கையோ தேருருளை ஒத்தது. தேருருளை கீழது மேலதாய் வருவது போல் தாழ்ந்தவன் உயர்ந்தவனாகவும் ஏழை கனவானாகவும் உயரும்படியான காலம் உண்டாகும் (அலாய்சியஸ் I *199*)

பகைவர்கள் அவர்களது தீவினை அவர்களைச் சுட்டுப் பாழாக்கு வதற்கு முன் நல்வினையைப் பெருக்கி சகல சாதியோரையும் சகோதர ஒற்றுமையில் நெருக்கி ஆதரித்தால் சுதேசக் கல்வியும் சுதேசக் கைத்தொழிலும் சுதேசச் செல்வமும் பெருகிச் சுதேசச் சிறப்புண்டாகும்போது சுயராச்சியம் தானே நிலைக்கும் என்பது அவர்களுக்கு அவர் கூறும் அறிவுரை. அவர்களது நிலை கொடியது, பொருளற்றது, அநீதியானது என்பதை அவர்கள் உணர வேண்டும்.

“சாதி பேதம் என்னும் அரண் கட்டி சமய பேதமென்னும் அகழி தோண்டி ஒற்றுமை அற்ற ஒன்பது கோடி படையைக் கொண்டவன் சாதி பேதமற்ற அரண், சமய பேதமற்ற அகழி, ஒற்றுமை கொண்ட படை ஒரு நூறுடையவனை ஜெயிக்க மாட்டான்...” (அலாய்சியஸ் I *47*)

படைக்கலமின்றிப் பகைவரை அழிக்காது நிகழ்த்தப்படும் போரில் வெற்றி பெற்ற பின்னும் பழிக்குப் பழி வாங்குதலுக்கு இடமில்லை. இந்த அடிப்படையிலேயே ஆங்கிலேய அதிகாரிகளுக்கெதிராகச் சுதேசிகளால் வன்முறைச் செயல்கள் தூண்டிவிடப்பட்டபோதும் இந்திய இளைஞர்களால் உயர் பதவியிலிருந்த ஆங்லேயர்கள் கொல்லப்பட்டபோதும் அவர் தம் கண்டனத்தைத் தெரிவிக்கத் தயங்கவில்லை. சுதேசிகள், சுதேசிகள் என்று கூறிக்கொண்டு அன்னார் சுயநலத்திற் காகப் போராடுவது கண்டு உள்ளம் நொந்து அயோத்திதாசர்,

தன் சுகத்தை நாடாது பிறர் சுகத்தை நாடுவது உத்தமம்;

தன் சுகத்தையும் பிறர் சுகத்தையும் நாடுவது மத்திமம்;

தன் சுகத்தையே நாடி, பிறர் சுகத்தைக் கெடுப்பது அதமம்.

என்று அவர்களுடைய மொழியிலேயே அறிவுரை தருவார். அவரை வைத்துக்கொண்டு அவர் முன்னிலையிலேயே தாழ்த்தப்பட்டோர் இழிவாகப் பேசப்பட்டபோதும் “கொலைவாளினை எடடா மிகு கொடியோர் செயல் அறவே” என்று அவர் மக்களைத் தூண்ட

வில்லை; அவர்களுக்கு எதிராகக் கொடுஞ்சொற்களையும் சொல்ல வில்லை.

சென்னை மகாசபையாரின் கூட்டம் ஒன்றில் அவைத்தலைவரிடம் அயோத்திதாசர் "ஐயா, உலகிலுள்ள சகல சாதியோருக்கும் தெய்வம் பொதுவென்றும், கோவில் பொதுவென்றும் சொல்லக் கேட்டிருக்கிறேன். அங்ஙனமிருக்க இக்குலத்தோரிலுள்ள வைணவ மதத்தோர்களை விஷ்ணுவின் கோவில்களுக்குள்ளும் சைவ மதத்தோரைச் சிவன் கோவில்களுக்குள்ளும் ஏன் சேர்க்கப்படாது. அப்படி சேர்ப்பதினால் ஒருவருக்கொருவர் அன்பு பாராட்டி வாழ்க்கை சுகமடைய மாட்டார்களா, மதங்களும் பிரபலமடையாதா" என்று பணிவுடன் விண்ணப்பித்தபோது "எல்லோரும் ஏகமாய் நின்று அப்படியே கோவிலுக்குள் சேர்க்கப்படாதென்று கூச்சலிடுங்கால் தஞ்சாவூர்ப் பிரதிநிதி ம.அ.அ.ஸ்ரீ. சிவராம சாஸ்திரியவர்கள் எழுந்து உங்கள் குலத்தோருக்கு மதுரைவீர சாமி, காட்டேரி சாமி, கருப்பண்ண சாமி கொடுத்திருக்கிறோம். சிவன் சாமியும் விஷ்ணு சாமியும் உங்கள் குலத்தோருக்கு உரியதல்ல என்று ஆட்சேபித்தார்". அயோத்திதாசர் அச்சொற்களைப் பொறுமையோடு கேட்டிருந்து, சினமும் அச்சமும் இன்றி, "ஐயா, அங்ஙனமிருக்குமாயின், உங்கள் சுவாமிகள் எமக்கு வேண்டாம். இக்குலத்துச் சிறுவர்களுக்குக் கிராமங்கள் தோறும் கல்விச் சாலைகள் வைத்து நான்காவது வகுப்பு வரையில் இலவசமான கல்வி கற்பிப்பதற்கும் இக்குலத்து கிராமவாசிகளுக்கு அங்கங்கு வெறுமனேயுள்ள பூமிகளைக் கொடுத்து ஆதரிக்க வேண்டும் என்று கருணை தங்கிய ராஜாங்கத்தோருக்கு உதவி கூறு (ரெக்கமண்டு) பத்திரமேனும் கொடுக்கலாகாதோ என்று வேண்டினார் (அலாய்சியஸ் I 8081).

தமிழ்ப் பழங்குடிகள் புத்த தர்மத்தைக் கடைப்பிடிக்க அதற்கு எண்ணத்திலும் சொல்லிலும் செயலிலும் உண்மையுள்ளவர்களாக இருக்க வேண்டும் என்று நாளும் அறவுரை கூறிய அயோத்திதாசர் அவர்கள் பகைவர்களுக்கெதிராக எது நேரினும் வன்முறையில் ஈடுபடக்கூடாதென்றும் கடுமையாகப் பேசக்கூடாதென்றும் தீங்கு நினைக்கக்கூடாதென்றும் பகைவர்களை அன்பினாலும் பொறுமையாலும் வெல்ல வேண்டுமென்றும் எடுத்துரைத்து அவர்கள் செய்துள்ள கேடுகளையும் மோசடிகளையும் முறையாக வெளிப்படுத்த அவர்கள் வெற்றிக்குக் காரணமான அவர்கள் எழுதி வைத்துக் கொண்டுள்ள வேதங்கள், உபநிடதங்கள், இதிகாசங்கள், புராணங்கள், பழங்கதைகள், பொய் வரலாறுகள் ஆகியவற்றைக் கட்டுடைப்புச் செய்ததைத் தமது முதல் பணியாக மேற்கொண்டார். தமிழ்ச் சமுதாயத்தின் மீது அவர்கள் பெற்றுள்ள ஆதிக்கத்திற்கு அவர்கள் ஏற்படுத்திக் கொண்டுள்ள வடமொழிச் சொல்லாடல் காரணமென்று கருதிச் சொல்லாடல் தனி மனிதருக்கும் ஒரு கூட்டத்திற்கும் பேராற்றல் அளிக்கவல்லது (Discourse is power) என்பதை உணர்ந்து அதையே தமது ஆயுதமாகப் பயன்படுத்தினார்.

பகைவர்களின் தொன்மங்களைக் கட்டுக்குலையச் செய்து காட்டுவதோடு அவற்றில் சிலவற்றை மீட்டுருவாக்குதலையும் சில புதிய தொன்மங்களைப் படைப்பதையும் அவர்களை முறியடிக்கும் தலைசிறந்த வழியென்று அதனைப் பின்பற்றினார். அவர்கள் இந்திய நாடு, இந்து சமயம், வடமொழி, தென் மொழி, ஆரிய திராவிட இனங்கள் ஆகியவை பற்றி எழுதி வைத்துள்ள வரலாறு முற்றும் பொய்யானதென்றும் தங்களுக்குள் மறைவாக வைத்துக் கொண்டு மகிமை பேசி வரும் வேத உபநிடதங்கள் உண்மையான வேத உபநிடதங்கள் ஆகாவென்றும் கிருஷ்ணன் சொல்லியதாகக் காட்டிப் புகழ்ந்து வரும் கீதை உண்மையான கீதை அன்றென்றும் அவர்களுடைய இராமாயணம், மகாபாரதம், புராணங்கள் மேலான அறம் வளர்ப்பவை அல்லவென்றும் இவைகளுக்கு மாற்றுகள் புத்த சமயத்தில் காணக் கிடைக்குமென்றும் வற்புறுத்தினார்.

வரலாறு மட்டுமன்று, தொன்மங்களும் மீண்டும் எழுதப்பட வேண்டியவை. எழுதப்படக்கூடியவை என்று உணர்ந்தார். இதிகாசங்களும் புராணங்களும் அயோத்திதாசரின் கட்டுடைப்புக்கு எளிதில் இடந்தருகின்றன.

இராமயணத்தைப் படிப்பதும் சுகம், கேட்பதும் சுகம் என்பதாயின் அனுபவத்திற்குப் பொருந்துமோ, ஒருக்காலும் பொருந்தாவாம், எங்ஙனம் என்பரேல், இராமனது மனைவியை இராவணன் எடுத்துப் போனதால் அந்த யுத்தக் கதை நேர்ந்ததென்பது கருத்து. அதனுள் ஒருவன் தாரத்தை எடுத்துப் போனதால் அவ்வூரையும் அவ்வூரிலுள்ள மக்களையும் நாசப்படுத்திவிட்டால் அவனையும் அவனை அடுத்தோர்களையும் துன்பப்படுத்த முயன்று தானும் கேடு அடைவானா, அடைய மாட்டானாவென்பதைச் சீர்தூக்கி ஆலோசிப்பானாயின் அக்கதையைப் படிக்கும் சுகமும் கேட்கும் சுகமும் அன்றே விளங்கும்.

பாரதக் கதையைப் படிப்பதனாலும் சுகமுண்டு, கேட்பதனாலும் சுகமுண்டு என்பாராயின் அதுவும் அனுபவத்திற்குப் பொருந்தாது. எங்ஙனமெனில் அக்கதா சுருக்கம் அண்ணன் தம்பிகள் பாக வழக்கு. அதையே மேலும் மேலும் கவனத்திற்கு வளர்த்து, தங்கள் சகோதரர்களையும், குருக்களையும், பந்துக்களையும் கொன்றதும் போதாது, மற்றைய தேச அரசர்களையும் படைகளையும் நாசப்படுத்தி விட்டார்களென்பதே. அத்தகைய கதையை நாளெல்லாம் கேட்பவன் தனது சகோதரருக்குச் சேர வேண்டிய பாகத்தை அன்புடன் கொடுப்பானா அல்லது விரட்டியடிப்பானா. புராணங்களைப் படிப்பதாலும் கேட்பதாலும் சுகம் உண்டு என்பா ராயின், அதுவும் அனுபவத்திற்குப் பொருந்தாது. எங்ஙனமெனில் எங்கள் சாமி அந்நியன் தாரத்தை இச்சித்து அவளால் குழந்தையாக சபிக்கப் பெற்றார் என்றபோது சாமியே அந்நியன் தாரத்தை இச்சித்துள்ளார் என்னும் கதையைக் கேட்பவன்

அவ்விச்சிப்பில் நிலைப்பானா அதனால் உண்டான கேட்டில் நிலைப்பானா (அலாய்சியஸ் I *430*).

நன்மையைவிட தீமையே மாந்தர் உள்ளத்தை எளிதில் பற்றி ஈர்க்கும் என்பதைச் சுட்டுகிறார். இவ்வாறே பாமர மக்களை வலை வீசிப் பிடிக்கப் பயன்படுத்தப்பெற்ற எல்லாப் புராணங்களும் உரிய இடங்களில் விமர்சிக்கப் பெறுகின்றன.

பெரிய புராணம் சிறிய புராணங்களைச் சிறுவர்களுக்குக் கற்பிப் பதாயின் சீவகாருண்யம் நிலைத்துக் கொலை செய்யாமை, களவு செய்யாமை, கள்ளருந்தாமை, பொய் சொல்லாமை, பிறர்தாரம் இச்சியாமை என சுத்ததேகிகளாக உலாவும் சன்மார்க்கங்களையும் பௌத்தர்களைச் சீவகாருண்யமற்ற பஞ்சமாபாதகர்களும் துன்மார்க்கர்களும் கூடிக்கழுவிலும் கற்காணங்களிலும் வசியிலும் குத்தி வைத்துக் கொன்ற கதையை அவற்றுள் விசாலமாக வரைந் திருக்கின்றது . . . மற்றும் அக்காதையுள் சாமியே மனிதனாக வந்து ஏது திக்கியுமற்ற கைம்பெண் கிழவியிடம் சென்று உடைந்த ஏரிக்கரைக்கு மண்ணிடுவதாக ஒப்பந்தம் பேசி அவள் வயிறு பிழைக்க விற்றுண்ணும் புட்டுக்களை எல்லாம் தின்றுவிட்டு ஒப்பந்தம் பேசியபடி செய்யாமல் பிரம்படி பட்டதாக வரைந்திருக்கின்றது. (அலாய்சியஸ் I *459*).

இரணியன்—பிரகலாதன் கதை, பிரகலாதன் என்னும் பிள்ளையைத் தன்வசப்படுத்திக் கொண்டு நாராயண நமோவென்று சொல்லும் தகப்பனாகிய இரணியனை வஞ்சித்துக் கொல்லும் கதையாகப் பண்டிதரால் வாசிக்கப் பெறுகிறது. பின்னால் அயோத்தி தாசர் கூறும் கதைச் சுருக்கம் பாரதிதாசனால் **"இரணியன் அல்லது இணையற்ற வீரன்"** எனும் நாடகமாக உருப்பெற்றது.

எல்லாவற்றிற்கும் மேலாக, படித்தவர்களிடமும் பாமரர்களிடமும் புராணமாகவும் நாடகமாகவும் பெரிதும் பரப்பப்பட்ட அரிச்சந்திரன் கதை "அரிச்சந்திரன் பொய்கள்: அரிச்சந்திரன் மெய்யன் மெய்யன் என்னும் காதையும் பொய்யான விவரமும்" என்ற தலைப்பில் நீண்ட மறுவாசிப்புக்கு உட்படுத்தப்படுகிறது. அக்கதையைப் பௌத்தர் களைப் பறையர்களென்று தாழ்த்தி வைத்திருந்த கூட்டத்தார் "பறையனென்னும் பெயரைப் பரப்புவதற்காகக் காசியம்பதியில் வீரவாகு என்னும் ஒரு தோட்டிப் பறையன் சுடலையில் பிணங்களைச் சுடுவதும் குழி வெட்டியானாகவும், வரும் பிணங்களின் வாய்க்கரிசியும் முழந்துண்டும் வாங்கிக் கொண்டிருந்தானென்றும் கதை எழுதிப் பேதையர்களை ஏமாற்றி வருகிறார்கள்" (பண்டிதர் I *134*) என்பதற்கான ஆதாரங்களை இக்கட்டுரை பட்டியலிடுகின்றது. விசுவாமித்திரனும் அரிச்சந்திரனும் சொல்லும் பொய்களை எடுத்துக் காட்டி "இந்து சகோதரர்களே! பொய் சொன்னானை மெய் சொன்னான் என்பீரேல் நீங்கள் மெய் சொல்ல வெட்கிப் பொய் சொன்னதாகுமே! ஆதலால்

அரிச்சந்திரன் பொய் சொன்னான் என்று நீங்கள் மெய் சொல்லி வெளி வாருங்கள். இதுவே நம் தேச தெய்வ முறைமை" (பண்டிதர் I 142) என்று வேண்டுகோள் விடுக்கிறது. ஊன்றிப் பார்த்தால் சுயமரியாதையற்ற இந்துக்களையும் பறையர்களையும் வெள்ளென வெளுத்திருக்கும் அரிச்சந்திரன் கதையென்பது தெளிவாகும் என்று விளக்கி இக்கட்டுரை "புத்தபிரானுக்கு சங்க அறரென்றும் சங்கமித்திர ரென்றும் சங்க தருமரென்றும் அனந்தம் பெயர்கள் உண்டு. இதில் சங்க அறரென்னும் புத்தரைச் சிந்திக்கும் சங்கத்தோர்களைச் சங்கர சாதிகளென்று வகுத்து இவர்களே சுடலை காப்பவர்களென்று மனு நூலில் எழுதி வைத்திருக்கிறார்கள்; இன்னும் சம்மா, சம் புத்தா என்னும் பெயரைச் சாம்பார், வீர சாம்பவர், சாம்பவனார், சுடலை காக்கும் வீரச் சாம்பவத்தோட்டி என்று பலவாறு இழிவு செய்து வருகின்றார்கள்" (பண்டிதர் I 152) என்று ஓரினத்தாரை இழிவு செய்யும் நோக்குடன் தொன்மம் எவ்வாறு கட்டமைக்கப்பட்டுள்ளது என்பதை வெளிப்படுத்துகிறது.

இன்னொரு கட்டுரையில் கபிலர் அகவலும் இத்தகைய ஆய்விற்கு எடுத்துக் கொள்ளப் பெறுகிறது. கபிலர் அகவல் என்னும் கட்டுக் கதையானது பௌத்தர்களாகிய பறையர்களை இழிவுப்படுத்தவும் பிறப்பிலேயே சாதிகள் உண்டு, பூர்வத்திலேயே வேஷ பிராமணர்கள் உண்டு என்று வலியுறுத்தவும் எழுதப் பெற்றது. பாலி மொழியில் உபநயனமென்றும் வடமொழியில் ஞானநேத்திரமென்றும் தமிழ் மொழியில் ஞானக்கண், உள்விழியென்றும் கூறப்பெறுவது புத்த தர்மப்படி ஒருவனுக்கு முப்பதாவது வயதில் அளிக்கப்பெறுவதாகும். கபிலருக்கு ஏழு வயதில் உள்விழி திறக்கச் செய்தார்கள் என்பது கபிலர் அகவலில் கூறப்பட்டுள்ள முதல் பொய். அவர் புத்த தன்மத்தைச் சார்ந்தவராதலால் உலகத்தை ஒருவன் படைத்தான் என்பதை ஏற்றுக் கொண்டிருக்க மாட்டார். உலகத்தை நான்முகன் தோற்றுவித்தான் என்று அவர் கூற்றாகத் தந்திருப்பது இரண்டாவது பொய். தான் குறித்துள்ள நாடுகளில் பார்ப்பார்கள் இல்லையென்று சொல்லியிருப்பது மூன்றாவது பொய். புத்த சங்கத்தில் சேர்ந்து ஒழுக்கத்தில் நிற்கப் பார்க்கும் மக்கள் பார்ப்பாரென்று அழைக்கப் பெற்றார். அவர்கள் பல நாடுகளிலும் பரவியிருந்தனர். ஒரு காட்டில் விழுந்து கிடந்த குழந்தையை இன்னசாதி என்றறியாது பிராமணர் எடுத்து வளர்த்ததாகவும் காரணமின்றிக் கபிலர் என்று பெயர் வைத்ததாகவும் சொல்லியிருப்பது நான்காவது பொய். பிறப்பில் சாதியில்லையென்று கருதிய கபிலர் பறையர் வீட்டில் ஔவை வளர்ந்தாள் என்றும் அந்தணர் வீட்டில் கபிலர் வளர்ந்தாரென்றும் சொன்னாரென்பது ஐந்தாவது பொய். புத்தபிரான் காலத்திற்கு முன்பே வேஷ பிராமணர்களும் அவர்களுடைய வேதங்களும் வேதாந்தங்களும் சாதி பேதங்களும் இருந்தனவென்று கூறித் தங்களைச் சிறப்பித்துக் கொள்ள இத்தகைய பொய் மலிந்த கதை எழுதியுள்ளார்கள் என்பது அயோத்திதாசரின் கண்டனம். (அலாய்சியஸ் I 150152).

அயோத்திதாசர் காலத்திலும் அவர் காலத்துக்குச் சற்று பின்னும் மேலைநாடுகளில் பல பேரறிஞர்கள் பௌத்த சமயத்தின் சிறப்புணர்ந்து அதன் பெருமையைப் பரக்கப் பேசினர். ஹார்வர்டு பல்கலைக்கழகத்துப் பேராசிரியர்கள் பால் எல்மர் மோர் (Paul Elmer More), இர்விங் பாபிட் (Irving Babbit), போன்றோரின் தாக்கத்தினால் இருபதாம் நூற்றாண்டின் இலக்கியச் சர்வாதிகாரி (Literary Dictator) என்று கருதப்படும் டி.எஸ். எலியட் பௌத்த சமயத்தில் நாட்டம் கொண்டு அதனைத் தழுவும் ஆர்வம் கொண்டிருந்தார் என்றும் ஆனால் பின்னால் ஆங்கிலோ கத்தோலிக்கர் (Anglo-Catholic) என்று தம்மை வெளிப்படுத்திக் கொண்டார் என்றும் அறிகிறோம். இந்தியாவிலும் தாகூர், குமரன், ஆசான் போன்றோர் தமது கவிதைகளில் பௌத்தத்தைப் பாராட்டினர். ஆனால் உதட்டளவில் அல்லாது உள்ளத்து அளவில் அதனை முற்றுமாக ஏற்றுக்கொண்டு அதனோடு தம்மை இரண்டற இணைத்துக் கொண்டவர் அக்காலத்தில் அயோத்திதாசரே. அது தாழ்த்தப்பட்டவர்களுக்குச் சமய சஞ்சீவியாக உதவும் என்பது அவர் முழு நம்பிக்கையாயிற்று.

இருக்கு, யஜுர், சாம, அதர்வண வேதங்களென்று இப்பொழுது சுட்டப்படுபவை உண்மையான ஆதி வேதங்கள் அல்லவென்றும் பழந்தமிழ் இலக்கியங்கள் மறை என்றும் முதல் நூல் என்றும் குறிப்பவை வேறென்றும் அயோத்திதாசருக்குப் பின் வந்த தமிழ் அறிஞர்கள் குறிப்பிட்டுள்ளனர். அவரே அவை புத்தரது ஆதிவேதமென்றும் இதற்குத் தமிழிலுள்ள பஞ்ச காவியங்களும், பாலி மொழியிலுள்ள பிடகங்களும் திராவிட பௌத்தருடன் காலங்காலமாக வழங்கி வந்த சுருதியும் ஆதாரங்களென்றும் விளக்கினார்."பாவம் செய்யாதிருங்கள், நன்மையைக் கடைப்பிடியுங்கள், இதயத்தைச் சுத்தி செய்யுங்கள், இவற்றின் பயன் வீடு பேறு என்பவையே நான்கு பேத வாக்கியங்கள். முதலில் தோன்றிய மூன்று பேத வாக்கியங்களோடு வீடு பேற்றையும் ஒரு பேத வாக்கியமாக்கி நான்கு பேத வாக்கியங்களென வழங்கியதுமல்லாமல் அதனதன் செயலுக்குத் தக்கவாறு இருக்கு, யசுர், தைத்திரியம், அதர்வணம் என்னும் நான்கு பெயர்களையும் அளித்து அவைகளுக்குச் சிறப்பு நிலையாம் ஆகமம், ஆரிடம், பிடகம், தந்திரம், பனுவல், சமயம், சூத்திரமென்னும் பெயர்களையும் கொடுத்தார்கள்."

முதல் பேத வாக்கியம் கன்ம பாகை, இதன் காரணம் பாவம் செய்யா திருத்தல்; காரியம் மெய்யுற வுணர்ச்சி, இதன் பெயர் அறத்துப்பால், பிடகம், இருக்கென்றும் கூறப்படும்.

இரண்டாம் பேத வாக்கியம் அர்த்த பாகை. இதன் காரணம் நன்மையைக் கடைப்பிடித்தல்; காரியம் மெய்ப்பொருள் அறிதல். இதன் பெயர் பொருட்பால் தைத்திரயம் எனப்படும்.

மூன்றாம் பேத வாக்கியம் ஞான பாகை. இதன் காரணம் இதய சுத்தி செய்தல்; காரியம் மெய்யின்பமாம் பேரின்பவுணர்ச்சி. இதன் பெயர் காமத்துப்பால், சாமமெனப்படும்.

மூன்று பேத வாக்கியங்களுக்கு மேல் நான்காவது பேத வாக்கியம் இல்லாவிடினும் மூன்று பேத வாக்கியங்களின் சாதனம் கொண்டு விவேகம் முத்தினவனாதலால் அவற்றை நிருவாண பாகையாகவும் சுயம்பிரகாச வீடு பேற்றை அதர்வண பேத வாக்கியமெனக் கூறி நான்கு பேத வாக்கியங்களென வகுத்துள்ளார்கள். (ஆதிவேதம் V)

என்பது அயோத்திதாசரின் வேத்தோற்றம் வளர்ச்சி பற்றிய விளக்கம். வேதங்களின் விரிவுகள் என்று சொல்லப்படும் உபநிஷதங்கள் பொருள்களில் அவற்றினின்றும் வேறுபட்டும் கருத்துக்களில் அவற்றினின்றும் முரண்பட்டும் இருப்பதை மேலை அறிஞர்கள் சான்றுகளோடு எடுத்துக் காட்டியுள்ளனர். உண்மையான உபநிடதங்கள் யாவையென்பதையும் அயோத்திதாசர் சுட்டிக் காட்டுவார். நான்கு பேத வாக்கியங்களின் உட்பொருள் பலருக்கும் விளங்காமல் மறை பொருளாய் இருந்தபடியால் ஒவ்வொரு பேத வாக்கியத்திற்கும் எவ்வெட்டு உட்பொருள்கள் கூறி, முப்பத்தியிரண்டு உபநிட்சை யதார்த்தங்களை வகுத்து உபநிடதங்களென்னும் பெயர் தந்தார்கள். நான்கு பேத வாக்கியங்களின் முப்பத்திரெண்டு உட்பொருள் நுட்பங்களையும் புத்த சமயக் கோட்பாடுகளின் வழி அயோத்திதாசர் நிரல்படுத்துவார். பிறவுயிர்களுக்குத் துன்பம் செய்தல், பிறர் பொருளைக் கவர்தல், பிறர்க்குத் தீங்கு நினைத்தல், பிறன்மனை நயத்தல், பிற சீவன்களைக் கொல்லுதல், பிறர் மனம் புண்படப் பேசல், பிறரை வஞ்சித்து வருந்தச் செய்தல், பிறரை மதுவூட்டி மயங்கச் செய்தல் ஆகிய எட்டும் பாவச் செயல்களாம். பிறவுயிர்களுக்கு உண்டாகும் துன்பங்களை நீக்கி ஆதரித்தல், பிறர்க்கு இல்லாத பொருள் ஈந்து சீர் பெறச் செய்தல், பிறரைத் தன்னவர் போல் நேசித்தல், பிறர் மனைவியரைத் தாய் தங்கையர் போல் பாதுகாத்தல், பிற பிராணிகளைக் கொலைக்கேவாமலும் கொலை செய்யாமலும் இருத்தல், பிறர் உள்ளமும் உடலும் மகிழும் இன்சொல் பேசுதல், பிறர்க்குப் பயன்படும் சொற்களைப் பேசி அவர் வளம் பெறச் செய்தல், பிறரின் அறிவைப் பெருக்கி அமுதுண்ணச் செய்தல் ஆகிய எட்டும் நன்மைகளாம், சினவாதிருத்தல், தன்னிடத்திலுண்டாம் காமத்தை அகற்றி அன்பைப் பெருக்கல், தன்னிடத்திலுண்டாம் மயக்கங்களை அகற்றி அறிவை வளரச் செய்தல், வஞ்சினம் பொறாமைகளை அகற்றி நல்வாழ்வை விரும்பல், தன்னிடத்திலுண்டாம் பொய்ப் பொருளாசையை அகற்றி மெய்ப்பொருள் தேடுதல், தன்னிடத்திலுண்டாம் சிற்றின்பச் செயல்களை அகற்றிப் பேரின்பத்தை நாடல், தன்னிடத்திலுண்டாம் தற்பெருமையை அகற்றி அடக்கத்தில் நிற்றல், தன்னை வஞ்சித்துத்

துன்பப்படுத்தியவனை அன்புடன் ஆதரித்தல் ஆகிய எட்டும் இதய சுத்தங்களாம். தன்னிடத்திலுண்டாம் பற்றுகளற்று ஆனந்தத்தில் இருத்தல், தன்னை மாறி மாறிப் பிறக்கச் செய்யும் மரணத்தை வெல்லுதல், எப்பொழுதும் தன்னைத் துயரத்தில் ஆழ்த்தும் காமவெகுளி மயக்கங்களை அறுத்தல், தானே தோன்றுகிறதும் கெடுகிறதுமாகிய மனத்தைத் தோன்றாமலும் கெடாமலும் நிறுத்தல், தனக்குண்டாம் பிறப்பச்சம் இறப்பச்சம் நீக்கிக் கலங்காதிருத்தல், தன்னுள் தானாய் விளங்கும் உண்மையான பேரின்பம் அடைதல், தானே சுயம்பிரகாச சதாநித்திய சித்தாம் ஆனந்த நிலையடைதல் ஆகிய எட்டும் வீடுபேறாம் நிருவாணமாகும்.

அவலோகிதரால் அக்கை, தங்கையர் போலாக்கிய வடமொழி, தென்மொழி இரண்டின் ஆதரவால் திரிபேத வாக்கியங்களாகும் முதல் நூலை ஆதி நூல், எழுதாக் கேள்வி, ஆரணம், ஓத்து, சாகை, சுருதி, இருக்கு என்னும் ஏழு பேதமாக வழங்கி வந்தார்களென்பதற்கு ஆதாரமாகப் பனம்பாரனார் கூற்றையும், நன்னூல், சீவக சிந்தாமணி, சூளாமணி அடிகளையும் மேற்கோள் காட்டுவார் அயோத்தி தாசர்.

புத்தரது மகா வாக்கியங்களே ஆதி வேதம் என்று கூறும் பண்டிதர் பிராமண வேதங்கள் என்று அறியப்பட்டவைகளை ஆழமாகப் பயின்று கட்டுடைப்புக் கலையை மேற்கொள்கிறார். வேதங்களின் தோற்றம் பற்றி அவை கூறும் கருத்துக்களே முரண்படுகின்றன. இருக்கு வேதம் வேதங்களைச் சில ரிஷிகளும் சில அரசர்களும் எழுதியதாகக் குறிப்பிடுகிறது. நான்கு வேதத்தின் பாயிரத்துள் கடவுள் பிரம்மாவுக்கு போதித்து பிரம்மா முனிவருக்கு போதித்ததாகக் கூறப்பட்டுள்ளது. மனு நீதி ஓரிடத்தில் பிரம்மா அநாதியான வேதத்தை அக்னி, வாயு. சூரியன் ஆகிய மூவரிடத்திலிருந்து வெளிப் படுத்தினாரென்றும் மற்றோரிடத்தில் நாய், நரி, கழுதை, பசு, தவளை ஆகியவற்றின் வயிற்றில் பிறந்த மனிதர்கள் வேதங்களை எழுதினார்களென்றும் எடுத்துரைக்கின்றது. இவ்வாறு வேத உற்பத்தி பற்றி நான்கு மூலங்கள் குறிக்கப்பட்டிருக்க அவை கி.பி. ஏழாம் நூற்றாண்டிற்கு முன்னிருந்தன என்பதற்கு வரலாற்றுச் சான்றுகள் ஏதுமில்லை. நான்கு வேதங்களையும் முழுவதுமாகச் சங்கரரோ, இராமானுஜரோ, மாத்வரோ வைத்திருந்தார்களென்பதற்கும் சரித்திர ஆதாரம் கிடையாது. இவை இன்னின்ன வழி வந்தோரால் இன்னின்ன மடங்களில் வைக்கப்பட்டிருந்தனவென்பதைச் சொல்லும் செப்பேடுகளோ சிலாசாஸனங்களோ யாராலும் சுட்டப் படவில்லை. வேதங்களை வாசிப்பதால் மனிதர்கள் சீரடைவார்களா, சீர் கெடுவார்களாவெனும் கேள்வியைக் கேட்டுக் கொண்டு பண்டிதர் அவை கொலை, களவு முதலிய பஞ்சமா பாதகங்களை

நியாயப்படுத்துவதை எடுத்துக்காட்டுகளுடன் முன்வைப்பார். யஜுர்வேதம் 117 ஆவது வசனமும் அதர்வணவேதம் 160ஆவது வசனமும் வேள்வியாகிய நெருப்பில் சுட்டுத் தின்பதற்கு ஆயிரம் பசுக்களைக் கொல்ல வேண்டுமென்றும் பகைவர் யாவரையும் அழிக்க மந்திரம் உண்டென்றும் சொல்லும். இருக்கு வேதம் 20ஆவது வசனம் வசிட்டர் வருணன் வீட்டில் தானியம் திருட முயன்ற கதையைக் கூறும். இருக்கு வேதத்தின் 24வது வசனம் இயமன் அவனது மகளாகிய யமுனா வென்பாளைக் கற்பழிக்க முயன்ற போது அவள் அவனுக்குக் கூறிய அறிவுரையாகும். யஜுர் வேதத்தின் 95ஆவது வசனம் முதல் மனு தன் மகளை மணந்தது பற்றியதாகும். யஜுர் வேதத்தின் 72ஆவது வசனம் விரங்கர் என்னும் அரசனுடைய ஐந்து பிள்ளைகளும் இதர மனிதர்களும் வேதத்தின் கிரந்த கர்த்தாக்களென்றும் அதே வேதத்தின் 112ஆவது வசனம் வேதமெழுதியவர்களில் தரகர்களே இல்லையென்றும் பொய் பேசும். யஜுர் வேதம் 111ஆவது வசனம் சோமபானம் சுராபானம் எனும் மயக்கப் பொருட்களை உண்டு செய்யும் முறைகளையும் அவற்றை உட்கொள்ளும் முறைகளையும் விவரிக்கும்.

கடவுளைப் பற்றியும் பிரம்மத்தைப் பற்றியும் வேதங்களில் காணப் படும் கூற்றுகள் ஒன்றுக்கொன்று பெரிதும் முரண்பாடு உடையவை. இருக்கு வேதம் அக்கினி, வாயு, சூரியனென்று மூன்று கடவுளர்கள் உண்டென்றும் அவற்றுள் ஒரே கடவுளாகிய மகாத்மா உண்டென்றும் அம்மகாத்மாவே சூரியனென்றும் குறிப்பிடும். யசுர் வேதம் 121 ஆவது பாகத்தில் புசிக்கும் உணவு அல்லது உடலே பிரம்மமென்றும் 122ஆவது பாகத்தில் உயிர்ப்பாகிய பிராணனே பிரம்மமென்றும் 132ஆவது பாகத்தில் அறிவே பிரம்மமென்றும் 124ஆவது பாகத்தில் ஆனந்தமே பிரம்மமென்றும் விளக்கும். ஆத்மா பற்றிய கூற்றுகளும் தெளிவற்றவை. சாமவேதத்தின் 146ஆவது பாகத்தில் வானமே ஆத்மாவென்றும் 147ஆவது பாகத்தில் சூரியனே ஆத்மா வென்றும் 148ஆவது பாகத்தில் வாயுவே ஆத்மாவென்றும் 149ஆவது பாகத்தில் ஆகாயப் பரமாணுவே ஆத்மாவென்றும் 150ஆவது பாகத்தில் உலகமே ஆத்மாவென்றும் 151ஆவது பாகத்தில் மண்ணே ஆத்மாவென்றும் கூறப்பட்டுள்ளன.

வேத அந்தமெனப் போற்றப்படும் உபநிடதங்களும் பிரமம் பற்றிய வெவ்வேறு தொடர்பற்ற, பொருளற்ற விளக்கங்களையே முன் வைக்கின்றன. முண்டக உபநிஷத்து இரண்டாயிரம் முண்டகம் முதல் அத்தியாயத்தில் அக்கினியினின்று ஆயிரம் பக்கங்களில் பொறிகள் எப்படி உண்டாகின்றனவோ அது போல் அழிவற்ற பிரம்மத்திலிருந்து பல ஜீவாத்மாக்கள் தோன்றி மறுபடியும் அதில் அடங்குவதாகக் குறிப்பிடப்பட்டுள்ளது. தலவகார் உபநிஷதம் பிரம்மத்தை அறிவேன் என்பவன் அறியான், அறியேன் என்பவன் அறிவான், பிரம்மம் தெரியும் என்பவர்களுக்குத் தெரியாது. தெரியாதென்பவர்களுக்குத்

தெரியும் என்றுரைக்கும். கடோபநிஷதம் மனத்தினால் மட்டுமே பிரம்மத்தை எட்ட முடியும் என்று தெரிவிக்கும். கேனஉபநிஷதம் பிரம்மத்தைக் கண்ணாவது வாக்காவது மனமாவது எட்டுவதில்லை, அதை நாம் அறியோம், அதைத் தெரிவிக்கும் வழியும் நமக்குத் தெரியாது என்று ஒத்துக் கொள்ளும். பிரஹதாரண்யக உபநிஷதம் குதிரையையே பிரம்மம் என வருணிக்கும். வாஜகாநேய உபநிஷதம் பிரம்மம் எவ்வித சரீரமும் அற்றவர், ஒளி பொருந்தியவர், பாவமற்றவர், விவேகி, மனதை ஆள்பவர் என்றெல்லாம் வாதிடும். முண்டக உபநிஷதம் ஓரிடத்தில் கண்களாலோ, வாக்காலோ, மற்ற இந்திரியங்களாலோ, தவத்தாலோ, கர்மத்தாலோ பிரம்மத்தைப் புரிந்து கொள்ள முடியாதென்றும் மற்றோரிடத்தில் பிரம்மம் அணுவைப் போல் மிகச் சிறியவனாகவும் மனத்தினால் அறியத் தக்கவனாகவும் இருக்கிறானென்றும் வேறோரிடத்தில் விவேகப் பரிபூரணனும் சர்வக்ஞனும் எங்கும் பரவி மகிமையுள்ளவனுமாகிய ஆத்மா ஆகாயத்திலிருக்கின்றானென்றும் மூன்று வெவ்வேறு உறுதி மொழிகளை அளிக்கும். சுவே தாசுவதர உபநிஷதம் ஓரிடத்தில் தியானத்தையும் யோகத்தையும் மேற்கொண்டோர் காலத்து மாக்களோடமைந்த வேதாத்துவ சக்தியைக் கண்டார்களென்றும் இன்னோரிடத்தில் புருஷன் அந்தராத்மாவாகி விரலளவுள்ள மக்களின் இதயத்தில் இருக்கிறானென்றும் இயம்பும். (சிந்தனைகள் | 6678).

இவற்றையெல்லாம் தொகுத்துத் தரும் பண்டிதர் வேதங்களும் உபநிஷதங்களும் பிரம்மத்தின் நிலையையும் ஆத்ம நிலையையும் ஆதாரமின்றிப் பிள்ளைகள் விளையாட்டில் கண்ணைக் கட்டி யடிக்க ஆள் தெரியாது தடவி அவ்விடம் உள்ளவர்களின் பெயர் களை ஒவ்வொன்றாகச் சொல்லித் திரிவது போல் மாறுபடப் பேசுவதால் வேதாந்தங்களை வாசிப்பது விழலுக்கிழைத்த நீராய் முடியுமென்பார்.

இவ்வாறு வேதங்களும் உபநிஷதங்களும் கடவுள் பற்றியும் ஆன்மா பற்றியும் மறுமை பற்றியும் பொருளற்ற பிதற்றல்களைக் கொண்டு "பைத்தியக்காரனின் பாட்டுக்களாக" அமைந்த மனித வாழ்வுக்குரிய நெறியைச் சொல்லாதிருக்க புத்தரது ஆதிவேதம் மனிதரால் அறிய முடியாதது பற்றி வீண் ஆரவாரச் சொற்களில் கதை சொல்ல முயலாது இவ்வுலக வாழ்க்கையில் கடைப்பிடிக்க வேண்டிய நல்ல நெறிகளைச் சொல்லியிருப்பதை ஒப்பிட்டுக் காட்டுவார் பண்டிதர்.

இந்து சமயத்தார் குறிப்பிடும் கீதையைக் கண்டு கொள்ளாது பௌத்த ஞானிகள் கூறியுள்ள மூன்று அறவுரைகளை மூன்று கீதைகள் என்றும் மும்மணிகள் என்றும் மூன்று இரத்தினங்கள் என்றும் அறிமுகப்படுத்துகிறார் அயோத்திதாசர்.

மனுக்களில் பெருமையும் அருமையுமான ஆசானும் பகவான் சாக்கைய முனிவர் யாவருக்கும் குருவாக விளங்கி உலகில் முடிக்க வேண்டியதை

முடித்துக் கரையேறி நிருவாணம் அடைந்த மங்கள கரமான புத்தபிரானை யாங்கள் துணைக் கொள்கிறோம்.

காமம், அவா, துக்கம் இவைகளினின்று விலகச் செய்யும் தருமமும் அழியாத தருமமும் குற்றமற்றதும் மதுரமானதும் தெளி வானதும் தருக்க நீதியானதுமான தர்மத்தை யாங்கள் துணைக் கொள்கிறோம்.

எட்டு மார்க்கங்களை உடையவர்களும் நான்கு வித வாய்மை உடையவர் களும் தர்க்கத்தில் தேர்ந்து அதன் பலனைக் கண்டடைந்த சங்கத்தை யாங்கள் துணைக் கொள்கிறோம். (ஆதிவேதம் 196)

புத்தாங்க சரணம், தர்மாங்க சரணம், சங்காங்க சரணம் எனும் இம்மூன்று, மாந்தர்களுக்கு நன்னெறியில் செல்ல வழிகாட்டும் உண்மையான கீதோபதேசங்களாகுமேயன்றி வருண பேதத்தை வற் புறுத்தும் கண்ணன் சொல்லியதாகக் கூறப்படும் கீதை நன்னெறிக்கு உதவாதது என்பது அயோத்திதாசரின் எண்ணமாம்.

புத்த சமயக் கொள்கைகள் சிலவற்றை உள்வாங்கிக் கொண்டு அவற்றை இந்து சமயக் கொள்கைகளாக விளம்பரம் செய்து, புத்தரைத் திருமாலின் அவதாரங்களில் ஒருவரெனக் கூறி இந்து சமயத் தலைவர்கள் அவருக்குத் தங்கள் தொன்மங்களில் ஓரிடத்தைக் கொடுத்து புத்த சமயத்தை இந்தியாவில் வலுவிழக்கச் செய்தார்கள் என்பது இதுகாறும் சொல்லப்பட்டு வருகின்ற வரலாறு. இதற்கு எதிர்த்தொன்மம் (counter myth) ஒன்றைப் படைக்கிறார் அயோத்திதாசர். இந்து சமயம் புத்தர் காலத்திற்குப் பின் வந்ததென்றும் இந்துக் கடவுளர்களைப் பற்றிய புராணங்கள் யாவும் புத்தர் வரலாற்றிலிருந்து எடுக்கப்பட்டுக் கொச்சைப்படுத்தப்பட்டனவென்றும் தமது தொன்மத்தின் மூலம் நிறுவுகிறார். புத்தரே ஐந்து இந்திரியங்களையும் அடக்கி ஆண்டதால் ஐந்திரன், இந்திரன் என்று பெயர் பெற்றதாகவும் சிவன், திருமால், விநாயகன், குமரன் போன்ற இந்துக் கடவுளர்களின் பெயர்களெல்லாம் அவருடைய பெயர்களேயென்றும் அவர்களுடைய செயல்களாக புராணங்களில் கூறப்பட்டுள்ளவற்றில் பல அவருடைய செயல்களேயென்றும் பாலி, தமிழ் மொழிகளிலுள்ள பழம் நூல்களின் ஆதாரங்களைக் கொண்டு தமது தொன்மத்தைக் கட்டமைத்துக் கொள்கிறார். புத்தரே பகவன், காசி விசுவநாதன், தருமராஜன், கங்கை யாதாரன், ஜகத்ரட்சகன், குமரக் கடவுள், மாதவன், விநாயகன், கமல நாதன், தேவாதி தேவன், எண் குணத்தோன், சக்கரவர்த்தித் திருமகன், ஜெகன்நாதன், ஒப்பிலாவப்பன், நடராசன், சுடலையாடி, சுப்ரதீபன், சின்மயமுத்ரன், தேசிகன், மாமறையோன், வீணை கோபாலன், அமலன், யானை உரணத்தோன், ஆதிமூலன், மூவாமுதல்வன், சங்கரன், திருமூர்த்தி, திருமால், உலகநாதன் என்றெல்லாம் அழைக்கப்படுகிறார். மகடபாஷையாகிய பாலி ஒலி வடிவாயிருந்தபடியால் சகட பாஷையாகிய வடமொழி

வரிவட்சரங் களையும் திராவிட பாஷையாம் தமிழ் மொழி வடிவட்சரங்களையும் உண்டு செய்து வடமொழியைப் பானிக்கும் தென்மொழியை அகஸ்தியருக்கும் போதித்தவர் புத்தரே. பொதியை விகாரம் நிறுவி அகத்தியரைப் பிரதம குருவாக ஆக்கியவர் அவரே. பொதியை என்றால் பாலி மொழியில் மலையைத் துளைத்துப் போதிய அறைகள் உண்டாக்கல். சுடலையில் ஆணும் பெண்ணுமாக உருத்தோன்ற நடனமாடியவரும் புத்தரே. அவரது தந்தையாகிய சுத்தோதயச் சக்கரவர்த்தி இறந்தபோது, குடும்பத்தரசர்கள் யாவரும் வந்து கூச்சலிட்டழுது கண்கலங்கி, பிரேதத்தை சுடலைக்கெடுத்துச் சென்று தகனத்திற்கு ஆரம்பிக்கும்போது அசோதரையும் இராகுலரும் அம்மடத்தைச் சேர்ந்த சங்கத்தவர்களும் பந்து மித்திரர்களும் சூழ்ந்து நின்றார்கள்.

தகனக் காட்சியைக் கண்டு நின்ற ததாகதர் சுத்தோதைய மறுமைப் பிறப்பறுமோ அறாதோவென்று உள்ளத்துணர்ந்து அறுமென்னும் தோற்ற உணர்ச்சியால் ஆனந்தமுற்று மலைமகள் அசோதரையும் மற்றுமுளோரும் காண, தகன குண்டத்தைச் சுற்றிச் சுற்றித் தனது ஏக சடையுடைத் துலங்க இவ்வுரு ஆணோ பெண்ணோவென்று கலங்க, சுடலையில் நடனமாடினார். *(ஆதி வேதம் 2-11)*

தனது தந்தை உயிருடன் இருந்த காலத்து இறுதி நாட்களில் அவருக்கு ஞானோபதேசம் செய்து தந்தைக்கு குருவான குமரக் கடவுளும் புத்தரே. “உலகுய்யும் உமது சத்திய தன்மத்தை விளக்கி என்னை ஆட்கொள்ள வேண்டும்” என்று தந்தை மகனை வேண்ட, ததாகதர் அவருக்கு அருள் புரிந்தார்.

புத்தபிரான் தனது தந்தையாகிய சுத்தோதயச் சக்கரவர்த்திக்குக் குருவாக விளங்கினது கொண்டு “தகப்பன் சுவாமி” என்றும் ‘‘பிதா விதாதா” என்றும் அழைக்கலானார்கள். *(ஆதி வேதம் 140).*

கங்கையை மக்களுக்கு அளித்தவர் புத்தரே. அவர்கள் தவிப்பை யுணர்ந்த அண்ணல் தனது ஏக சடையைக் கரத்திலேந்தி நீட்டியபோது அதனினின்று பெருகிய நீர் பிரவாகமாய்ப் பரந்து சகல சீவர்களும் பருகி விடாய் தீர்ந்ததுகள்.

பாறையெங்கும் கங்கை பிரவாகமுற்றிருப்பதைக் கண்ட கருணாகரன் அங்குள்ள அன்பர்களைக் கொண்டு அவ்விடம் பரவும் அருவி நீரோடையை அடிவாரத்தில் கொணர்ந்து சகல ஜீவர்களுக்கும் உதவும்படி துவாரமிட்டு மலையின் அருவி நீர் பூமியில் வற்றாமல் ஓடி சீவர்களைக் காக்கும்படி செய்து விட்டார். அம்மலையில் செய்த ஜலதார வழிக்குப் பகவன் பேரில் ஒன்றாகிய அரித்துவாரம் என்னும் பெயரைக் கொடுத்ததுமன்றி அக்கங்கை நதி பெருகியோடுதற்குக் கங்கை நதியென்றும் புத்தர்பிரானே அதற்கு ஆதாரமாய் இருந்தபடியால் அவரைக் கங்கை யாதரென்றும் போற்றினார்கள். *(ஆதிவேதம் 135).*

"உருகிய மழுவை உள்ளங்கையேந்தி அருளொடு வாய்மை ஆற்றல் அருளி, கருவிலமைந்த காட்சியமைப்பை, திருவயினுள்ள செயலி தென்றானே"

என்று திருமூலர் பாராட்டும் மழுவேந்திய பெருமான் புத்தரே. அவர் பெருமையறியாத கொல்லன் ஒருவன் ஊதுலையில் பழுக்கக் காய்ந்திருந்த இரும்புக் குண்டை அவர் முன்னுருட்டி எல்லாவுயிர் களிடத்தும் அன்பு உண்டென்று சொல்கின்றீரே இவ்விரும்பிலும் அன்பு உண்டென்று சொல்கின்றீரோ. இவ்விரும்பிலும் அன்பு உண்டோவென்று கேட்டபோது, அருகக் கடவுளோ அவன் அறி யாமைக்கு இரங்கி அக் காய்ந்துருகும் மழுவைத் தன் கரத்திலேந்திக் கன்னானை நோக்கியபோது அத்தழலானது ததாகதர் கரத்தில் தாவாது மேனோக்கி வீசிற்று. அதைக் கண்ணுற்ற கன்னான் அச்சுவாலை மேனோக்கி வீசுவதையும் அதன் தாண்டவத்தையும் உணர்ந்து திகைத்து நின்றான்.

இறைவனோ தன் கரத்திலேந்திய மழுவை எறிந்து விடாது இன்னும் மேலேற்றிக் கன்னானை நோக்கி, அன்பரே! உன்னிடத்திலுள்ள காமாக்கினியின் கடுகையை உணராமலும் கோபாக்கினியின் கடுகையை உணராமலும் இம்மழுவின் கடுகையை மட்டுமுணர்ந்து மகிழ்ச்சிகொண்டது என்னோ வென்றார்...

அன்பரே! நீர் தண்மை அடைவீராயின் சகலமும் தண்ணுறும்; நீர் சுடுமை அடைவீராயின் சகலமும் உம்மைச் சுடுமென்றார் (ஆதிவேதம் 114-116).

சனகாதி முனிவர்களுக்கு அறநெறி கற்பித்தவரும் புத்தரே.

மாணாக்கருள் ஜனகர், வாமதேவர், நந்தி, ரோமரெனப்பட்ட நால்வருக்கு ஜெயமுத்தி நிலையாகும் சின் முத்திரையை அளித்து எட்டுத் திக்குகளிலும் மெய்யறத்தைப் பரவும்படிச் செய்தார். (ஆதிவேதம் 43)

திருவாதிரை நட்சத்திரத்தில் நிர்வாணம் அடைந்த ஆதிரை நட்சத் திரத்திற்கு உரிய ஆதிரையானும் புத்தரே. எங்களைக் காப்பாற்றும் பொருள் உண்டா இல்லையா என்பதை விதர்ப்ப நாட்டரசனும் மந்திரியும் கேட்டபோது புத்தர், உண்டென்பதை அவனவன் உள்ளத்திலும் இல்லையென்பதை அவனவன் விசாரணையிலுமே தெரிந்துகொள்ள வேண்டியது இயல்பாமென்று தனது இரு கண்களையும் மூடி மார்கழி மாதம் பௌர்ணமி திதி திருவாதிரை நட்சத்திரத்தில் பரி நிருவாணமடைந்து விட்டார். (ஆதிவேதம் 286)

புத்தரின் வரலாற்று நிகழ்ச்சிகளாக அயோத்திதாசர் தொகுத் துரைப்பன யாவும் இந்துத் தொன்மங்களில் கடவுளின் செயல்களாகக் கூறப்பட்டுள்ளனவற்றிலிருந்து ஒருவகையில் பெரிதும் வேறுபட்டிருக்கக் காணலாம். புத்தரின் உயர்வைக் காட்டும் இயற்கையிகந்த நிகழ்ச்சிகள் சேர்க்கப்பட்டிருப்பினும் புராணங்களிலுள்ள தெய்வங்களைத்

தரம் தாழ்த்தும் ஆபாச, அருவருப்பூட்டும் நிகழ்ச்சிகள் அறவே நீக்கப்படுகின்றன. யாவும் பிறவுயிர்களிடத்துக் காட்ட வேண்டிய அன்பை வலியுறுத்தும் புத்தருடைய கோட்பாடுகளை வலியுறுத்தவே கட்டமைக்கப்பட்டுள்ளன. புத்தர் இந்த நாட்டிலுள்ள முல்லை, குறிஞ்சி, மருதம், நெய்தல், பாலை ஆகிய ஐந்திணை நிலங்களுக்கும் சென்று மக்களுக்கு வாழும் வழிகளையும், தொழில்களையும் அறத்தையும் கற்பிக்கிறார். ஒடுக்கத்தால் உண்டாகும் இன்பமும், விரிவால் உண்டாகும் கேடும் அவரால் விளக்கப்படுகின்றன. அன்பே சிவம் என்னும் திருமூலர் கருத்திற்கேற்ப அருளே உருவாய்த் திகழ்கிறார், அயோத்திதாசர் காட்டும் புத்தர். அவர் வாழ்க்கை நிகழ்வுகளில் கீழான எண்ணங்களுக்கு இடமில்லை. மறுமை பற்றியோ, உலகைத் தோற்றுவித்தவராகக் கருதப்படும் இறைவனைப் பற்றியோ, மோட்சம் நரகம் என்னும் கற்பனை உலகங்கள் பற்றியோ ஊகங்கள் ஏதும் உண்மைகள் போல் சொல்லப்படுவதில்லை. மகட பாஷையில் சிவம், பிரம்மம், ஈசன் என்று சொல்லப்படுபவை சகட பாஷையில் இதம், சாந்தம், தன்மம் ஆகுமென்றும் அவையே திராவிட பாஷையில் அன்பு, தன்மை, ஈகையென்றும் விளக்கப்படுகின்றன. அன்பையும் பிறவுயிர்களின் குற்றங்களைப் பொறுத்து ஆதரிக்கும் பண்பையும் வளர்த்துக் கொள்ளுங்கள் என்றும் அன்பு, ஈகை, சாந்தமெனும் அமுதைத் திரட்டுங்கள் என்றும் புத்தவேதம் அவரது வாழ்க்கை வரலாறு மூலம் போதிக்கிறது.

இந்து சமயத் தொன்மங்களில் பலவற்றைக் கட்டுடைத்து அவற்றிலுள்ள முரண்பாடுகளையும் ஆபாசங்களையும் விளக்கி அவை மக்களுக்கு நன்மை செய்யாமல் தீமை விளைவிக்கும் என்பதனையும் எடுத்துக்காட்டி அவற்றை ரசமாற்றம் செய்து பௌத்த அறத்தை அடிப்படையாகக் கொண்ட தொன்மங்களாக மாற்றி அவற்றின் மூலம் யாவர்க்கும் நன்னெறி புகட்டும் முயற்சியில் அயோத்திதாசரால் எழுதப்பெற்ற கட்டுரைகள் மிகப்பல. குறிஞ்சி நிலத் தலைவனென்றும் தமிழ்க் கடவுளென்றும் போற்றப்பட்ட முருகன் சிவனுடைய மைந்தனாகிய சுப்ரமண்யக் கடவுளேயென்று அவனுடையப் பிறப்புப் பற்றிய தொன்மத்தைப் படைத்துக் கொண்டது இந்து சமயம். இதைப் புறக்கணித்து முருகனைப் பௌத்த சமயத்தைச் சார்ந்த ஞானாசிரியனாகக் காண்கிறார் அயோத்திதாசர். பூங்குறிஞ்சி என்றும் பழனி என்றும் வழங்கும் மலையை ஆண்டு வந்த மருகன் என்னும் அரசனுக்கும் கங்கை என்னும் இராக்கினிக்கும் முருகன் என்னும் ஓர் மகவு விசாக நட்சத்திரத்தில் தோன்றி வளர்ந்து சரவண சங்கத்தை அடுத்துக் கலைநூற்கள் கற்று அரசப் பதவியேற்றுத் தெய்வானை என்னும் அரசியை மணந்து வள்ளியென்னும் மங்கையிடம் காதல் கொண்டு மஞ்ஞை ஊர்தி என்னும் வாகனத்தில் அவளைக் கொண்டு

வந்து சேர்த்தார் என்று முருகன் கதையைச் சொல்லும் தாசர், அவர் "விசாக நட்சத்திரத்தில் பிறந்ததால் விசாகன் என்றும் தனக்குப் பின் சந்ததி இல்லாமையால் சூர்ப்பகைவனென்றும், கலை நூற்களைக் கற்றறிந்தமையால் புலவனென்றும், சரவணப் பள்ளியாம் புத்த சங்கத்தில் சேர்ந்து ஆறு அறகத்துகளின் ஞானாமுது உண்டபடியால் சரவண பவன் என்றும், இரு மனைவி பாகம் கடந்தபடியால் கடம்பன் என்றும், கார்த்திகை நட்சத்திரத்தில் பரி நிருவாணமுற்றபடியால் கார்த்திகேயன் என்றும்" (அலாய்சியஸ் II 71) ஞானானந்தப் பெயர்கள் பெற்றார் என்பர். இத்தொன்மத்தில் குமரனின் பிறப்புப் பற்றி வடமொழியிலும் தமிழிலும் புராணங்கள் கூறும் ஆபாச நிகழ்ச்சிகளெல்லாம் அறவே நீக்கப்பட்டிருப்பதைக் காணலாம்.

இந்து சமயத்தைச் சார்ந்த சைவ மரபினரின் லிங்க வழிபாடும் தொன்மத் தூய்மையாக்கத்திற்கு உட்படுத்தப்படுகிறது. அயோத்திதாசர் 'இலிங்கம்' என்னும் சொல்லின் மூலம் 'அங்கலயம்' என்றும் 'அங்கலயம்' என்னும் சொல்லே 'லய அங்கம்' எனத் திரிந்து தற்காலத்தே லிங்கமென வழங்கி வருகிறது என்பார். புத்தபிரான் பரி நிருவாணம் அடைந்தவுடன் அவர் உடலை எரித்து அவர் அஸ்திரங்களை ஏழு அரசர்கள் கொண்டு போய் டாகோபா என்னும் கோபுரங்களைக் கட்டி அவற்றின் நடுவே அஸ்தியைப் புதைத்து அவ்விடத்தின் அடையாளம் என்றும் தெரிய வேண்டுமென்பதற்காக உயர்ந்த கற்களால் பீடங்கட்டி மத்தியில் பச்சைக் கல்லிலாலேனும் வைரத்தினாலேனும் கருங்கல்லினாலேனும் கொழூவி போல் செய்து நாட்டிப் புத்த சங்கத்தார் யாவரும் தாமரை மலர்களால் அர்ச்சித்து வழிப்படத் தொடங்கினர். அதனையே பழங்காவியங்கள் தருமப் பீடிகை, மணியரைப் பீடிகை, கடவுள் பீடிகை, தருமபீடம், கடவுள் பீடம் என்றெல்லாம் கூறும். சங்கத்துப் பின்னடியார்கள் அடையாளக்கல் பீடத்தை அங்கலிங்க ஐக்கியமென்றும் லய அங்கம் என்றும் வழங்குதல் மரபாயிற்று. சப்த, பரிச, ரூப, ரச, கந்தம் என்னும் ஐந்து இந்திரியங்கள் அடங்கி ஆனந்தம் உதித்துப் பூரண நிலைபெறுவதால் அங்கலிங்க ஐக்கியம் என்ற வழக்கு ஏற்பட்டது. ஆனால் வேஷ பிராமணர்கள் தோன்றியபிறகு அவர்களைப் பின்பற்றிய கூட்டத்தார் தங்கள் பொய்க் குருக்களிடம் சென்று அங்கலிங்க ஐக்கிய பூசை செய்ய வேண்டுமென்று வேண்டியபோது அதன் உட்பொருள் விளங்காமல் ஆவிடையார்க் கோவில் என்னும் கட்டிடத்தைக் கட்டி வைத்து அதன் நடுவே பெண் குறி ஆண் குறியை நாட்டி அங்கம் என்றால் தேகம், லிங்கம் என்றால் ஆண்குறி, ஐக்கியம் என்றால் பெண்குறி என்று ஓதி இதுவே உலக சிருட்டி முதலாய் இருக்கின்றபடியால் இதையே நீங்கள் பூசித்து வரவேண்டுமென்று காமிகார்ச்சனை என்னும் லிங்க மதத்தை ஏற்படுத்தினார்கள்.

(அலாய்சியஸ் II 74—5). லிங்க மதம் பரவுவதைக் கண்ட வைணவர்கள் தாருகாவனத்தில் ரிஷிப் பத்தினிகளை சிவன் கற்பழித்ததால் அவர்கள் சாபமிட அவர் குறி அறுந்து விழுந்ததாகவும் அதனையே சிலர் வழிபடுவதாகவும் கதை எழுதினர்.

''லிங்கம்'' என்ற சொல் உடலும் மனமும் அயர்ந்த இடம், கருவி கரணங்கள் ஓய்ந்த இடம், ஒரு மருந்துக்கட்டி, செவ்வாய் என்னும் கிரகம் எனும் பொருள் கொண்டதேயன்றி ஆண்குறி என்று பொருள்படும் என்று எந்நூலும் கூறவில்லையென்பார் பண்டிதர். அயோத்திதாசர் இந்நாட்டின் தொன்மை பற்றியும் அதன் பொற்காலம், வீழ்ச்சி பற்றியும் ஆரியர்களின் தொன்மத்திற்கு எதிரான ஓர் தொன்மத்தைக் கட்டமைக்கின்றார். 'இந்திரம்' என்னும் சொல் 'ஐந்திரம்' என்பதின் திரிபாகும். சித்தார்த்தன் கல்லாலடியில் வீற்றிருந்து ஐம்பொறிகளை வென்ற திறத்தால் ஐந்திரர் என்று பெயர் பெற்றார். அது திரிந்து இந்திரர் என்று வழங்கி அவரது சங்கத்தார் கூடிய இடத்திற்கு இந்திர விகாரமென்றும் அவரை வணங்கிக் கொண்டாடும் விழாவிற்கு இந்திரவிழாவென்றும் அவரை வழிபட்ட கூட்டத்தார்க்கு இந்தியர் என்றும் அவர்கள் வாழும் நாட்டிற்கு இந்தியா என்றும் இந்திரம் என்றும் பெயரிட்டு அழைத்தார்கள். இந்நாட்டிற்கு பரத கண்டம் என்ற பெயரும் உண்டு. புத்தர் அறவரத்தை ஓதியதால் அவரை வரதர், பரதர் என்றும் கொண்டாடினர். அவர் தந்த ஆதிவேதமாம் முதல் நூல் "வரதன் பயந்த அறநூலென்று" போற்றப்பட்டது. பொய் வேதத்தோரும் பொய் வேதாந்திகளும் பொய் குருக்கள்களும் தங்களை இந்துக்கள், இந்து சமயத்தோர் என்று சொல்லிக் கொள்ளத் தொடங்கினார்கள். இந்து மதமென்று ஆரியர்கள் கூறுவது கற்பனையானதே; அது ஆகாயக் கோட்டையும் அந்தரப் பூவும் போன்றதே. இந்து மதம் எதுவென் பார்க்கு அவர்கள் சைவ மதம் என்றும் வைணவ மதம் என்றும் வேதாந்த மதம் என்றும் விசிட்டாத்துவ மதமென்றும் வேறு வேறு மாறுபட்ட மதங்களைக் கூறி மற்றவரை மயக்குறச் செய்வதுடன் தாங்களும் மயங்குவர் (அலாய்சியஸ் II 380) என்பார் தாசர்.

இந்தியாவின் பொற்காலம் என்பது சத்திய தன்மமாம் புத்த தன்மம் ஓங்கியிருந்த காலமே. கருணையும் அன்பும் நிலைத்திருந்த அக்காலத்தில் மாதம் மும்மாரி பெய்ய, உழுதுண்போர் யாவரும் ஈகையாளராம் வேளாளர் என்று அழைக்கப் பெற்றுத் தன்னலம் பாராது பிறருக்காக உழைத்தார்கள். ஆனால் பௌத்த சமயத்தின் செல்வாக்குக் குறைந்தவுடன் பஞ்ச சீலங்கள் பாழடைந்து, பஞ் சமா பாதகங்கள் மிகுந்து, கயவர்களும் தன்னலமே குறிக்கோளாகக் கொண்டு, சோம்பித் திரிந்த சமயவாதிகளும் சாமிகளும் அதிகரிக்க அவர்களது வஞ்சகச் செயல்களும் பஞ்சமும் நாட்டை நிலைகுலையச் செய்தன.

கிருத யுகத்தில் பிராமணர்களால் இந்து தருமம் மேனிலையில் இருந்ததென்றும் கலியுகத்தில் சூத்திரர் ஆதிக்கத்தால் அது சீரழிந்த தென்றும் கட்டமைக்கப்பட்ட தொன்மத்திற்கு எதிராகப் பண்டிதர் இதை முன் வைத்தார்.

ஔவை பற்றி வழங்கி வந்த கதைகளையெல்லாம் கட்டுக்குலைப்புச் செய்வதோடு ஒரு புதிய தொன்மத்தை உருவாக்குகிறார் அயோத்தி தாசர். அவரைப் புத்த தர்ம சாட்சியக்காரர்களில் ஒருவரென்றும் அம்பிகை அம்மன் என்றும் உயர்ந்த பீடத்தில் ஏற்றி வைத்து மகிழ்கின்றார். ஆயிரத்து ஐந்நூறு ஆண்டுகளுக்கு முன்பு சாக்கைய சுந்திரவாகு என்னும் அரசனுக்கு மகளாகப் பிறந்து மங்கைப் பருவம் எய்தியபோது ஞானசங்கத்தில் சேர விருப்பம் தெரிவிக்க, அவளது தாய்மாமன் கந்தருவதத்தனால் பொன்னினால் ஒரு பொட்டு செய்து அதைச் சரட்டில் இணைத்துக் கழுத்தில் கட்டச் செய்து உமள நாட்டு விகாரத்துப் பெண்கள் சங்கத்தில் சேர்ந்து விட்டார்கள் என்பது அவர் தரும் அவ்வை வரலாறாகும். அவளே புத்தரின் திரிபிடக தரும போதங்களை எளிய நடையில் ஆத்திச்சுவடி, குன்றை வேந்தன், வெற்றி ஞானம் எனும் திரிவாசகங்களாக மக்களுக்கு அளித்தவள். பிடகத்தை அறிவித்தவளாதலின் பிடகறி, பிடாரி யெனும் காரணப்பெயர் பெற்ற வேம்படியம்பாள் அவள். வைசூரி, வாந்திபேதி நோய்கள் நாகை நாட்டாரைத் தாக்கியபோது அவர்கள் அவளை அணுக அவர்களுக்கு ”உங்கள் உள்ளங்களிலுள்ள அன்பையும் அறனையும் அகற்றி வஞ் சகம், பொறாமை, பொருளாசை போன்றவற்றால் தூண்டப்பட்டுச் செயல்பட்டதால் இவ்வாறு அல்லல் உறுகின்றீர், இனியேனும் உடலும் உள்ளமும் சுற்றுப்புறமும் தூய்மையாய் இருக்குமாறு வாழ்வு நடத்துங்கள்” என்று அறிவுரை கூறிய பெருந்தகை அவ்வம்மன். அவள் இறந்தபின் மக்கள் அவளுக்குப் பல பெயர்களிட்டு சேரிகள்தோறும் விகாரம் கட்டி அது வீதியில் இருக்குமாயின் திருவீதியம்மன் என்றும் மத்திய எல்லைக்குள் இருக்குமாயின் எல்லம்மன் என்றும் கழிகளின் ஓரங்களிலிருக்குமாயின் திருக்கழி அம்மன் என்றும் முல்லை நிலத்திருக்குமாயின் துளிர் கானத்தம்மன் என்றும் பனைமரச் சோலைகளிலிருக்குமாயின் கருக்கம்மனென்றும் தண்டுகள் இருக்கும் இடத்திலிருக்குமாயின் பாளையத்தம்மன் என்றும் நந்தவனத்திலிருக்குமாயின் பூஞ்சோலை அம்மனென்றும் விழாவெடுத்தார்கள்.

திரிசிரபுரத்திலும் நாகை நாட்டிலும் புத்த தருமத்தைப் பரவச் செய்து வந்த தமிழ் அறிஞர்களும் பாணர்களும் யாழுடன் இசை கலந்து பாடும் யாழ்ப்பாணர்களும் மிலேச்சர்களின் மித்திர பேதத்தால் முகம்மதியர்களால் கொடுமை செய்யப் பெற்று இலங்கை முதலிய தீவுகளுக்குக் குடியேறினார்கள். புத்த மடங்கள் அழிக்கப்பட்டுப் புத்த விகாரங்களிலிருந்த பொற்சிலைகள் திருடப்பட்டன. போர்ச்சுக்கீசியர் வரவிற்குப் பின் வேற்கண்ணி அம்மன் விகாரம் இருந்த இடத்தில் அவர்கள் மதக்கோவில் கட்டப்பட்டது. வட இந்தியாவில் வங்கத்தை ஆண்டு வந்த காளியும் தமிழகத்துக் கோவலன் மனைவி கண்ணகியும் பின்னால் தெய்வங்களாக்கப் பட்டனர். இவர்களுக்

கெல்லாம் உயிர்ப்பலி கொடுக்கும் வழக்கம் ஏற்பட்டது. இவர்கள் அம்பிகை அம்மனின் பெயர்களைப் பெற்றவர்களே தவிர அம்பிகை அம்மனாக ஏற்றுக்கொள்ளத் தக்கவர் அல்லர். அம்மன் பெயரைச் சொல்லி, பொட்டுக் கட்டி, கோவில்தாசிகள் என்று பெயர் வைத்துப் பெண்களை விபச்சாரிகளாக்குவதும் பெண்கள் அம்மனே வந்து ஆடிப்பாடிக் குறி சொல்லுவதைப் போல் நடிப்பதும் புத்த தருமத்திற்கு எதிரான நடைமுறைகள்.

அம்பிகை அம்மன் சரிதத்தை வெவ்வேறு சமயத்தார் பல முறைகளில் மாற்றம் செய்து பொய்க்கதைகளைப் பரப்பிவிட்டுத் தங்கள் வாழ்க்கையை வளப்படுத்திக் கொண்டார்கள். உலக மாதா, வானவர் முதல்வி, அம்பிகை முதலியப் பெயர்களை சிவன் மனைவிக்கும், நித்ய செல்வி, வாழ்வலங்காரி, பாக்யவதி, இலக்குமி முதலிய பெயர்களை விஷ்ணு மனைவிக்கும் சரஸ்வதி, கல்விக்கரசி, ஞானத்தாய் முதலிய பெயர்களைப் பிரம்மன் மனைவிக்கும் சூட்டிக் கொண்டார்கள். சிலர் அம்மனை ஆதியென்ற பறைச்சிக்கும் பகவன் என்னும் பார்ப்பானுக்கும் பிறந்தவள்; பறை வள்ளுவனுக்குத் தங்கை என்றும் பரிகசித்துப் புத்தகம் எழுதி வைத்திருக்கிறார்கள். *(சிந்தனைகள் II 172).*

அயோத்திதாசரின் அவ்வை பற்றிய தொன்ம ஆக்கத்திலும் பௌத்த சமயக் கோட்பாடுகள் மேலோங்கி நிற்பதைக் காணலாம். ஆத்திசூடியை ஆத்திச் சுவடியென்றும் கொன்றை வேந்தனைக் குன்றை வேந்தன் என்றும் வெற்றி வேற்கையை வெற்றி ஞானம் என்றும் அழைக்கும் பண்டிதர் அவற்றின் கடவுள் வாழ்த்துப்பாக்கள் குறிப்பது புத்த தேவனையே என்பதாக விளக்கம் தருவார்.

இஸ்ரேலியர்களைக் காத்த மோசே ஒரு பௌத்த ஞானியேயென்று அயோத்திதாசர் கட்டமைக்கும் தொன்மமும் குறிப்பிடத்தக்கது. புத்த சங்கத்தோர் வகுத்துள்ள விதிகளின் படி மோசே ஓர் உண்மை அந்தணர் என்பது பண்டிதரின் முடிவு. தாயின் வயிற்றில் பிறந்த பிறப்பென்றும் உடலினின்றும் ஒளிமயமாக மாற்றிப் பிறந்த பிறப்பென்றுமாக இரு பிறப்பைக் கொண்டதாலும் எல்லாவுயிர்களையும் தன்னுயிர் போல் காக்கும் இரக்கவுள்ளம் பெற்றிருந்ததாலும் மோசே ஒரு யதார்த்தமான பிராமணர் ஆவார். அவர் எகிப்தியனாயிருந்த போதிலும் அவர் வாழ்ந்தது சீனப் பருவதத்திலேயே. ஆதலால் வட நாட்டாரால் சீனர்களென்றும் இசரேலர்கள் என்றும் தென்னாட்டாரால் நாகர்களென்றும் அழைக்கப்பெறும் கூட்டத்தார்க்கும் குருவாக விளங்கினார்; திபெத்தில் வாழும் புத்த குருக்களைப் போல் லாமா வென்று அழைக்கப் பெற்றார். ஏசு இறுதியாகப் பேசிய "ஏலி ஏலி லாமா சபக்தானி" எனும் தொடரிலுள்ள லாமா மோசேயைக் குறிக்கும் அழைப்பாகும். மோசே நித்திய சீவனாக

வாழ்வதற்குத் திரி பீடங்களாகிய பாவம் செய்யாதீர், நன்மையைக் கடைப்பிடிப்பீர், உள்ளத்தை தூய்மையாக்குவீர் எனும் மூன்று கட்டளைகளே வழிகாட்டின. எனவே அவர் மரணத்தை வெல்ல முடிந்தது. பௌத்த அறிஞர்கள் யாவரும் உலகத் தோற்றத்தையும் அதன் முடிவையும் ஆராயாமல் உடலையும் அதன் உற்பவத்தையும் உண்மையையும் ஆராய்வார்களாதலால் மோசே என்னும் மகா ஞானியும் கருப்பையின் வளர்ச்சியையும் முடிவையும் பற்றி விரிவாகப் பேசினார். மோசே களி மண்ணினால் தன்னைப் போல் ஓர் உருவம் செய்து தனது சுவாசத்தை அக்களி மண்ணுருவின் மூக்கில் ஊதி அதனை உயிர்ப்பித்தார் என்பதை உருவகமாக விளங்கிக்கொள்ள வேண்டும். ஒவ்வொரு மனிதனுக்குள்ளும் தேவன் என்னும் புனிதமான பொருளின் சுவாசமென்னும் அறிபொருள் இருக்கிறதென்று அஞ்சிப் பாவத்தின் பீடமாகும் காம, வெகுளி, மயக்கங்களை அகற்றி அறிவு, அன்பு, அமைதி, ஈகை ஆகியவற்றைப் பெருக்கி நன்னெறியில் நிற்க வேண்டும் என்பதே அதன் உட்பொருள். பௌத்த அறிஞர்கள் பெண்ணின் உடலில் மாணிக்கத்திற் கொப்பாகிய நற்பலன் என்னும் மக்கட்பேறும் நஞ்சிற்கொப்பாகிய தீய பலன் என்னும் பிணி, மூப்பு, சாக்காடு ஆகியவை உண்டென்றும் கூறியுள்ளது போல் மோசேயும் பெண்ணை ஒரு நந்தவனமாகவும் பெண்ணின் இடையை நன்மை தீமை அறியத்தக்க மரமாகவும் இன்பத்தை ஒரு கனியாகவும் உருவகித்து அக்கனியை உண்பதால் மக்கட்பேறும் அக்கனியின்பத்தையே என்றும் கருதுபவன் இறப்பிற்கு ஆளாவான் என்றும் வற்புறுத்துவார்.

மோசே 39 வயது வரை எகிப்திலும், 79 வயது வரை டையர், போன்ஷியா நாடுகளிலும் வாழ்ந்து எண்பது வயதில் இஸ்ரேலியரை எகிப்திலிருந்து விடுதலை செய்து ஜெரிகோ நகரை இஸ்ரேலியருக்குக் காட்டிவிட்டு ஒரு மலையில் சமாதியாகி விட்டபடியால் இவர் சீனா மலைக்கு சென்றிருக்க வாய்ப்பில்லை என்று கூறுவார்க்கும் விடையளிப்பார் பண்டிதர். புத்தபிரானின் அறவுரையை விம்பிசாரன் கல்மலையில் அடித்து வைத்திருக்க அக்கற்பலகையை எடுத்துச் சென்றவர் மோசே ஆவார். கிறிஸ்து பிறப்பதற்கு ஐந்நூறு ஆண்டகளுக்கு முன்பே திபேத்திய பௌத்த மடங்களில் பயன் பட்ட ஜெபமாலை, பொதுக்கோரிக்கை, வீதிவலம், பரிசுத்த ஜலம், தீப தூபப் பாடல், குருக்கள் உச்சி சவரம் போன்றவை யாவும் புனித அகஸ்தீன் காலத்தில் எகிப்து வழியாகக்கொண்டு போகப்பட்டதாக அமெரிக்க ஆய்வாளர் ஒருவர் ஆய்வுக் கட்டுரை தந்துள்ளார். கிறிஸ்து பிறப்பதற்கு 260 ஆண்டுகளுக்கு முன்பு அசோக மன்னர் பௌத்த ஞானிகளைக் காபூல், ஆப்கானிஸ்தான், சிரியா, மாசிடோனியா, கிரீஸ், எகிப்து ஆகிய இடங்களுக்கு அனுப்பியதாக வரலாறு உண்டு. கி.மு. இரண்டாம் நூற்றாண்டில் பௌத்தர்கள்

சிரியாவிலும் பாலஸ்தீனத்திலும் அறத்தைப் போதித்து வந்தார் என்பதை அங்குள்ள கல்வெட்டுச் சான்றுகள் நிறுவும். ஆதியில் இந்தியாவிலிருந்து பரவிய தத்துவ ஞானத்தை இந்தியர்களிடமிருந்து கிரேக்கரும் கிரேக்கரிடமிருந்து ரோமியரும் ரோமியரிடமிருந்து அவர் ஆட்சிக்குட்பட்ட நாட்டார் அனைவரும் பெற்றாரென்று ஆங்கிலேய அறிஞர் கோல்புரூக் கூறுவதும் கருதத் தக்கதென்று வாதிடுவார் அயோத்திதாசர்.

உலகில் இதுகாறும் தோன்றியுள்ள சீர்த்திருத்தக்காரர்களுள் உயர் பண்புடையவரென்றும் உலகம் முழுதும் போற்றப்பட்டவரும் இன்றுள்ள அறிஞர்களால் புகழப்படுபவரும் புத்தபிரானே ஆவார். அவருடைய அறிவுரையின் சிறப்புணர்ந்து தன் மதம் பிற மதம் என்று சினமுறாமலும் தன்னினம் புறவினம் என்று பேதம் பாராமலும் களங்கமற்ற ஆய்வை மேற்கொண்டு நல்வழியில் நடப்பதே சத்திய தன்மமாகும் எனும் அறிவுரையோடு மோசே பற்றிய தொன்மத்தை அயோத்திதாசர் பரிந்துரைப்பார்.

அரசியல், சமுதாயம், வரலாறு, சமயம், இலக்கியம் ஆகிய ஐந்து பெருந்துறைகளிலும் நடந்திருந்த, நடந்து கொண்டிருந்த, நடக்கப் போகின்ற மோசடிகளையும், இருட்டடிப்புகளையும் இனம் கண்டு யாவர்க்கும் விளங்குமாறு எடுத்து சொல்லிய அயோத்திதாசர் தாழ்த்தப்பட்டோர் வாழ்விற்காக இந்த ஐந்து களங்களிலும் போராட வேண்டியதன் இன்றியமையாமையை உணர்ந்தவர். ஒன்றிலிருந்து ஒன்று பிரிக்க முடியாமல் பிணைக்கப்பட்டு தமிழ்ச் சமுதாயத்தின் மேல் தாக்குதல் நடத்தப்பட்டு வருவதைக் கண்டுகொண்ட அவர் தமிழ்க் குடிகள் வெல்ல வேண்டுமானால், ஆட்சி செய்யும் ஆங்கிலேயர்களின் துணை அவர்களுக்குப் பெரிதும் தேவையென்ற முடிவுக்கு வர நேரிட்டது. நாட்டிற்கு விடுதலை அளித்துவிட்டு அவர்கள் வெளியேறிவிட்டால் ஒடுக்கப்பட்டோர் நிலை மேலும் தாழும் என்பதால் சுதேசிகளின் போராட்டத்தை அவர் ஆதரிக்கவில்லை. நாட்டு விடுதலை முற்றிலுமாகத் தவிர்க்கப்பட வேண்டியது என்று அவர் கருதவில்லை. பூரண சுயராஜ்ஜியம் என்பது அடித்தள மக்களின் நலவாழ்வை அடிப்படையாகக் கொண்டு கட்டப்பட வேண்டியது என்பது அவர் முடிவு. வெறும் அரசு மாற்றத்தால் அவர்களுக்கு நன்மை ஏதும் விளையாததோடு பெருந்தீங்கும் விளையும் என்பது அவர் அச்சம். தமிழகத்தில் அவருக்குப் பின் வந்த தமிழ் அறிஞர்களும் சமுதாய இயக்கங்களும் நிறுவனங்களும் அரசியல் கட்சிகளும் அவரைப்போல் சிக்கலின் முழுப்பரிமாணத்தைக் கண்டு கொள்ளவில்லை. எனவே ஐந்து முனைகளிலேயும் ஏதேனும் ஓரிரண்டிலேயே போராட முன்வந்தனர். தலைவர்களின் தன்னலம் காரணமாகவும் கட்சிகளின் பதவி ஆசை

காரணமாகவும் அவர்களின் அரைகுறையான போராட்டங்கள் வெற்றி பெற முடியாது போயிற்று. அயோத்திதாசர் அஞ்சியது போலவே பகைவர்களின் கை ஓங்கிற்று. தமிழ்ப் பழங்குடியினரின் போராட்டம் கடுமையாக்கப்பட வேண்டிய நிலை அரசியல் விடுதலைக்குப் பின்னும் தொடர்ந்தது. இது அயோத்திதாசரின் அறிவாற்றலுக்கும் தொலைநோக்கிற்கும் பிற்காலம் அளித்த அவர் விரும்பாத சான்றிதழாகும்.

2

வேத உபநிடதங்கள் மெய்யும் பொய்யும்

புத்தர் அருளிய வேத வாக்கியங்களிலிருந்து பிராமணர்கள் எவ்வாறு வேதங்களையும் உபநிடதங்களையும் உருவாக்கிக் கொண்டார்களென்று அயோத்திதாசர் கூறும் கருத்து ஆழ்ந்து சிந்திக்கத்தக்கது.

புத்த சங்கங்களில் தங்கியிருந்த சமண முனிவர்கள் புத்தபிரான் ஆதியில் போதித்த அருமொழிகளாம் சௌ பாபஸ்ஸ அகரணம், குஸ்லஸ வுபசம்பதா, சசித்த பரியோதபனம் எனும் மூன்று சிறந்த மொழிகளும் முப்பேதமாயிருந்த படியால் திரி சுருதி வாக்கியங்களின் உபநிட்சை யார்த்தங்களை விளக்கும் தெளி பொருள் விளக்கம் முப்பத்திரண்டுக்கும் உபநிடதங்களென்றும் வழங்கி வந்தார்கள்.

இவற்றுள் திரிபேத வாக்கியங்களென்பதைத் திரிவேத வாக்கியங் களென சிலகால் வழங்கி வீடுபேறாம் ஒரு மொழியையும் சேர்த்து நான்கு பேத வாக்கியங்கள் என்றும் நான்கு வேத வாக்கியங் களென்றும் வழங்கி வந்தார்கள். அதன் பேரானந்த அந்தரார்த்தமும்

ஞான ரகசியார்த்தமும் இருக்கு, யசுர், சாம, அதர்வண மென்னும் பாகைப் பொருளின் பகுப்பும் இவ்வேஷப் பிராமணர்கள் அறியாது தங்கள் தங்கள் மனம் போனவாறு அக்கினியைத் தெய்வமெனத் தொழும் புருசீகர்களின் சரிதைகளில் சிலதைக் கூட்டியும் குறைத்தும் பௌத்தர்களாம் இந்தியர்களின் சரித்திரங்களில் சிலதைக் கூட்டியும் குறைத்தும் இருக்கு, யசுர், சாம, அதர்வண, சாகை பாகங்களாம் நான்கு பேத மொழிகளை நான்கு வாக்கியங்களென்று உணராமலும் அந்நான்கு வாக்கியங்கள் விளக்கமின்றி மறைபொருளாய் உள்ளது கண்டு ஒவ்வொரு மொழியின் உட்பொருளைத் தெள்ளற விளக்குமாறு வேத மொழிகளின் உபநிட்சயார்த்தமென்றும் உபநிடதமென வரைந்துள்ள அந்தரார்தத்தை அறியாமலும் வேதமென்னும் மொழியைப் பெரிய கட்டுப் புத்தகமென்றெண்ணி, பெருங்கட்டுகளாக வரைந்து விட்டார்கள்.

அவ்வேதத்துள் எழுதி வைத்துள்ள சங்கதி யாவும் அக்கினியையே தெய்வமாத் தொழும் கூட்டத்தோர் சங்கதிகளும் புத்த தன்மத்தைச் சார்ந்த சங்கதிகளுமே மலிவுறக் காணலாமன்றி மற்றவை ஒன்றும் கிடையா. *(அலாய்சியஸ் I 668-69).*

இருக்கு வேதத்தையும் மனு நீதியையும் ஆங்கிலத்தில் மொழி பெயர்த்துள்ள வெண்டி டோனிகர் (Wendy Doniger) எனும் சிகாகோ பல்கலைக்கழகத்து சமயப் பேராசிரியர் வேதங்கள் பற்றிக் கூறுபவை இங்குக் கருதத்தக்கன. பிராமணர்கள் தங்களை மேம்படுத்திக் கொள்ளவும், தங்கள் செல்வாக்கை வளர்த்துக் கொள்ளவும், தங்கள் ஆதிக்கத்தை நிலை நாட்டிக் கொள்ளவும், சமயச் சடங்குகளில் மட்டுமில்லாமல் வாழ்க்கையின் எல்லாக் கூறுகளிலும் தம் பங்கை உறுதிப்படுத்திக் கொள்ளவும், சற்றும் அடக்கவுணர்வோ, கூச்சமோ, தயக்கமோ, மனச் சாட்சியின் உறுத்தலோவில்லாமல் பேசுவதை வேதங் களில் காணலாம் என்பார். *(டோனிகர் xxiii).* பிறரைத் துன்புறுத்தலும் பிறரைத் தம் கட்டுப்பாட்டுக்குள் கொண்டு வருதலும் அவர்களுடைய நோக்கங்களாகும். எனவே வன் முறையும், அதிகார வெறியும் போற்றப்படுவதல்லாமல் அவையே உலக இயற்கையென்றும் உலக நெறியென்றும் காட்டப் பெறுகின்றன.

சில்வியன் லெவி (Sylvian Levi) என்பார் வேதங்களின் அடிப்படை இலட்சியம் மிருகத்தனமானது (Brutal), பொருள்முதல் தன்மையது (Materialistic), என்று தமது La Doctrine du Sacrifice Dans Les Brahmans நூலில் விளக்குவது சரியானதே என்றுரைக்கும் டோனிகர் வேதத்தில் தொடக்கத்திலிருந்து இறுதி வரை 'உணவு' 'உண்போர்' பற்றிய செய்திகளே லேட்மோடிஃப் (Leitmotif) ஆக இருப்பது லெவி சுட்டும் கருத்திற்கு அரண் செய்யும் என்பார். சதபத பிராமணா (Satapata Brahmana) எனும் நூல் இதனைத் தெளிவாக "உண்பவனும்

உணவும்தான் இங்கு உண்மையில் எல்லாம் ஆகும்" என்று வெளிப் படுத்தும். உணவுச் சங்கிலியைக் கொண்டே வேதம் கூறும் சமுதாயம் விளக்கப்படுகிறது. வேத உலகத்தில் தேவர்கள் இவ்வுணவுச் சங்கிலியின் உச்சியில் உள்ளவர்கள். அவர்கள் மனிதர்கள் வேள்வி களில் அளிப்பவற்றை உண்கிறார்கள், மனிதர்கள் வேள்விகளில் பலியிடும் விலங்குகள் மூலமாகத் தங்கள் உடல்களை உணவாக அளிக்கிறார்கள் என்ற நம்பிக்கையின் அடிப்படையிலேயே வேள்விகள் நிகழ்த்தப்பட்டன. இச்சங்கிலித் தொடரில் தேவர்களுக்கு அடுத்துள்ள மனிதர்கள் விலங்குகளைப் புசிக்கின்றார்கள். விலங்குகள் தமக்கு அடுத்துள்ள தாவரங்களை உட்கொள்கின்றன. அவை மழை அல்லது நீரை உட்கொள்ளும். நீரிலிருந்தே உணவு உண்டாக்கப் பெறுகிறது. வேதம் காட்டும் சமுதாயம் ஆள்வோர்—ஆளப்படுவோர், உண்போர் — உண்ணப்படுவோர், ஏமாற்றுவோர் — ஏமாற்றப்படுவோர், வலியர் — எளியர் ஆகிய இரு பிரிவினரைக் கொண்டதாகும். வேதத்தின் கருத்தையே பின்னால் வந்த மனுநீதி "அசையாதவை அசைபவைக்கும், நஞ்சற்றவை நஞ்சுள்ள வைக்கும், கைகளில்லாதவை கைகளுள்ளவைக்கும், கோழைகள் அச்சமற்றவர்களுக்கும் உணவாகின்றனர்" (மனு *5:29*) என்று குறிப்பிடுகிறது. கொல்வதும் உண்பதும் ஒரு நாணயத்தின் இரு பக்கங்களாக இங்கு கருதப்படுகிறது. உண்பதைப் பகைவனை அடக்கி தோற்கடிக்கும் தொடர் நாடகமாக வேதம் காட்சிப்படுத்துகிறது. ஓர் உயிர் உலகில் வாழ வேண்டி மற்றோர் உயிர் இரங்கத்தக்க நிலையில் தன்னைப் பலி கொடுக்கும் தவிர்க்க முடியாத செயற்பாடாக உண்ணுதல் இங்கு பார்க்கப்படவில்லை.

மாறாக, ஓர் உயிர் தான் வெறுக்கின்ற, அல்லது தன்னை வெறுக்கின்ற, உயிர்களை வெற்றியோடு அடக்குவதே உண்ணுதலாகப் பார்க்கப்படுகின்றது. சதபத பிராமணா, இதனைத் தேவர்கள் தாங்கள் வெறுப்பவர்களையும், தங்களை வெறுப்பவர்களையும் உணவாக்கி அக்கினியில் போட்டார்கள்; அக்கினியை அவர்கள் அவ்வாறு மகிழ்வித்தார்கள்; அக்கினிக்கு அது உணவானது; தேவர்களின் பாவத்தை எரித்தது; இது போலவே, இப்பொழுது வேள்வி செய்வோன் அவன் விரும்பாதவர்களையும் அவனை விரும்பாதவர்களையும் உணவாக்கி அக்கினிக்கு அளிக்கிறான். அவன் அக்கினியை அவ்வாறு மகிழ்விக்கிறான்; அதனால் அக்கினி வேள்வி செய்வோரின் பாவத்தை எரித்து விடுகிறான் (சதபத பிராமணா 6.6.3.11) என்று கூறும்.

சமுதாய வாழ்வு நான்கு வருணங்களாக இவ்வடிப்படையிலேயே பார்க்கப்படுகிறது. பிராமணர், சத்திரியர், வைசியர், சூத்திரர் ஆகிய நான்கு வருணத்தாரும் உண்போராகவும் உணவாகவும் படிநிலை அமைப்புப் பெறுகின்றனர். உயிர்களின் தலைவரான பிரஜாபதி இவ்வுலகின் பல வாய்களைக் கொண்ட ஒரு பேருருவமாகக் காட்டப்

பெறுகிறார். "சமய குரு (புரோகிதர்) உன்னுடைய வாய்களில் ஒன்று; அவ்வாயினால் நீ அரசர்களை உண்கிறாய். அவ்வாயால் என்னை ஓர் உணவு உண்போனாக ஆக்கு. அரசன் உன்னுடைய வாய்களில் ஒன்று. அந்த வாயால் நீ வைசியர்களை உண்கிறாய். அவ்வாயால் என்னை ஓர் உணவு உண்போனாக ஆக்கு" (கத உபநிஷதம் 2.9). 'நீ யாரை உண்கிறாயோ அவனை விட நீ பெரியவன், உன்னை யார் உண்கிறானோ அவனிலும் நீ சிறியவன்' என்கிற நம்பிக்கை இங்கு முன்வைக்கப்படுகிறது. வேதம் காட்டும் வாழ்க்கையில் ஒருவன் இன்னொருவனுடைய அழிவிலேயே செல்வனாகிறான்; இன்னொருவனுடைய இறப்பே அவனுக்கு வாழ்வு தருகிறது. அவன் உண்ண வேண்டுமானால் இன்னொருவன் உணவாக வேண்டும். இந்த அடிப்படையில் நோக்கினால் உடலாற்றல் உடையவனே சமுதாயத்தின் மேல் தட்டில் இருக்க வேண்டும். ஆனால் பிராமணர்களோ தாங்களே மேல் தட்டில் இருப்பவர்களென்றும், தாங்களே யாரையும் உண்ணும் உரிமை பெற்றவர்களென்றும், தாங்கள் வேள்வி செய்வதால் இந்நிலைக்குத் தகுதி உடையவர்களென்றும், எழுதி வைத்துக் கொண்டார்கள். வேள்வியில் அவர்களுக்கு அளிக்கப்பெறும் பொருள்களுக்கேற்ப மற்றவர்களுக்கு இவ்வுலகில் செல்வமும் விண்ணுலகில் இடமும் கிடைக்குமென்று ஆசை காட்டினார்கள். அரசர்கள் எவ்வளவு உடலாற்றல் படைவலிமை கொண்டிருந்தாரேனும் அவர்கள் பிராமணர்களைக் கொண்டு நடத்தும் வேள்விகளினாலேயே அவர்களது வெற்றி தோல்வி நிர்ணயிக்கப்படுமென்றும் மிரட்டினார்கள். ஐதரேய பிராமணத்தில், பிராமணர்கள் யாகம் செய்யும் அரசர்களின் ஆற்றலைக் குறைக்க எப்படி ஏமாற்ற வேண்டும், மந்திரங்களை மாற்றிச் சொல்ல வேண்டும், தேவைப்பட்ட போது பொது மக்களை எவ்வாறு அவர்களுக்கு எதிராகப் புரட்சி செய்யத் தூண்ட வேண்டுமென்றும் கூறும் பகுதிகளையும் காணலாம்.

வன்முறை, அதிகாரம் ஆகியவற்றை அடிப்படையாகக் கொண்ட சமுதாயம் பற்றி வேதங்கள் பேச இவற்றிற்கு நேர் எதிரான கருத்துக்கள் பின்னால் வலியுறுத்தப்பட்டன. தேவதைகளை மகிழ்விக்க யாகங்கள் செய்ய வேண்டியதில்லையென்றும் பிருகதாரண்யக உபநிடதம் (1.4.10) கூறும். புலால் உணவே தலைசிறந்த உணவு என்று வேதம் கூறியிருக்கப் பின்னால் பிராமணர்கள் புலால் உண்ணாமை பற்றியும் வன்முறைக்கு எதிராக அகிம்சை பற்றியும் முன்னுக்குப் பின் முரணாகப் பேசத் தொடங்கினார்கள். இவ்விரண்டு முரண்பட்ட கருத்துக்களும் மனுநூலில் இடம்பெற்றிருக்கக் காணலாம்.

When one further considers the intrusion into mainstream Hindu thought, as witnessed in texts like the Bhagavad Gita, of bhakthi or devotionalism - with its emphasis on service, grace, humility and love - at about the same time as the composition of Manu, the full extent of the reversal of Vedic ideas is striking (Doniger xxxiii).

சாம வேத ஆங்கில மொழிபெயர்ப்பின் முன்னுரையில் ஆர். கணபதி கூறும் கருத்துக்கள் சில நாம் அறிய வேண்டியவை.

நான்கு வேதங்களும் ஒரே எண்ணிக்கையுள்ள மந்திரங்களைக் கொண்டவை அல்ல. அவை வெவ்வேறு அளவிலானவை:

சாம வேதம்	—	1,875	மந்திரங்கள்
யசுர் வேதம்	—	1,976	மந்திரங்கள்
இருக்கு வேதம்	—	10,552	மந்திரங்கள்
அதர்வ வேதம்	—	5,038	மந்திரங்கள்

இருக்கு வேதத்தில் 10,552 மந்திரங்கள் இருப்பதாகச் சொல்லப்பட்டாலும் உண்மையில் அதன் மந்திரங்கள் 8,629 மட்டுமே. எஞ்சிய வற்றுள் 1,442 மந்திரங்கள் சாம வேதத்திலிருந்தும் 481 மந்திரங்கள் யசுர் வேதத்திலிருந்தும் எடுக்கப்பட்டவை. ஆனால் இவற்றை இருக்கு வேதத்திலிருந்து பிற இரண்டு வேதங்கள் பெற்றனவென்ற கருத்தைப் பெரும்பாலானவர்கள் சொல்லி வருகின்றனர். இது தவறென்பது எம்முடைய முடிவாகும். ஏனெனில் சாம, யசுர் வேதங்கள் ஏனைய வேதத்தினும் மிகப் பழமையானவை (கணபதி xix).

வேதங்களின் தோற்றம் பற்றியும் விரிவாகப் பேசும் கணபதி அவை மனிதரால் ஆக்கப்பட்டு வாய்மொழி மரபாக வந்தவையே என்பார்.

வேதங்கள் அநாதியானவையென்றும் கடவுளால் நேரடியாக முனிவர்களுக்குச் சொல்லப்பட்டவையென்றும் பலராலும், புகழ்பெற்ற சில அறிஞர்களாலும் கூட நம்பப்படுகின்றன. இது உண்மையாகாது. நாம் இப்பொழுது வேதங்களின் காலத்தை நிர்ணயிக்க இயலும். அவை கடவுளின் கூற்றுக்கள் என்ற எண்ணம் வேதம் என்ற சொல்லால் விளைந்த தவறாகும்.

வேதம் என்பது அறிவு என்னும் பொருள் தரும். எல்லா அறிவும் கடவுளிடமிருந்து பெறப்படுவதேயாயினும் அச்சொல் நூலைக் குறிக்கும்போது இப்பொருளை மனத்தில் கொண்டு கடவுளால் ஆக்கப்பட்டதென்று சொல்லுவது அறியாமையாகும். "வெளிப்பாடு" (Revelation) என்ற சொல்லும் தவறாகவே புரிந்து கொள்ளப்பட்டுள்ளது. மனிதனுடைய மூளையில் பூட்டி வைக்கப்பட்டிருந்த அறிவு மொழி வடிவத்தில் வெளிப்படுத்தப் பெற்றதையே இது குறிக்கும். இத்தகைய வெளிப்பாடுகளின் மூலம் மாந்தனேயன்றி, நேரடியாகக் கடவுளே இவற்றை வெளிப்படுத்தினார் என்பதும் சரியன்று (கணபதி 19—20).

சாம, யசுர் வேதங்களில் அவற்றின் ஆசிரியர்களின் பெயர்கள் குறிப்பிடப்படவில்லையென்றும் அவற்றில் சொல்லப்படுபவை யெல்லாம் மரபு வழி வந்தவையென்றும் தெரிவிக்கும் கணபதி வேதங்களே அவை கடவுளால் இயற்றப்பட்டவையென்று எங்கும் சொல்லிக் கொள்ளவில்லை என்றும் எடுத்துரைப்பார்.

வேதங்கள் தோன்றிய இடம் ஆர்க்டிக் வட்டம் (Arctic Circle) என்பது கணபதியின் முடிவு. தேவர்கள், அசுரர்கள் எனும் இரு மனித இனத்தவர் அங்கு வாழ்ந்தனர் என்றும், இவர்களை தெய்வங்கள் என்று கூறுவது தவறென்றும், அன்னார் ஆர்க்டிக் வட்டம் பனியால் தாக்கப்பட்டபோது அங்கிருந்து கிளம்பி மத்திய ஆசியாவில் குடியேறினர் என்றும், அவர்களுள் அசுரர் என்பார் இன்றைய ஈரானுக்குச் சென்று அங்கிருந்த பார்சியருக்குத் (Parsees) தமது பண்பாட்டைக் கற்பித்தனர் என்றும், தேவர் என்பார் இன்றைய ஆப்கானிஸ்தானத்திலும், அதற்குக் கிழக்கிலிருந்த நாடுகளிலும் பரவி மலைப்பகுதிகளில் வாழ்ந்து சமவெளிகளில் வாழ்ந்த இன்றைய இந்தியர்களின் முன்னோர்களுக்குத் தமது பண்பாட்டைத் தந்தனர் என்றும், நமது தேவர்கள், அசுரர்கள் ஆகியோரினின்றும் வேறுபட்ட இனத்தவர் என்றும், தேவரும் அசுரரும் தமக்குள் எப்போதும் போரிட்டுக் கொண்டிருந்தாலும், தாம் குடியேறிய பகுதிகளில் வாழ்ந்த மக்களோடு ஒற்றுமையாகவே இருந்தார்களென்றும், சமஸ்கிருதமானது தேவ, அசுரர்களின் தாய் மொழியேயென்றும், சாம, யசுர் வேதங்களும் அவர்களுடையவையே யென்றும், இந்திரன், அக்கினி, மித்ரன், வருணன், வாயு, யமன், பிரம்மன் போன்றவர்கள் தேவ இனத்தின் தலைவர்களே யென்றும், அவர்களுடைய பண்பாடும், மொழியும், கலையும் இந்தியர்களுக்கு வழங்கப்பட்டதென்றும் கருத்தறிவிப்பார்.

திலகர் வேதங்களின் பிறப்பிடம் ஆர்க்டிக் வட்டம் என்று செய்திருக்கும் ஆய்வு முடிவு ஒரு திருத்தத்திற்குரியது என்பது கணபதி யின் வாதம். திலகர் தமக்கு ஆதாரமாக இருக்கு வேதத்திலிருந்து பாடல்களை எடுத்துக் காட்டியிருப்பினும், அவர் சொல்வது போல இருக்கு வேதம் ஆர்க்டிக் வட்டத்தில் தோன்றியதன்று என்றும், சாம, யசுர் வேதங்களே அங்குப் பிறந்தனவென்றும் இருக்கு வேதம் பின்னால் இந்திய மண்ணில் தோற்றம் பெற்றதென்றும் கணபதி வாதிடுவார்.

சாம வேதத்தின் பாடுபொருள் என்னவென்பதிலும் கணபதியின் நம்பிக்கை மற்றவர்களின் எண்ணத்திலிருந்து மாறுபட்டது. இந்த வேதம் முற்றிலுமாகப் பரிணாம வளர்ச்சி (Evolution) பற்றியே பேசுகின்றது. மூளையும் பொறிகளும் உடலும் எவ்வாறு செயல் படுகின்றனவென்றும் அவற்றைச் செயல்படுத்தும் தேவர்கள் யார்

யார் என்பதும் இவ்வேதம் சொல்லும் பாடங்களாகும். இத்தேவரிடம் மனிதன் தன் நல்வாழ்க்கையை வேண்டும் கடவுள் வாழ்த்துக்களும் இவ்வேதத்தில் இடம்பெறுகின்றன. சாம வேதமும், யசுர் வேதமும் மண்ணுலகில் நிகழ்ந்த கூர்தலறம் பற்றியே பேசுகின்றன என்ற முடிவை முன்வைக்கும் கணபதி அதற்கேற்றாற்போல் அவ்வேதத்தில் சொல்லப்படும் பாத்திரங்கள், நிகழ்ச்சிகளையெல்லாம் குறியீட்டுப் பொருள்களாகக் கொள்வார்.

தலை: விண்ணுலகம், மலை, பாறை, கூட்டம், கடல்.

உடல்: பசு, பிணம், எருமை, உலகம், நிலம், சிறை.

மூளை: இதயம், குழம்பு, கஞ்சி, ஆகாயம்.

மூளையின் செல்கள்: விண்மீன்கள், விசுதேவர்கள், துளிகள், தானியம்.

நரம்புகள் : புல், முடி, நூல், பாம்பு, நாணல், சிலந்திக்கூடு.

முதுகுத் தண்டுவடம் : பாம்பு, தூண், உத்தரம், மரம்.

மண்டையோடு: பிப்ரு

பிராணா: அசுவம் (குதிரை), செயல்.

யக்ஞா, யஜா, சோம யக்ஞா : வாழ்க்கை நடவடிக்கை

சாம வேதத்தை விளக்கியவர்களும் மொழி பெயர்த்தவர்களும் மலை, பசு, புல், பாம்பு, குதிரை போன்றவற்றைக் குறியீடுகளாகக் கொள்ளாததால் அதன் உண்மைப் பொருளறியாது திண்டாடி யிருக்கிறார்களென்பது சாயனரின் விளக்கத்தை அடிப்படையாகக் கொண்ட கிரிஃபித் (R.T.H. Griffith) தின் மொழிப்பெயர்ப்பும், ஆர்ய சமாஜத்தைச் சேர்ந்த தயானந்த சரஸ்வதியின் இந்தி மொழி பெயர்ப்பும், அதனை அடிப்படையாகக் கொண்ட தேவிசந்தின் ஆங்கில மொழிப்பெயர்ப்பும், சாமவேதத்தின் பொருளைப் பிழைபட உணர்ந்து பெரும்பாலும் முட்டாள்தனமான விளக்கங்களையே தருகின்றன வென்பதும் கணபதியின் கருத்து. (கணபதி xiv) நான்கு வேதங்களில் தலைசிறந்ததாகிய சாம வேதத்தை இவர்களிடமிருந் தெல்லாம் காப்பாற்றவே தாம் ஒரு மொழி பெயர்ப்பைத் தருவ தாகவும் அவர் அறிவிப்பார். மனிதனின் தலை விதி பற்றிச் சாமவேதம் கூறும் கருத்து, உபநிடதங் களும் பின்னால் வந்த சாத்திரங்களும் கூறும் கருத்தினின்றும் முற்றும் மாறுபட்டதென்பது கணபதியின் அறிவிப்பும் அறைகூவலும் ஆகும். மனிதன் பல பிறவிகள், பலவித அனுபவங்களுக்குப் பிறகு ஞானம் பெற்று அவனைப் படைத்தவனோடு இரண்டறக் கலந்தவிடுகிறா னென்னும்

இந்துக்களின் இன்றைய நம்பிக்கையே சாம வேதத்திற்கு பின்னால் வந்த நூல்கள் கூறுவதாகும். இது தவறானதென்று சுட்டும் கணபதி, இஃதே மனிதனின் தலைவிதியானால் இறைவன் எதற்காக மனிதனை உருவாக்க அரும்பாடு பட்டிருக்க வேண்டும் என்று கேட்பார். இந்து சாஸ்திரங்களெல்லாம் மனிதனுக்கு ஞானம் ஏற்பட்டவுடன் மனிதனின் ஆன்மா இறைவனின் ஆன்மாவோடு என்றென்றும் ஒன்றித்து இருப்பது என்று உணர்கிறான் என்று கூறும். அப்படியானால் தனி ஆத்மா என்று ஒன்று இல்லாதபோது எது பரமாத்மாவோடு ஐக்கியமடைய வேண்டும் என்றும் கணபதி வினவுவார் (கணபதி x/ vi). இச்சாத்திரங்களினின்றும் பெரிதும் வேறுபட்ட இரண்டு கருத்துக் களைச் சாமவேதம் முன்வைக்கிறது என்பது அவர் தரும் விளக்கம். இன்று வாழ்வதும் இனி வரப்போவதும் ஆகிய யாவும் புருஷனென்றும் சவிதா வென்றும் விஷ்ணு வென்றும் அழைக்கப்படுவதினின்றும் வேறானவை அல்ல. எல்லா நடவடிக்கைகளும் அவனுடையவை; அவனே எல்லா உயிர்களாகவும் உலகங்களாகவும் வெளிப்படுகிறான்; அவன் மனிதனைத் தன்னுடைய பிம்பத்தில் படைக்கிறான்; ஆனால் மனிதன் ஒவ்வொரு உணர்வாக ஏழு உணர்வுகளையும் இழந்து அசையாப் பொருள் நிலைக்குத் தன்னைத் தாழ்த்திக் கொள்கிறான். தேவர்கள் அவனை மீண்டும் படிப்படியாக மேலே கொணர்ந்து இறுதியில் மனித நிலைக்கு ஏற்றுகின்றனர். இந்நிலையில் அவன் பல இன்னல்களுக்கு ஆளாகும் போது தன்னுடைய பிறப்பிடமாகிய விண்ணுலகத்தை மீண்டும் அடைய அவாவுகின்றான். இறைவனிடம் இடையறாது வேண்டுதல் மூலம் விண்ணுலகம் சேர்ந்தவுடன் மீண்டும் மண்ணுலகில் பிறக்கும் ஆசையேற்பட்டு மண்ணுலகம் வந்து மண்ணுலக அனுபவங்களைப் பெறுகின்றான். அவன் என்றும் அவனைப் படைத்தவனோடு ஒன்றித்துப் போவதில்லை. இந்துக்கள் போற்றும் வேதங்களும் உபநிடதங்களும் சாத்திரங்களும் மனித வாழ்வு பற்றிக் கூறுவதற்கு மாறான கருத்தைச் சாம வேதம் கூறுவதாக கணபதி வாதிடுவது வியப்புக்குரியது. சாமவேதப் பாடல்களுக்கு ஒன்றுக்கொன்று தொடர்பில்லாத வேறுபட்ட பொருள்கள் கூறப்பட்டிருக்கின்றனவேன்பதற்குக் கணபதி தமது மொழிப்பெயர்ப்பு நூலில் எடுத்துக்காட்டும் சான்றுகளையே தரலாம்.

மந்திரம் 755:

கிரிஃபித்தின் மொழிபெயர்ப்பு:

அவனுடைய தொன்மையான பெருமைக்குப் பின், அவர்கள் அச்சமற்றவர்கள், ஆயிரம் பரிசுகளை வென்ற அந்த முனிவனிடமிருந்து ஒளியுடைய பாலைப் பெற்றிருக்கிறார்கள்.

தயானந்த சரஸ்வதி, தேவிசந்த் மொழிபெயர்ப்பு:

வணக்கத்திற்குரிய அம்முனிவர்கள், இறைவனின் வேதச் சிறப்பை அடியொற்றி, அறிவைப் பெறுகிறார்கள். அவ்வறிவு ஆயிரம் பயன்களைக் கொடுப்பதாகும். புலன்களுக்கெட்டாத பொருள்களுக் கெல்லாம் விளக்கம் தருவதாகும்.

(iii) **கணபதியின் மொழிபெயர்ப்பு:**

முன்மாதிரியே. விண்ணுலகத்தின் விருப்பப்படி, உணர்வு பார்வைகளை (பால்) நேரடியாக்க் கொடுக்கிறது. முனிவர்களால் ஆயிரக்கணக்கில் ஈயப்படும் அவற்றை நாம் குடிக்கிறோம்.

மந்திரம்: 1246

(i) **கிரிஃபித்தின் மொழிபெயர்ப்பு:**

இந்திரனே, சோமனை, பருந்து கொண்டு வந்த ரசத்தை, உனக்கு உற்சாகமூட்டக் குடிப்பாயாக. ஏனெனில் நீயே அரசன், மனிதர்களின் குடும்பங்கள் யாவற்றிற்கும் தலைவன்.

(ii) **தயானந்த சரஸ்வதி, தேவிசந்த் மொழிபெயர்ப்பு:**

எல்லா ஆற்றல்களும் உடைய இறைவனே, உன்னோடு இணக்க மாகவுள்ள மனிதர்களைக் காப்பாற்று; அவர்கள் சொல்வதைக் கேள்; மிகச் சிறிய உயிரையும் வாழ வை.

(iii) **கணபதியின் மொழிபெயர்ப்பு:**

அக்கினியே, மூளையின் செல்களில் விருப்பமுள்ளவனாதலால் மனிதர்களுக்கு ஆர்வத்தோடு நீ உதவுகிறாய்; வியப்புண்டாக்குமாறு, நீ மலையின் மேல் உயிர்களை நசுக்குகிறாய், புதியவுயிர்களை உண்டாக்குவதற்காக. குழந்தைகளை நீயே பாதுகாக்கின்றாய்.

மந்திரம் 1313:

(i) **கிரிஃபித்தின் மொழிபெயர்ப்பு:**

ஆதலால் சோமனை, புனிதமான பரிசுகளில் தலையாயதை. நீர் ஊற்றுகளில் ஓடியிருக்கின்ற, மனிதர்களுக்கு நண்பனை, தெளிப்பாயாக. அவன் கற்களால் சோமனை வெளிப்படுத்தியிருக்கின்றான்.

(ii)**தயானந்த சரஸ்வதி தேவிசந்த் மொழிபெயர்ப்பு:**

விந்து தான் மிகச்சிறந்த உயிரூட்டும் ஆதரவு, மனிதனின் நண்பன், ஆற்றல் தருவது, உணர்வுப் பொறிகளுக்கு ஊக்கமூட்டுவது, பிரம்மச் சரிய முறைகளால் அது படைக்கப் பெறுகிறது. கற்றறிந்தவர்களே! கீழிருந்து மேலே அது தலைக்குப் பாயுமாறு செய்யுங்கள்.

(iii) **கணபதியின் மொழிபெயர்ப்பு:**

அவைகள் (கருத்துகள்) சோமனிடமிருந்து மிகச் சிறந்த வழிபாட்டுப் பொருள்களாக அறிவுக்குச் செல்லுகின்றன. அவை மனிதர்களுக்குப் (பார்வைகளாகிற) செல்வம் தருகின்றன. நடவடிக்கையே அவைகளுக்கு விடுதலை அளித்துச் சோமனுக்கு உற்சாகமூட்டி அவற்றை மலைக்கு (மூளைக்கு) த் தருகிறது.

மேலை நாட்டினரான கிரிஃபித்தின் மொழிபெயர்ப்பு சமஸ்கிருத மூலத்தை உள்ளவாறு தருகிறது. தயானந்தரும் கணபதியும் தங்களுடைய கற்பனைப் பொருட்களைப் பாடல்களுக்கு ஏற்றி அவற்றைத் தொடர் உருவகங்களாகவும் குறியீட்டுப் பொருள் உடையனவாகவும் காட்ட முயல்கின்றனர் என்பது இச்சான்றுகளால் தெளிவாகும். சாமவேதப் பாடல்கள் மேலெழுந்தவாரியாகக் கூறுவனவே, அவற்றின் உண்மையான பொருள் என்பதிலும் அவற்றிற்கு உட்பொருள் ஏதுமில்லையென்பதிலும் ஐயமிருக்க வழியில்லை. உபநிடதங்கள் வேத வெளிப்பாட்டின் இறுதிக் கட்டத்தைச் சார்ந்தவையென்றும், மந்திரங்கள் முதல் கட்டமாகவும், பிராமணங்கள் இரண்டாம் கட்டமாகவும், ஆரண்யகங்கள் மூன்றாம் கட்டமாகவும், உபநிடதங்கள் நான்காம் கட்டமாகவும் எண்ணப்பட வேண்டியவையென்றும், கடைசியாக வந்த உபநிடதங்களின் உபதேசங்கள் வேதாந்தம் என்று அழைக்கப்படுகின்றனவென்றும் இவைகளுக்குள் முரண்பாடு ஏதும் இல்லையென்றும் மந்திரங்கள் கூறும் சடங்குகளை பிராமணங்களும் மெய்யுணர்வுக் கூறு (Mystical Elements) களை ஆரண்யகங்களும் உபநிடதங்களும் வலியுறுத்தினும் உபநிடதங்கள் வேதங்களினின்றும் வேறுபடுகின்றனவென்று கூற முடியாதென்றும் அவை வேதங்களின் விளக்கங்களாகவும் விரிவாக்கங்களாகவும் கருதப்பட வேண்டியவையென்றும் உபநிடதங்களைப் பற்றி எழுதியுள்ள ராதாகிருஷ்ணன், டி.எஸ். சர்மா (D.S. Sharma) போன்றோர் கருத்தறிவிப்பர்.

உபநிடதங்களின் பாடுபொருள்கள் என்று சர்மா அடையாளம் காட்டுபவை நான்கு:

அவை பிரம்மன், ஈஸ்வரன் ஆகிய இரண்டு பற்றியும் பேசுகின்றன. இவ்வுலகத்தோடு தொடர்புபடுத்தி மனிதர்களின் கண்ணாடி கொண்டு பார்க்கப்படும் கடவுள் ஈஸ்வரன் ஆவார். இவ்வுலகத்தோடு தொடர்புபடுத்தப்படாமல் கடவுளாகவே பார்க்கப்படுபவர் பிரம்மன் ஆவார். பின்னால் வந்த சாத்திரங்களில் இவர்கள் சகுண பிரம்மமென்றும் நிர்குண பிரம்மமென்றும் அறியப்பட்டனர். அவை எல்லாப் படைப்புகளிலும் மறைந்துள்ள ஆன்மீக வளர்ச்சியையும் வாழ்க்கையின் எல்லாக் கூறுகளுக்கும் அது பொருந்துமாற்றையும் கண்டு எடுத்துரைத்தன. அவை மனிதனின் அகநிலை (Inner being) பற்றிய உள்ளொளிகளைத் தருகின்றன.

மனிதன் வாழ்வு, இறப்பு மூலமாக இவ்வுலகில் பெறும் வளர்ச்சி பற்றியும் பேசுதற்கரிய பிரம்மத்தில் அவன் விதி இறுதி அடைவதைப் பற்றியும் அவை விரிவாக விளக்குகினறன. உபநிடதங்கள் பற்றி இத்தகைய பாராட்டுகள் குவிக்கப் பட்டிருந் தாலும் அவற்றை ஆழ்ந்து நோக்குவார் வேறு முடிவுகள் எடுக்க நேரும். வேதங்களினின்றும் அவை மாறுபடவில்லையென்று கூறும் சர்மாவே "உபநிடதங்கள் ஒரு கீழ்த்தரமான வேள்விச் சமயத்தை (A rather low type of sacrificial religion) எக்காலத்திற்கும் பொதுவான ஓர் அரிய மெய்யுணர்வுச் சமயமாக (A great mystical religion) மாற்றும் பெரிய பணியில் ஈடுபட்டன" என்று கூறுவார் (சர்மா 2). ஆனால் வேள்விச் சமயத்தையும் வேள்வியையும் புகழ்ந்து பாடும் இடங்கள் உபநிடதங்களில் உண்டு. சுவேதாஸ்வதர உபநிஷதம்,

எல்லாக் கடவுளரும் வாழும் மிகவுயர்வான, மாறுபாடு அடையாத விண் ணுலகில் இருக்கு வேதமும் உள்ளது. அவனை அறியாதவன் இருக்கு வேதத்தை வைத்துக்கொண்டு என்ன செய்வான்? இதைத் தெரிந்தவர்களே அமரத்துவம் அடைவார்கள். இப்பொருளிலிருந்துதான் படைத்தவன் வேதங்களையும் வேள்விகளையும் சடங்குகளையும் இருந்ததையும் இருப்பதையும் வேதங்கள் சொல்வதையும் வெளிப்படுத்துகிறான். (சர்மா 258)

என்று தெளிவில்லாமல் பேசும்.

பிருகதாரண்யக உபநிஷதம் வேள்விக்குதிரையே எல்லாமென்று பாராட்டுவதையும் காணலாம் :

விடியலே வேள்விக்குதிரையின் தலை : கதிரவன் அதன் கண்; காற்று அதன்மூச்சு ; தீ அதன் திறந்த வாய் ; வருடம் அதன் உடல ;வான் அதன் முதுகு; இடைப்பட்ட உலகம் அதன் வயிறு ; பூவுலகம் அதன் குளம்பு ; நான்கு பகுதிகள் அதன் பக்கங்கள், இடைப்பட்ட பகுதிகள் அதன் விலா எலும்புகள் ; பருவங்கள் அதன் உறுப்புகள் ; மாதங்களும் அரை மாதங்களும் அதன் மூட்டுகள் ; பகல்களும் இரவுகளும் அதன் பாதங்கள் ; விண்மீன்கள் அதன் எலும்புகள்; மேகங்கள் அதன் சதை ; மணல்கள் அதன் பாதி செரித்த உணவு ; ஆறுகள் அதன் குருதி நாளங்கள் ; மலைகள் அதன் ஈரற்குரையும் நுரையீரலும்; செடிகளும் மரங்களும் அதன் மயிர்; உதிக்கும் கதிரவன் அதன் முன்பகுதி ; மறையும் கதிரவன் அதன் பின்பகுதி; மின்னல் அதன் கொட்டாவி, இடி அதன் அசைவு, மழை அதன் சிறுநீர்; பேச்சு அதன் கணைப்பு — (சர்மா 187)

வேள்விக்குதிரை இவ்வாறெல்லாம் பொருளற்ற முறையில் புகழப்படுவதற்குச் சமாதானம் கூற முனையும் அரவிந்தர் அங்கு அது குறியீட்டுப் பொருளாக அண்டத்தைக் குறிக்கும் என்பார்.

எல்லாம் பிரமம் என்று சொல்லும் உபநிடதங்கள் முரண்பட்ட முறையில் வருணபேதங்களை வலியுறுத்தும் பகுதிகளும் உண்டு.

இங்கே நல்லமுறையில் நடந்து கொண்டவர்கள் விரைவில் நல்ல பிறவி அடைவார்கள்; பிராமணனாகவோ, சத்திரியனாகவோ, வைசியனாகவோ பிறப்பார்கள். தீய நடத்தையை மேற்கொண்டவர்கள் கீழான பிறவியைப் பெறுவர்; நாயாகவோ, பன்றியாகவோ, இழிவினனாகவோ, சாதி நீக்கம் செய்யப்பட்டவனாகவோ பிறப்பர் (சர்மா 23)

முதிராப் பண்புடைய ஓரினம் தன்னுடைய அனுபவங்களின் அடிப்படையில் கடவுள் பற்றியும் உலகவுயிர்கள் பற்றியும் கொண்டிருந்த எண்ணங்களையும் தன்னைப் பாதுகாத்துக் கொள்ளப் பக்குவமற்ற வேண்டுதல்களைத் தெய்வங்களிடம் முறையிடும் பாடல்களையும் உள் முரண்பாடுகளோடு வைக்கப்பட்டுள்ள வேதங்களையும் உபநிஷத்துக்களையும் தொகுத்து தத்துவ நூல்களாகக் காட்ட வேண்டும் என்ற நோக்கில் அவற்றில் சொல்லப்பட்டுள்ள மந்திரம் யாவற்றிற்கும் குறியீட்டுப் பொருள் தர முனைவோருக்கு வேதங்களில் மட்டுமில்லாமல் உபநிடதங்களிலும் பல இடர்ப்பாடுகள் விளைவது கண்கூடு. உபநிடதங்களை எட்டா உயரத்திற்கு ஏற்ற முயலும் அரவிந்தர் பெரிய தத்துவ விற்பன்னராயிருந்தும் பல இடங்களில் தடுமாறக் காணலாம். தம்முடைய முன்னுரையில்,

This vedic and vedantic imagery is foreign to our present mentality which does not believe in the living truth of the symbol, because the revealing imagination intimidated by the intellect has no longer the courage to accept, identify itself with and boldly embody a psychic and spiritual vision; but it is certainly very far from being a childish or a primitive and barbarous mysticism; this vivid, living, luminously poetic intuitive language is rather the natural expression of a highly evolved spiritual culture (அரவிந்தர். 8).

என்று வேத, உபநிடதங்களுக்குக் குறியீட்டு முறையில் தாம் அளிக்கப் போகும் விளக்கங்களுக்கு அடித்தளம் அமைத்துக் கொள்கிறார். நாகரிக முதிர்ச்சியற்ற ஓரினம் தன்னுடைய இன்பங்களையும், துன்பங்களையும், அச்சங்களையும், நம்பிக்கைகளையும் உள்ளவாறு கூறியிருக்க, அக்கூற்றுகள் அவ்வினத்தின் பண்பாட்டு உயர்வைக் காட்டவில்லையென்பதால் அவற்றிற்குக் குறியீட்டு விளக்கங்கள் கொடுத்து உயர்ந்த தத்துவங்களை அவைகள் சொல்லியிருப்பதாகக் காட்டுவது நேர்மையாகுமா, நம்மை நாமே ஏமாற்றிக் கொள்வது ஆகாதா என்ற கேள்விக்கு அரவிந்தர் விடை தரவில்லை; அக்கேள்வியை அவர் எழுப்பவும் இல்லை.

உயர்ந்த குறியீட்டுப் பொருளுக்கு இடந்தராத பகுதிகள் வரும் போதெல்லாம் இப்பொழுது அவற்றின் உடபொருள் நமக்குப் புரிய வில்லை என்று அரவிந்தர் தட்டிக் கழிப்பதையும் காணலாம். பிரஸ்ன

உபநிஷதம் 'ஓம்' என்ற மந்திரத்தின் ஆற்றலைக் கீழ்க் கண்டவாறு விளக்குகிறது:

சத்யகாமா, "ஓம்" எனும் சொல் மிகச் சிறந்த பிரமன்; அது கீழான பிரமன். எனவே அறிவுடையவன் ஒன்றிற்கோ அல்லது மற்றதற்கோ பிரமனின் இந்த வீட்டு வழியாகத்தான் போக வேண்டும். ஓர் எழுத்தை மட்டும் தியானிப்பவன், அதன் மூலம் அறிவைப் பெறுகிறான்; விரைவில் இவ்வுலகத்தை அடைகிறான். அவனை இருக்குகள் (Riks) மனிதர்களுடைய உலகத்திற்கு அழைத்துச் செல்கிறார்கள். அங்கு அவன் தவத்திலும், பிரம்மச்சரியத்திலும், நம்பிக்கையிலும் முழுமை பெற்று ஆன்மாவின் பெருமையை அனுபவிக்கிறான். இரண்டு எழுத்துக்களை தியானிப்பவன் யஜுஸ் (Yajus)க்களால் இடைப்பட்ட உலகத்திற்கு, சோமனின் சந்திர உலகத்திற்கு அழைத்துச் செல்லப்படுகிறான். சோமனின் உலகத்தில் ஆன்மாவின் தனிப்பெருஞ் சிறப்பை அனுபவித்துவிட்டுத் திரும்புகிறான். மூன்று எழுத்துக்களின் மூலமாக யாவர்க்கும் மேலான புருஷனை தியானிப்பவன் ஒளியில், கதிரவனில் முழுமை பெறுகிறான். பாம்பு தன் தோலை நீக்குவது போல், அவன் பாவத்திலிருந்தும் தீமையிலிருந்தும் விடுதலை பெறுகிறான். சாமன் (Samana)களால் பிரம்மனுடைய உலகிற்கு அழைத்துச் செல்லப்படுகிறான். வாழும் ஆன்மாக்களுள்ள இவ்விடத்திலிருந்து இந்த மாளிகையிலிருக்கும் யாவர்க்கும் மேலான புருஷனைப் பார்க்கிறான். மூன்று எழுத்துகளும் மரணத்தால் தாக்கப்பட்டுள்ளன. ஆனால் இப்பொழுது அவை பிரிக்கப்படாமல் ஒன்றோடொன்று இணைந்துள்ளன. ஆன்மாவின் உள், வெளி, இடைப்பட்ட செயல்கள் முழுமையாக்கப்படுகின்றன. ஆன்மா அறிகிறது; அது நடுக்கமுறுவதில்லை. இருக்குகளால் அந்த உலகமும், யஜுஸ்க்களால் இடைப்பட்ட உலகமும், சாமன்களால் பிரம்மனின் இடைப்பட்ட உலகமும் நமக்கு அறிவிக்கப்படுகின்றன. 'ஓம்' மூலமாக அறிவுடையவன் அவனையும், அவனுடைய வீட்டையும், அமைதியானதும், வயதற்றதும், அச்சமில்லாததும், அழிவில்லாததுமான உயரிய ஆன்மாவையும் கூட அடைகிறான் (அரவிந்தர் *9*).

இப்பகுதியை ஆங்கிலத்தில் மொழிபெயர்த்துக் கொடுக்கும் அரவிந்தர் இதிலுள்ள குறியீடுகள் நமது அறிவிற்குப் புலப்பட வில்லையாயினும் அவை ஆன்ம வளர்ச்சியின் வெவ்வேறு படிநிலைகளின் உளவியல் அனுபவத்தை விளக்குகின்றன என்பதில் ஐயமில்லை என்பார். பாமர மக்களின் மூட நம்பிக்கையையெடுத்துச் சொல்லும் இவ்வடமொழி மூலம் பிழைகள் நிறைந்ததாக இருப்பதால் அதன் நேரான பொருள் புரியாமல் போனதே தவிர, பயன்படுத்தப்பட்டவையெல்லாம் நுட்பமான குறியீடுகள் அல்ல

என்னும் உண்மையை அரவிந்தர் ஏற்றுக் கொள்ள மறுக்கிறார். வாய்மொழியாக வந்து பின்னர் தலைமுறை தலைமுறையாக வெவ்வேறு பிரதிகளாக எழுதப்பட்டமையால் வேதங்களிலும் உபநிடதங்களிலும் பல பிழைகள் மூலத்தை அறிய முடியாத நிலையில் மலிந்து கிடக்கின்றன என்பதை அவற்றைப் படித்துப் பார்ப்பார் அறிய முடியும். உபநிடதங்களில் சில வடமொழிச் சொற்கள் எப்பொருளில் பயன் படுத்தப்பெற்றன என்று தெரியாததாலும் அவை பலவாறு பொருள் உரைக்கப் பெறுகின்றன. தத்தம் கருத்துக்களையும் கொள்கைகளையும் ஏற்றிப் பல எளிய பொருளுடைய கூற்றுகளை நிறைமொழி மாந்தர் ஆணையிற்கிளந்த மறைமொழிகளாகக் காட்டும் முயற்சிகளில் காலங் காலமாக வடமொழி அறிஞர்கள் ஈடுபட்டிருந்திருக்கின்றனர். ஈச உபநிஷத்தின் முதல் மந்திரம்

All this, whatsoever, moves in this moving world, is pervaded by God. Through such renunciation you may enjoy. Do not covet; for whose, indeed, is wealth? *(சர்மா, 31)*

என்று மொழி பெயர்க்கப்படுகின்றது. இதனை அரவிந்தர்,

All this is for habitation by the Lord, whatsoever is individual universe of movement in the universal motion. By the renounced thou should enjoy; lust not after any man's possession *(அரவிந்தர், 19).*

என்று மொழிபெயர்த்துவிட்டு அறிவிக்கும் கருத்து ஆழ்ந்து எண்ணத்தக்கது.

'வாஸ்யம்' என்ற சொல்லுக்கு மூன்று பொருள்கள் சொல்ல முடியும் "To be clothed", "To be worn as a garment", "To be inhabited". முதலாவது பொருள் பலரால் ஏற்றுக் கொள்ளப்படுவது. சங்கரர் இப்பொருளிலேயே அதனை எடுத்துக் கொண்டு, "தூய்மையான பிரமனின் காட்சியில் இந்த உண்மையற்ற புறவயமான உலகத்தின் உணர்வை நாம் இழக்க வேண்டும்" என்று விளக்குவார். முதல் வரி இவ்வாறு விளக்கப்பட்டதால் அது உபநிஷத்தின் முழுக் கருத்திற்கும் முற்றும் முரண்பாடானதாகும். உபநிஷமானது கடவுள்—உலகம், துறத்தல்—துய்த்தல், செயல்—அக விடுதலை, ஒன்று—பல, இருப்பு—அதன் மாறுபாடுகள், செயலற்ற தெய்வீக அருவம்— செயலூக்க முடைய தெய்வீக உருவம், அறிவு—அறியாமை, மாறுபடல் —மாறு படாதிருத்தல், இவ்வுலக வாழ்க்கை—உன்னதமான அமரத்துவம் போன்ற எதிர் மாறானவற்றிலுள்ள அடிப்படை ஒற்றுமையைக் காட்டி அவற்றை இணக்குவிக்கும் வழியைக் கற்றுத் தருகிறது. உலகம் இறைவனுக்கு ஓர் ஆடையாகவோ, வாழும் இடமாகவோ இருக்கிறது என்பது தான் கூற்றிலுள்ள காட்சியுரு தெரிவிப்பது. வாழும் இடம் என்று எடுத்துக் கொள்வதே உபநிஷதக் கருத்துக்கு ஏற்றது.

சங்கரர் ஈஷ உபநிஷத்தின் முதல்வரிக்குக் கூறும் பொருள் உபநிஷத்தின் அடிப்படைக் கருத்துக்கு முற்றும் மாறானது என்று அரவிந்தர் சொல்வது வியப்புக்குரியது. அரவிந்தர் கூறும் உரை அவர் உபநிஷதத்தில் காண விரும்பும் கருத்தை அடிப்படையாகக் கொண்டது. உபநிஷதம் உண்மையில் என்ன கூறகிறது என்பதை அறிய முடியாமல் அறிஞர்களின் விளக்கங்கள் அமைகின்றன. அவர்கள் பொருளைக் கண்டு கொள்ளவில்லையா, அல்லது தவறான பொருளைச் சொல்லி ஏமாற்ற முயன்றார்களா என்பது தெரிய வேண்டும்.

ஈச உபநிடதத்தின் இரண்டாவது மந்திரத்தை அறிஞர் சர்மா,

Always performing works here, one should wish to live hundred years. If you live thus as a man, works will not cling to you - there is no other way (*சர்மா, 32*). என்றும்,

அரவிந்தர்,

Doing verily works in this world one should wish to live a hundred years. Thus it is in thee and not otherwise than this; action cleaves not to a man.

என்றும் மொழிப்பெயர்ப்பார்கள். இம்மந்திரத்திற்கு, சங்கரர் கூறும் பொருள் சரியன்று என்பார் அரவிந்தர்.

சங்கரர் "Thus in thee - it is not otherwise than thus - action cleaves not to a man" என்று மொழிபெயர்த்துக் கொண்டு முதல் வரியிலுள்ள 'கர்மாணி' எனும் சொல் 'வேத வேள்விகள்' என்றும், இரண்டாவது 'கர்ம' அதற்கு நேரெதிராக 'தீய செயல்' என்றும் பொருள்படும் என்று கூறி அறியாமையால் பீடிக்கப்பட்டவர்கள் வேள்விகளைச் செய்வதன் மூலம் தீய செயல்களிலிருந்தும் அவற்றின் விளைவுகளிலிருந்தும் தப்பித்துத் துறக்கவுலகம் அடையலாம் என்றும், அறிவுடையோர் இவ்வுலகையும் செய்கைகளையும் புறக்கணித்துக் காட்டிற்கு செல்வார்களென்றும், இப்பாடல் எடுத்துரைப்பதாக விளக்கம் தருவார். ஆனால் சங்கரரின் மொழிப்பெயர்ப்பு வலிந்து திணிக்கப் படுவதாகும்; செயற்கையானதாகும். என்னுடைய மொழிபெயர்ப்பே எளியதும் நேரானதும் ஆகும் (*அரவிந்தர், 19*).

வேதங்களில் போற்றப்பட்டிருக்கும் வேள்விகளை முட்டாள்களுக்கு மோட்சம் அடைய அளிக்கப்பட்டுள்ள வழியென்றும், இவ்வுலக வாழ்க்கை நிராகரிக்கப்பட வேண்டியதென்றும், சங்கரர் கூறுவதால் அதனை மறுக்கும் அரவிந்தர், நூறு ஆண்டுகள் வாழ முயல வேண்டும் என்ற சிறுபிள்ளைத்தனமான ஆசை பற்றி ஏதும் சொல்லவில்லை. சந்தோக்ய உபநிஷதத்தில் கூறப்படும் சத்யகாமனின் கதையை எடுத்துக்காட்டாகக் கூறி, அறிவுத் தேட்டத்திற்கும் ஆன்மீக உயர்வுக்கும் சாதி ஒரு தடையென்று வேதங்களும் உபநிஷதங்களும் விதிக்கவில்லையென்றும், இது பின்னால் நிகழ்ந்த கண்டுபிடிப்

பென்றும், அரவிந்தர் கூறுவார் (அரவிந்தர், 365). இக்கதை சாந்தோக்ய உபநிஷதத்தில் கீழ்க்கண்டவாறு சொல்லப்படுகிறது:

முன்னொரு காலத்தே சத்யகாமன், ஜபலாவின் மைந்தன், தன் தாயைக் கூப்பிட்டு, "அம்மா, நான் ஒரு பிரம்மச்சாரியின் வாழ்க்கையை மேற்கொள்ள விரும்புகின்றேன். என்னுடைய கோத்திரம் என்னவென்று சொல்" என்று கேட்டான். அதற்கு அவள், "என்னுடைய குழந்தையே, அது எனக்குத் தெரியாது. நான் இளமையில் வேலைக்காரியாகப் பலவிடங்களுக்குச் சென்றபோது உன்னைப் பெற்றேன். எனவே உன்னுடைய கோத்திரம் என்னவென்று எனக்குத் தெரியாது. என்னுடைய பெயர் ஜபலா; உன் பெயர் சத்யகாமா. உன்னை நீ சத்யகாம ஜபலா என்று சொல்லிக் கொள்ளலாம்" என்று விடையிறுத்தாள். அவன் கௌதம ஹாரித்ருமதரிடம் சென்று, "ஐயா, நான் உம்மிடம் பிரம்மச்சாரியாக இருந்து கற்க விரும்புகிறேன். ஏற்றுக் கொள்வீரா?" என்று கேட்டான். அதற்கு அவர், "மைந்தனே, உன்னுடைய கோத்திரம் என்ன?" என்று கேட்டார். அவன், "எனக்கு அது தெரியாது; என்னுடைய தாயைக் கேட்டபோது அவள், "நான் இளமையில் வேலைக்காரியாகப் பலவிடங்களுக்குச் சென்றபோது உன்னைப் பெற்றேன். எனவே உன்னுடைய கோத்திரம் என்னவென்று எனக்குத் தெரியாது. என்னுடைய பெயர் ஜபலா; உன் பெயர் சத்யகாமா. எனவே நீ உன்னை சத்யகாம ஜபலா என்று சொல்லிக் கொள்ளலாம்" என்றாள். எனவே நான் சத்யகாம ஜபலா ஆவேன்" என்று சொன்னான்.

அதற்கு அவர்,

"உண்மையான பிராமணனைத் தவிர வேறு யாரும் இவ்வாறு உண்மையைப் பேச மாட்டார்கள். விறகைக் கொண்டு வா; நான் உன்னை ஏற்றுக் கொள்கிறேன். உண்மையிலிருந்து நீ வழுவவில்லை" என்று தெரிவித்தார்.

இக்கதை சாதிப் பாகுபாட்டைக் காட்டவில்லை என்பது முறையாகாது. மாறாக, சாதிப் பாகுபாட்டை வற்புறுத்துகிறது என்றே சொல்ல வேண்டும். பிராமணனுக்கு மட்டுமே கல்வி தர வேண்டும் என்பதால் குரு அவனை கோத்திரம் என்னவென்ற கேள்வியை முதலில் கேட்கிறார். அவன் உண்மையைச் சொன்னவுடன், பிராமணனே உண்மையைச் சொல்வான், எனவே அவன் பிராமணனாகத்தான் பிறந்திருக்க வேண்டும் என்று முடிவு செய்து ஏற்றுக் கொள்கிறார். அவன் உண்மை சொன்னதால் பிராமணனாக இல்லாவிட்டாலும் பரவாயில்லை என்று சொல்லியிருந்தாரானால், அவர் பெருமையுடையவராகக் கருதப்படலாம்; சாதியுணர்வு இல்லாதவரென்று போற்றப்படலாம். இக்கதையை வைத்துக் கொண்டு சாதிக் கட்டுப்பாடுகள் அப்பொழுது இல்லையென்று

அரவிந்தரோ, பிறரோ வாதிடுவது உண்மைக்குப் புறம்பானதாகும். இக்கதையைச் சொல்லும் சந்தோக்ய உபநிஷதமே இன்னொரு பகுதியில், இவ்வுலகில் நல்ல முறையில் நடந்து கொள்பவன் அடுத்த பிறவியில் உயர்ந்த பிறப்பைப் பெறுவான்; பிராமணனாகவோ, சத்திரியனாகவோ, வைசியனாகவோ பிறவி அடைவான். தீய வழியில் சென்றவன் இழி பிறப்பைப் பெறுவான்; நாயாகவோ, பன்றியாவோ, சாதியற்றவனாகவோ பிறவி அடைவான் (சர்மா, 23). என்று கூறுவதை அரவிந்தர் கண்டுகொள்ளவில்லை.

வடமொழி வேதங்களை உயர்த்தியும் தமிழ் நூல்களைத் தாழ்த்தியும் பேச வந்தவர்களுக்கு விடையாக, இராமலிங்க அடிகளார் வேதங்கள் பற்றிய உண்மைச் செய்திகளைத் தமது "உலகெலாம் எனனும் மெய்ம்மொழிப் பொருள் விளக்கம்" என்ற கட்டுரையில் கீழ்க்கண்டவாறு தருவார். 1. அவை வருணாசிரம மனாத்தால் பந்தப்பட்டவை 2. ஒரு காலத்தில் உருத்திரனாலும், வேோறோார் காலத்தில் விண்டுவாலும், பிறிதோர் காலத்திலும் பிரமனாலும், மற்றோர் காலத்தில் பராசரன், வியாசன், முதலிய மனிவராலும் தொகுத்தும், வகுத்தும், விரித்தும் பலவாறு கிரரப் படுடுகின்றவை. 3. சுராபாணம், பரதாரகமனம், அசத்தியவாசகம் முதலிய நிஷத கன்மங்களைக் கொண்டவை. 4. சூரிய உபாசனை, பிரம உபாசனை, விண்டு உபாசனை, ருத்திர உபாசனை, பிரண உபாசனை முதலிய உபாசனா கன்மங்களை உடையவை. 5. பல இனத்தார்க்கும் சமயத்தார்க்கும் ஒத்தவண்ணம் வரைதற்கும், அதற்கும், உணர்தற்கும் இடம்கொடாதவை. 5.பலவாறு விகற்பித்துக்கூறும் மயக்கம் உடையவை 6. ஆதியும் அந்தமும் உடையவாய் இருந்தும், அநாதியென்றும் நித்தியமென்றும் தம்மைத்தாமே மீக்கூறுகின்றன மதமும்ம அகங்காரமும் பெற்றவை.

3

மனுவும் கீதையும் ஒரு குலத்துக்கு ஒரு நீதி

மனு நீதியின் தோற்றம் பற்றியும் அது ஒரு குலத்துக்கு நீதியாக மாற்றம் பெற்றது பற்றியும் அயோத்திதாசர் கூறும் வரலாற்றுப் பின்னணியும் புறக்கணிக்கத் தக்கதன்று.

பூர்வ இந்திய தேச பௌத்தர்கள் மனுமக்கள் சீர் பெறுமாறு வரைந்து வைத்துள்ள நூலுக்கு மனு தன்ம நூலென்று கூறப்படும். அவற்றுள் வாக்கால் போதிக்கும் தன்மமும், கரங்களால் ஈயும் தன்மமும் ஆகிய இரு வகையுண்டு. முதலாவது, மனுமக்களுள் வஞ்சினம், பொறாமை, பொருளாசை, கொலை, களவு, பொய், மதுவருந்துதல், விபச்சாரம் முதலிய துற்கிருத்தியங்களே நிறைந்துள்ள கூட்டத்தார்க்கு நன் மார்க்கங்களைப் போதித்து நல்வழியில் நடத்தி நல்ல சுக வாழ்க்கையாம் நித்திய சுகம் பெறச் செய்யும் தன்மத்திற்கு போதனா தன்மமென்றும், இரண்டாவது, கூன், குருடு, சப்பாணி, பிணியாளர், திக்கற்றோர், உழைத்துச் சீவிக்க சக்தியற்றோர், பசியாளர், இல்லந்துறந்த பெரியோர் முதலியோருக்குப் பொருளுதவி செய்து அன்னமிட்டு ஆதரிப்பது ஈயும் தன்மமென்றும் கூறப்படும்.

இத்தகைய தன்மத்தையே மகட பாஷையில் புத்த தம்மாவென்றும், சகட பாஷையில் சத்திய தருமமென்றும், திராவிட பாஷையில் மெய்யறமென்றும் வழங்கி வந்தார்கள். இத்தன்மத்தை மனுமக்களுக்கே போதித்து அவரவர்கள் இதயத்தில் நன்கு பதியுமாறு ஓலைகளிலும், செப்பேடுகளிலும், பொன்னேடுகளிலும், சிலைகளிலும் வரைந்துள்ளவற்றிற்கு மனுதன்ம நூலென்றும், மனுதரும சாஸ்திரமென்றும், மனு நீதியென்றும் வழங்கலாயிற்று. (அலாய்சியஸ் II 442)

மனுவென்னும் மகா ஞானியார் பிரஜாவிருத்தி யென்னும் அரயனுக்குப் போதித்த சத்திய தன்மமும் அதை அனுசரித்து நடந்த தினாலடைந்த சுகபலனையும் விளக்கிய நூலுக்கு மனுஸ்மிருதி யென்றும், மனுதன்ம சாஸ்திரமென்றும் கூறப்படும்.

இத்தகையாய் வழங்கி வந்த பௌத்த தன்ம நூல்களுள் அதனதன் சாராம்சங்களும் அஞ்ஞானிகளாகிய இவ்வேஷப் பிராமணர்களுக்கு விளங்காதிருப்பினும் தங்கள் தங்கள் வேஷப் பிராமணச் செயலை விருத்தி செய்து சுயப் பிரயோசனத்தில் சுகிப்பதற்கு மேற்கூறிய பதினெட்டு இஸ்மிருதிகளாம் தன்ம சாஸ்திரங்களின் சாராம் சங்களை முற்றும் அறிந்தவர்கள் போல் மனுஸ்மிருதியென்றும், மனுதன்ம சாஸ்திரமென்றும் ஓர் அதன்ம நூலை ஏற்படுத்திக் கொண்டார்கள்.

தங்களுடைய அதன்ம நூலையே தன்ம நூலாக ஒப்புக் கொள்ள வேண்டுமென்னும் அட்டவணையைப் போட்டுக் கொண்டு தங்கள் சுய சீவனத்திற்கான வழிகளையெல்லாம் எழுதி வைத்துக் கொண்டார்கள். அவற்றுள்ளும் வருணமென்னும் மொழி நிறத்தைக் குறிக்கக்கூடியது என்று உணராது அவைகளையே ஒவ்வொரு சாதியாக எழுதியுள்ளார்கள் ....

மனுமக்களின் ஒற்றுமைக்குக்கேடாய வருணா சிரமங்களைச் சொல்லும்படி ஓர் ரிஷியைக் கேட்டதாகவும், அவர் வருணாசிரம தன்மங்கள் ஓதியதாகவும், வரைந்து வைத்துள்ளார்கள். உலகத்தில் தோன்றும் பொருட்களும், அழியும் பொருட்களும் பிரத்தியட்ச காட்சியாயிருக்க, வருணாசிரம தோற்றத்தை மட்டிலும் ஒருவன் கேட்கவும் மற்றவன் சொல்லவும் ஏற்பட்டது மிக்க விந்தையேயாம். ஈதன்றி, தன்மமென்னும் மொழியானது, சீவராசிகள் ஈராக மனுமக்கள் வரை பொதுவாயுள்ளதேயாம் (அலாசியஸ் மி 6723).

அதில் கூறியுள்ள அனுலோம சாதி, பிரதிலோம சாதி, அந்தராள சாதி, பாகிய சாதியானோர் ஒருவருந் தோன்றாமல் அந்நூலில் கூறியில்லாத முதலியார் சாதி, நாயுடு சாதி, செட்டியார் சாதி, நாயகர் சாதி முதலியோர் தோற்றிவிட்டார்கள் (அலாய்சியஸ் மி 674).

கொழுத்த பசுக்களை நெருப்பிலிட்டுச் சுட்டு எதேஷ்டமாகத் தின்பதற்குப் பிரம்மாவானவர் பசுக்களை எக்கியத்திற்கே சிருஷ்டித்திருக்கிறாரென்று இம்மனு நூலில் எழுதி வைத்துக் கொண்டவர்கள் பௌத்தர்களது தேசத்தில் பசுவைக் கொல்லும் எக்கியத் தொழிலை மறந்தே விட்டு விட்டார்கள்.

இவர்கள் எழுதியுள்ளபடி பிரம்மாவானவர் எக்கியத்திற்கென்றே பசுக்களை சிருஷ்டித்துள்ளது எதார்த்தமாயின் இவர்களும் விட்டிருப்பார்களோ, பிரும்ம சிருஷ்டி கருத்தும் பழுதாமோ, இல்லை. தங்கள் புசிப்பின் பிரியத்தை பிரம்மன் மீதேற்றி வரைந்து வைத்துக் கொண்ட போதிலும் கொன்று தின்னாமையாகும் பௌத்தர்களது மத்தியில் அன்னோர் பிரமத்தின் கருத்தும் அடியோடு அழிந்து போய்விட்டது.

பல பாஷையோருள்ளும், பல தேசத்தோருள்ளும், பல மதத்தோருள்ளும் வேஷப் பிராமணர்கள் தோன்றிவிட்டபடியால் அவரவர்கள் மனம்போல் எழுதிக் கொண்ட வேதங்களும், மனம் போல எழுதிக் கொண்ட வேதாந்தங்களும், மனம் போல் எழுதிக் கொண்ட புராணங்களும், மனம் போல் எழுதிக் கொண்ட தன்மங்களும், மனம் போல் எழுதிக் கொண்ட கடவுளர்களும் ஒருவருக்கொருவர் ஒவ்வாது மாறுபட்டுள்ளபடியால் ஒரு வகுப்பார் எழுதிக் கொண்ட கட்டளைகள் மறு வகுப்பார்க் கொவ்வாமலும் கலகங்களுண்டாகி வேறுபடுவதுடன் நூதனமாக ஏற்படுத்திக் கொண்ட மனுதன்ம சாஸ்திரத்தையும் மற்றவர்கள் ஏற்றுக் கொள்ளாதும், சாதி தொடர் மொழிகளைச் சேர்த்துக் கொள்ளாதும் சணப்பனார் பூணுநூல், ஆட்டு மயிரின் பூணு நூற்களைத் தரித்துக் கொள்ளாததும் அதனுள் விதித்துள்ள தண்டனைகளை ஏற்றுக் கொள்ளாததும் நீக்கி விட்ட போதினும் மனுதன்ம நூல் மனுதன்ம நூலென்னும் பெயரினை மட்டிலும் வழங்கி வருகின்றார்கள் (அலாய்சியஸ் I 675).

மனுஸ்மிருதி, மானவதர்ம சாஸ்திரம் என்று இரண்டு பெயர்களால் வழங்கப் பெறும் வட மொழி நூல் 2,685 செய்யுட்களைக் கொண்டது; இந்து தருமத்தையும் இந்துக்கள் வாழும் நெறியையும் பற்றிப் பேசுவது. இந்த அண்டத்தின் தோற்றம், இவ்வுலக உயிர்களின் படைப்பு, சமுதாய அமைப்பு, பிராமணர்களின் பெருமை, இந்துச் சமய சடங்குகள், வேதம் ஓதுதல், குருவைப் போற்றுதல், இல்லத்தாரின் கடமைகள், இல்லத்தார் மேற்கொள்ள வேண்டிய சடங்குகளும் அவற்றைச் செய்ய வேண்டிய முறைகளும், தேவர்களுக்குச் செய்ய வேண்டிய வேள்விகள், பிதுர்க்கடன், எண்வகைத் திருமணங்கள், வேதம் பயிலும் பிராமண இளைஞர் வாழ்க்கை, இல்லத்தார் தவிர்க்க வேண்டிய உணவு வகைகள், துறவறத்தாரின் கடமைகளும் வாழும் நெறியும், அரசர்களின் உயர்வும் அவர்கள் ஆட்சி செய்ய வேண்டிய முறையும், அமைச்சர்கள், தூதுவர், அரசரின் அன்றாட வாழ்க்கை, அரசர் நீதி செய்தல், அரசர் தண்டிக்க வேண்டிய குற்றங்கள், பெண்களின் இயலாமை, நால்வருணத்தைச் சேர்ந்த மனைவியரின் நிலை, மரணச் சடங்குகளும் மைந்தர்களின் பங்கும், நால் வருணங்கள், அவற்றின் உயர்வு தாழ்வுகள், சூத்திரர்களின் கடமைகள், பாவங்களும் பிராயச்சித்தங்களும், வினைகளால் விளையும் பயன்கள், ஆன்மாவின் தன்மை, மறுபிறவிகள், வேதம் ஓதுதலின் மதிப்பு, தன்னைப் பற்றிச் சிந்தித்தல் ஆகியவை

பற்றியெல்லாம் மனுநீதி விளக்கமாக தொடர்பற்ற முறையில் முரண் பாடுகளுடன் உரைக்கும்.

மனுநீதி என்று மனு என்பவரின் பெயரால் அழைக்கப்பட்டாலும் அது பலரால் எழுதப்பட்டிருக்க வேண்டும் என்றும் வருணாசிரம தருமத்தைக் காப்பதே அதன் தலையாய நோக்கென்றும் அதில் மூன்றில் ஒரு பங்கு அல்லது பாதி மகாபாரதத்தில் அப்படியே இருக்கிறதென்றும் அவற்றுள் எது மூலம் எது பின்னால் எழுதப்பட்டது என்பதைக் கண்டறிய இயலவில்லை என்றும் அது பிராமணரால் எழுதப்பட்டது என்பதோடு பிராமணருக்காக பிராமணரின் நலன் கருதி எழுதப்பட்டது என்பதும் குறிப்பிடத்தக்கதென்றும் அன்னார் தங்களைப் பண்டை இந்தியாவின் மூளைகளாகவும் வாய்களாகவும் கருதி அதனை உறுதி செய்து கொள்ளப் பயன்படுத்திக் கொண்ட நூலென்றும், பல அடிப்படைக் கொள்கைகளைப் பற்றி அதில் முரண்பட்ட கருத்துக்கள் சொல்லப்பட்டிருக்கின்றனவென்றும் மனுநீதியின் பகுதிகள் வெவ்வேறு காலங்களில் பல நூற்றாண்டுகளாகச் சேர்க்கப்பட்டதனால் இது நிகழ்ந்ததென்றும் சட்டங்களைப் பற்றிய பகுதிகள் இறுதியாகச் சேர்க்கப்பட்டவையென்றும் அது கூறும் சட்டங்கள் என்றும் நடைமுறைக்கேற்றவையாய் இருந்திருக்க முடியாதென்றும் அந்நூலை ஆங்கிலத்தில் மொழிபெயர்த்த வெண்டி "டி டோனிகர் (Wendy Doniger) எனும் சிகாகோ பல்கலைக்கழகத்து பேராசிரியராகப் பணிபுரிந்த அம்மையார் தமது நீண்ட ஆய்வு முன்னுரையில் எடுத்துரைப்பார்.

மனுநீதி இவ்வுலக வாழ்க்கை பற்றி என்ன நினைக்கிறதென்பதை அது மனித உடலைப் பற்றிக் கூறுவதிலிருந்து அறியலாம். "ஒரு மனிதன் முடை நாற்றம் வீசும், துன்பத்திற்கு உட்படுத்தப் பெறும், நிரந்தரமற்றதுமான உயிர்களின் குடியிருப்பாகிய உடலை உதறித் தள்ளி விட வேண்டும். அது சிறுநீர், மலம் ஆகியவற்றால் நிரம்பியது; முதுமையாலும் துயரத்தாலும் பீடிக்கப்படுவது; நோயால் அலைக்கழிக்கப்படுவது; வெறி உணர்வால் மாசுபடுத்தப்படுவது; எலும்புகளே உத்தரங்களாகவும் தசை நாண்களே கட்டுத்தளை களாகவும், சதையும் குருதியும் அரை சாந்தாகவும், தோலே கூரை யாகவும் கொண்ட வீடே மனித உடலாகும்" (6. 76—7).

மனு நூல் கூறும் நீதி எக்காலத்துக்கும் எவ்விடத்திற்கும் எம்மனிதர்க்கும் பொருந்துமாவென்பது பற்றி ஏ.கே. ராமானுஜன் கூறும் கருத்து நோக்கற்பாலது.

காண்ட்டில் (Kant) ஒரு சிறு பகுதியைப் படித்துவிட்டு மனுவைப் படித்தோமானால் மனுவிற்கும் உலகளாவிய பரந்த நோக்கிற்கும் உள்ள இடைவெளி எவ்வளவு பெரியது என்ற அதிர்ச்சியால் தாக்கப்படுவோம். நீதிகளை விதிப்பதற்கான மாந்தர் யாவர்க்கும் பொதுவான மனித இயல்பு

என்ற ஒன்று உண்டென்று மனு அறிந்திருப்பதாகத் தெரியவில்லை. நீதி என்றாலே யார், யாருக்கு, எப்பொழுது, என்ன செய்தார் என்பதையெல்லாம் பொறுத்தே முடிவு செய்யப்பட வேண்டியது என்பது மனுவின் முடிவு. பெர்னார்டு ஷாவின் "மற்றவர்கள் உனக்கு என்ன செய்ய வேண்டுமென்று விரும்புகின்றாயோ அதை நீ மற்றவர்களுக்குச் செய்யாதே. அவர்களுடைய விருப்பு வெறுப்புகள் வேறாக இருக்கலாம்" எனும் கூற்று மனுவின் எண்ணத்திற்கு நெருக்கமானதாகும். இருவருக்குமுள்ள ஒரு வேறுபாடு ஷா மற்றவர்களின் விருப்பு வெறுப்பு வேறாக இருக்கலாம் என்று எண்ண, மனுவோ மற்றவர்களுடைய இயல்பும் சாதியும் வேறாக இருப்பதால் அவர்களுக்கிழைக்க வேண்டிய நீதி வேறாகும் என்று எண்ணினார் என்பதே (டானிகர் 46).

மனு கூறும் விதிகளும் சட்டங்களும் வருணாசிரம தருமத்தின் அடிப்படையில் சூழலுக்கேற்ப மாறுபடும். யாவர்க்கும் எக்காலத்திற்கும் பொதுவானதென்று இங்கு ஏதுமில்லை.

மக்களுள் ஒரு பாதியான பெண்ணினத்திடம் மனுவிற்கு எள்ளளவும் அன்போ, நம்பிக்கையோ, மரியாதையோ கிடையாதென்பதற்குப் பல சான்றுகளைக் காணலாம். ஆண்களின் அழகிய தோற்றம் பற்றியோ இளமை பற்றியோ பெண்கள் கவலைப்படுவதில்லை. ஓர் ஆண் கிடைத்துவிட்டால் அவன் அழகனாயினும் அருவருப்பான தோற்றத்தானாயினும் பரவாயில்லையென்று அவனோடு உடலுறவு கொண்டு மகிழ்வர். எவ்வளவு கவனமாகக் கண்காணிக்கப்பட்டாலும் பெண்கள் யாவரும் சலன புத்தி கொண்டவர்களாகவும், இயற்கையிலேயே அன்பற்றவர்களாகவும் இருப்பதால் பரத்தையர் போல் ஆண்களைத் துரத்திச் சென்று தங்கள் கணவர்களுக்கு துரோகம் செய்வர். பெண்களின் இயல்பு அவர்கள் பிரம்மாவால் படைக்கப்பட்ட பொழுதே இவ்வாறு அமைந்ததால் இதை உணர்ந்து ஓர் ஆண் அவர்களைத் தன்னால் முடிந்த அளவு காவலில் வைத்திருக்க வேண்டும். படுக்கை, இருக்கை, அணிகள், காமம், சினம், வஞ்சகம், வன்மம், கெட்ட நடத்தை ஆகியவையே பெண்களுக்கென்று மனு ஒதுக்கியவை (9. 14-17).

மனுநீதியில் ஆங்காங்கே ஓரிரண்டு இடங்களில் பெண்களைப் பற்றி உயர்வாகக் கூறப்பட்டிருப்பினும் ஒன்பதாம் அத்தியாயத்தின் முதல் இருபத்தாறு செய்யுட்களே மனுநீதி காலத்துச் சமுதாயத்துக் கருத்துக்களாகக் கொள்ளப்படலாமென்று சுதிர் கக்கர் (Sudhir Kakkar) கூறுவார். தாய்நிலையில் போற்றப்படுகின்ற பெண் கணவனுக்கு அடங்கிய மனைவியாக எக்கொடுமைகளையும் பொருட்படுத்தாது ஆண் குழந்தையைப் பெற்றுக் கொடுக்கும் பணியைச் செய்கின்ற வரையில் ஏற்றுக் கொள்ளப்படுகிறாள். பொதுவாக, அவளைக் காமப் பொருளாகவே மனுநீதி கருதுகின்றது.

ஆண்கள் பெண்டிரை இரவும் பகலும் தங்கள் கட்டுப்பாட்டில் தங்கள் துணையோடு இருக்குமாறு வைத்துக் கொள்ள வேண்டும். ஒரு பெண்ணைக்

குழந்தையாக இருக்கும் போது அவளுடை தந்தையும், இளையவளாக இருக்கும் போது கணவனும், முதுமையில் மைந்தர்களும் தம் காவலில் இருத்துகிறார்கள். எப்பெண்ணும் விடுதலைக்குத் தகுதி உடையவள் அல்லள்... பெண்கள் எவ்விதமான கெட்டபழக்கங்களுக்கும் அடிமையாகாமல் காக்கப்பட வேண்டியவர்கள். சிறிய கெட்ட பழக்கங்கள் அவர்களுக்கு ஏற்படவும் விடக்கூடாது. ஏனெனில் காவல் இல்லாத பெண்கள் பிறந்த குடும்பத்திற்கும் புகுந்த குடும்பத்திற்கும் துயரத்தை உண்டாக்குவார்கள். நான்கு வருணங்களைச் சார்ந்தவர்களும் இதைத் தலையாயக் கடமையாகக் கருதுவதால், நலிந்த கணவர்களும் கூட தங்கள் மனைவியரைக் கவனமாகக் காக்கிறார்கள். இவ்வாறு செய்வதால் அவர்கள் தங்கள் சந்ததியாரையும், மரபுகளையும், குடும்பத்தையும், கடமைகளையும், தங்களையும் காத்துக் கொள்கிறார்கள்..... ஒரு பெண் யாரோடு கூடுகின்றாளோ அவனைப் போன்ற ஒரு மகனையே பெற்றுத் தருகிறாள்; எனவே தன்னுடைய சந்ததியைத் தூய்மையாக வைத்துக்கொள்ள ஒருவன் தன் மனைவியைத் தன் காவலில் வைத்துக்கொள்ள வேண்டும். வலிமையால் மட்டும் பெண்களைத் தவறிழைக்காமல் வைத்திருக்க முடியாது. கீழ்க்கண்ட வழிமுறைகளைக் கையாண்டால் மட்டுமே அதனைச் செய்ய முடியும்: பணம் சேர்க்கவும் செலவு செய்யவுமாக அவள் எப்பொழுதும் ஓய்வின்றி வைக்கப்பட வேண்டும். தூய்மை செய்யும் பணியிலும், தன் கடமையைச் செய்வதிலும், சமையல் செய்வதிலும், தட்டு முட்டுப் பொருள்களைப் பார்த்துக் கொள்வதிலுமாக அவள் பொழுது கழிய வேண்டும். தங்களுடைய வேலையை ஒழுங்காகச் செய்யக்கூடிய ஆட்கள் இருக்கும் இடத்தில் கூட, பெண்களை நம்பிக் காவலில் வைக்க முடியாது. தங்களைக் காத்துக் கொள்ளும் பெண்கள் தான் நல்ல காவலில் இருப்பவர்கள். குடிப்பழக்கம், தீயவரோடு சேருதல், தங்கள் கணவரிடமிருந்து பிரிந்திருத்தல், ஊர் சுற்றுதல், தவறான நேரத்திலும், தவறான இடத்திலும் தூங்குதல், வேற்றார் இல்லங்களில் தங்குதல் ஆகிய ஆறும் பெண்களைக் கெடுத்துவிடும்... வேதப் பாடல்களோடு கூடிய சடங்கு ஏதும் பெண்களுக்குக் கிடையாது. இது உறுதியாக நிலைநாட்டப்பட்ட சட்டமாகும். வலிமையும் வேதப் பாடல்களும் இல்லாததால் பெண்கள் ஏமாற்றுக்காரர்கள். உறுதியாக நிறுவப்பட்ட சட்டம் இதுவாகும் *(9. 2-18).*

பெண்களைத் திருமணம் செய்து கொடுத்தல் பற்றியும் தத்து எடுத்துக் கொள்ளல் பற்றியும் பல்வேறு வகையான குற்றங்கள் புரிந்தவர்களைத் தண்டித்தல் பற்றியும் பேசும் இடங்களிலெல்லாம் பெண் ஆணினும் மிகத் தாழ்ந்தவளாகவும் கீழ் வருணங்களோடு ஒத்த சமுதாய நிலை உடையவளாகவும் எடுத்துக் கொள்ளப்படுகிறாள். ஆண் குழந்தை பெற்றவனுக்கே எல்லாச் சிறப்பும் அளிக்கப்படுகிறது. "ஒரு மனிதன் ஆண்மகன் மூலமாக உலகங்களையெல்லாம் வெற்றி கொள்கிறான்; பேரன் மூலமாக நிலைபேறுடைமையைப் பெறுகிறான்; பேரனுடைய மகன் மூலம் கதிரவனின் உச்சியை அடைகிறான். ஆண் குழந்தையே ஒருவனைப் 'புத்' எனும் நரகத்திலிருந்து காப்பதால் தான் இறைவனே

ஆண் குழந்தையைப் ‘புத்திரன்’ என்று அழைத்தான் (9. 137). ஒருவனின் மனைவி பலவிடங்களில் ஒருவனின் நிலம் என்றே சுட்டப்படுகிறாள். ஒருவனுக்கு ஒரு மனைவி என்னும் நெறி எங்கும் பேசப்படவில்லை. வேள்வி செய்யும் பிராமணன் அவனுடைய வருணத்தைச் சார்ந்த பல பெண்களை மனைவியராகக் கொள்ளலாம்.

எந்தவொரு நீதியானாலும் குற்றத்திற்குத் தண்டனையானாலும் உரிமையானாலும் கடமையானாலும் நன்மை தீமையானாலும் நான்கு வருணங்களின் அடிப்படையிலேயே வேறுபடுத்திப் பேசும் மனு “பிராமண குரு பிறப்பாலேயே தேவர்களுக்கும் கூட தேவன், இந்தவுலக மக்களுக்கு ஒரே அதிகாரி. இந்த விதிக்கு வேதமே அடிப்படை ஆதாரம்” (11.85) என்பார். நூலின் தொடக்கத் திலேயே தவத்திலிருக்கும் மனுவை முனிவர்கள் அணுகி “நான்கு வருணங்களின் கடமைகளையும் இரண்டு வருணங்களுக்குப் பிறந்தார்க்குமுள்ள கடமைகளையும் வரிசையாக ஒழுங்குப்படுத்திச் சொல்லுங்கள்” (1.2) என்று கேட்கிறார்கள். உலக மக்களின் தோற்றத்தைச் சொல்லும் போது, “யாவரும் பல்கிப் பெருகி நலம் பெறுவதற்காக இறைவன் தன் வாயிலிருந்து பிராமணனையும், கைகளிலிருந்து சத்திரியனையும், தொடைகளிலிருந்து வைசியனையும், கால்களிலிருந்து சூத்திரனையும் படைத்தார்” (1. 31) என்றும் அவர்களுக்கான தொழிலைச் சொல்லும் போது “கற்றல், கற்றுத்தரல், தமக்காகவும் பிறருக்காகவும் வேள்வி செய்தல், கொடுத்தல், கொள்ளல் ஆகியவை பிராமணருக்கும், தன்னுடைய குடிகளைக் காத்தல், கொடுத்தல், வேள்விகளை நடப்பித்தல், கற்றல், புலனின்பப் பொருட்களுக்கு அடிமையாகாதிருத்தல் ஆகியவை அரசர்களுக்கும், கால்நடைகளைக் காத்தல், கொடுத்தல், வேள்விகளை நடப்பித்தல், கற்றல், வாணிபம் செய்தல், பணம் கடன் கொடுத்தல், உழுதொழில் ஆகியவை வைசியருக்கும், ஏனைய மூன்று வகுப்பார்க்கும் வெறுப்பின்றி அடிமையாய் பணி செய்தல் மட்டும் சூத்திரருக்கும் ஏற்படுத்தப்பட்டவையாகும்” (1. 87—91) என்று மனுநூல் விவரிக்கும். அது பல பொருள்களைப் பற்றியதாயினும் எங்கும் அடிக்கோடிட்டுக் காட்டுவது பிராமண வருணத்தாரின் உயர்வையே.

பிராமணன் பிறக்கும் போதே சமயம் எனும் புதையலைக் காப்பதற்காக வாழும் உயிர்கள் எல்லாவற்றிற்கும் தலைவனாக உலகின் உச்சியில் பிறக்கிறான். இந்த அண்டத்தில் இருக்கும் எல்லாப் பொருள்களும் அவனுக்கே சொந்தம்; அவனுடைய பெருமை காரணமாகவும் உயர்ந்த பிறப்புக் காரணமாகவும் இதற்கான தகுதி அவனுக்கு உண்டு. பிராமணன் தனக்குச் சொந்தமானதையே சாப்பிடுகிறான்; தனக்குச் சொந்தமானதையே அணிகிறான்; தனக்குச் சொந்தமானதையே கொடுக்கிறான். மற்றவர்கள் பிராமணனின் கருணையாலேயே சாப்பிடுகிறார்கள்..

கற்றறிந்த பிராமணனே மனுவின் உபதேசத்தைக் கவனமாகப் படித்து அவனுடைய மாணவர்களுக்கு ஒழுங்காகக் கற்பிக்க வேண்டும். இதை வேறு யாரும் செய்யக்கூடாது (1. 99101). பிராமணன் ஆர்யாவர்த்தத்திலுள்ள நாடுகளிலேயே வாழ முயல வேண்டும்; சூத்திரன் உணவுக்கு வழியில்லையானால் எந்த நாட்டிலும் வாழலாம் (2. 24).

பெயர் வைப்பதில் கூட வேறுபட்ட விதிகள் கடைபிடிக்கப் பெற வேண்டும். பிராமணனுடைய பெயர் நற்குறியுடைய சொல்லையும், சத்திரியனுடைய பெயர் ஆற்றலைச் சுட்டும் சொல்லையும், வைசியனுடைய பெயர் செல்வத்தைச் சுட்டும் சொல்லையும் பெற்றிருக்க வேண்டும். சூத்திரனுடைய பெயரே அருவருப்பை உண்டாக்குவதாக இருக்க வேண்டும். (2. 31)

அரசனை விடவும் பிராமணன் உயர்ந்தவன், மரியாதைக்குரியவன் என்பது மீண்டும் மீண்டும் வெளிப்படையாகவும் மறைமுகமாகவும் தெரிவிக்கப்படுகிறது. பத்து வயதான பிராமணனும் நூறு வயதான அரசனும் தந்தையும் மகனுமாகக் கருதப் பெற வேண்டும். இவருள் பத்து வயதான பிராமணனே தந்தை (2. 135).

ஒருவன் மணந்து கொள்ளும் பெண் அவனுடைய வருணத்தைச் சார்ந்த வளாக இருக்க வேண்டுமாயின் பிராமணன் இரண்டாவது மூன்றாவது மனைவியாக அரச குலத்திலிருந்தோ, வைசியக் குலத் திலிருந்தோ பெறலாம். தாழ்ந்த சாதியிலிருந்து மனைவியைக் கொள்ளும் பிராமணன் அவனுடைய குடும்பத்தையும் சந்ததி யாரையும் சூத்திரர் நிலைக்குத் தாழ்த்துகிறான். சூத்திரப் பெண்ணின் எச்சிலை உண்டவன், அவளுடைய மூச்சுக் காற்று மேலே பட்டவன், அவளிடம் குழந்தை பெற்றவன் ஆகியோருக்குக் கழுவாய் இல்லை (3. 12-19).

பல விதமான பொருளற்ற விதிகளும் மூட நம்பிக்கைகளை அடிப் படையாகக் கொண்டவைகளும் கீழ் வருணத்தாரை அச்சுறுத்தும் தண்டனைகளும் பல நிகழ்ச்சிகளோடு தொடர்புப்படுத்திச் சொல்லப்படுகின்றன.

பிராமண குரு உண்ணும் போது சண்டாளனோ, பன்றியோ, சேவலோ, நாயோ, வீட்டு விலக்கான பெண்ணோ, ஆண் தன்மை யற்றவனோ பார்க்கக் கூடாது. வேள்விச் சடங்கையோ, விருந்தையோ, தேவதை வழிபாட்டையோ இவர்களில் யார் பார்த்தாலும் அவை கெட்டுவிடும்.... மூதாதையர்க்குச் செய்யப்படும் சடங்கின் போது தரையில் விழுந்த உணவு போக்கிரித்தனமும் வஞ்சனையுமில்லாத அடிமைக்குரியதாகக் கருதப்படுகிறது (3. 239-46).

பிராமணர்கள் ஊன் உணவு கொள்ளலாமென்று பலவிடங்களிலும், கொள்ளக்கூடாதென்று ஓரிரண்டு இடங்களிலும் சொல்லப்படுவதால் பின்னைய பகுதிகள் பிற்காலத்தில் சேர்க்கப்பட்ட இடைச் செருகல்கள் என்று அறிஞர் கருதுவர். எள், அரிசி, வாற்கோதுமை, அவரை, தண்ணீர், கிழங்குகள், பழங்கள் ஆகியவை விதிகளின் படி மூதாதையர்க்கு

அளிக்கப்பட்டால் அவை அவர்களுக்கு ஒரு மாதத்திற்கு திருப்தியளிக்கும். மீன் கொடுக்கப்பட்டால் இரண்டு மாதங்களுக்கு திருப்தி அடைவர். மான் கறி மூன்று மாதங்களுக்கும், ஆட்டுக் கறி நான்கு மாதங்களுக்கும், பறவைகளின் கறி ஐந்து மாதங்களுக்கும், மாட்டுக் கறி ஆறு மாதங்களுக்கும், புள்ளி மான் கறி ஏழு மாதங்களுக்கும், கருநிற மறிமான் கறி எட்டு மாதங்களுக்கும், சிறுமான் கறி ஒன்பது மாதங்களுக்கும், ஆண் பன்றி எருமை ஆகியவற்றின் கறி பத்து மாதங்களுக்கும் அவர்களுக்கு நிறைவளிக்கும் (3. 267-271).

மூன்றாம் அதிகாரத்தில் இவ்வாறு கூறும் மனுநூல் ஐந்தாம் அதிகாரத்தில், அனுமதி அளிப்பவன், விலங்கைக் கொல்வோன், கறியை வெட்டுவோன், அதனை வாங்கி விற்போன், அதனைச் சமைப்போன், பரிமாறுபவன், உண்ணுவோன் ஆகிய யாவரும் கொலை செய்தவர்கள் ஆவார்கள். நூறு ஆண்டுகளுக்குக் குதிரை வேள்வி செய்வோன், ஊன் உண்ணாதவன் ஆகிய இருவருக்கும் ஒரே அளவு நற்பலன் கிடைக்கும் (5. 5-13).

என்று கூறும் கொல்லாமை பற்றிய கருத்துகள் பிராமணர்கள் ஊன் உண்ணாமையை அடிப்படையாக வைத்து உயர்ந்தோர் என்று கூறிக் கொண்ட பிற்காலத்தில் சேர்க்கப்பட்டவை என்று மேலை அறிஞர் சுட்டிக் காட்டுவர்.

ஊன் உணவே தலை சிறந்த உணவு என்று வேதம் சொல்வதையும் உணவும் உண்போரும் வேதத்தில் முக்கிய இடம் பெறுதலையும் பல அறிஞர்கள் எடுத்துக் கூறியுள்ளனர். (டானிகர் 24—37) இந்துக்கள் பேசும் 'மச்ச நியாயம்' வேதக் கூற்றுகளிலிருந்து பெறப்பட்டதாகும்.

சின்ன மீனைப் பெரிய மீன் விழுங்குவது போல் மனிதர்கள் விலங்குகளையும், விலங்குகள் தாவரங்களையும், தாவரங்கள் மழை நீரையும் உண்ணுவது பற்றியும் வேதம் குறிப்பிடுகிறது (டானிகர் 25). இதனை மனு ஓரிடத்தில் தெளிவாகச் சொல்வார்.

நகராதவை நகர்பவைகளுக்கு உணவாகும். நச்சுப்பல் இல்லாதவை நச்சுப்பல் உள்ளவைகளுக்கு உணவாகும். கையுள்ளவற்றிற்குக் கையில்லாதவை உணவாகும். அச்சமற்றவர்க்குக் கோழைகள் உணவாவர் (டானிகர் 5.29).

பெண்களைப் பற்றிப் பல இடங்களில் இழிவாகப் பேசும் மனுநீதி இரண்டொரு இடங்களில் அவர்களே குடும்பத்திற்கு அணிகலன் என்று உயர்வாகக் கூறுதலும், கொல்லாமையும் ஊன் உண்ணாமையும் ஆங்காங்கே சிறப்பித்தலும் பின்னால் வந்தர்கள் திசைத் திருப்பிவிட மேற்கொண்ட முயற்சியின் விளைவாகும். அது கூறும் வாழ்க்கை நோக்கு வள்ளுவரின் வாழ்க்கை நோக்கிற்கு நேர் மாறானது. வள்ளுவர் உழுதொழிலைச் சிறப்பித்து ஓரதிகாரம் ஒதுக்கி,

“உழுதுண்டு வாழ்வாரே வாழ்வார், மற்றதெல்லாம்

தொழுதுண்டு பின் செல்பவர்”

என்று முழங்குவார். மனுநீதி உழுதொழில் கேவலமானதென்றும் அதனை பிராமணர் செய்யக்கூடாதென்றும் அறிவுறுத்தும் (4.5). இவ்வொன்றே இரண்டு நூல்களுக்குமுள்ள வேறுபாட்டைக் காட்டப் போதுமானதாகும்.

வேள்வி செய்வோன் பல மனைவியரோடு சேர்ந்து செய்ய வேண்டுமென்று விதித்த வடநூலார் ‘சஹதர்மினி’ என்று பெண்ணை அழைப்பர். இவ்வுலக வாழ்க்கையில் அன்றாட அலுவல்களில் இன்ப துன்பங்களில் பங்கு கொண்டு ஆணுக்கு இணையாய்ச் செயல்பட வேண்டியவள் என்ற கருத்தில் வள்ளுவர் பெண்ணை வாழ்க்கைத் துணை என்று அழைத்து ஒரு தனி அதிகாரத்தில் அவள் நலம் பேசுவார். ஒருவனுக்கு ஒருத்தி எனும் ஒழுங்கை வற்புறுத்தும் முறையில்,

பெண்ணின் பெருந்தக்க யாவுள கற்பென்னும்

திண்மை உண்டாகப் பெறின் *(54)*

தற்காத்து கொண்டான் பேணித் தகைசான்ற

சொற்காத்துச் சோர்விலாள் பெண் *(57)*

என்றெல்லாம் பெண்ணின் பெருமை பேசுவார். ‘பிறனில் விழை யாமை’ எனும் அதிகாரத்தில் பிறன்மனை நோக்காப் பேராண்மை யென்றும்,

அறன்கடை நின்றாருள் எல்லாம் பிறன்கடை

நின்றாரில் பேதையார் இல் *(142)*

அறன் வரையான் அல்ல செயினும் பிறன் வரையாள்

பெண்மை நயவாமை நன்று *(150)*

என்றும் விதந்து கூறுவார். பெண்ணைத் திருமணம் செய்து கொள்ளலே ஒருவன் தன்னை ஆண் குழந்தை பெற்று நரகத்திலிருந்து காத்துக் கொள்ளவே என்று மனுநூல் கூற, வள்ளுவர் மக்களைப் பெறுதல் இல்லறத்துக்குச் சிறப்பு என்பதை,

மங்கலம் என்ப மனைமாட்சி மற்றதன்

நன்கலம் நன் மக்கட்பேறு *(60)*

என்றும் மக்களால் இவ்வாழ்வில் பெறும் இன்பத்தை,

அமிழ்தினும் ஆற்ற இனிதேதம் மக்கள்
சிறுகை அளாவிய கூழ் (64)

மக்கள் மெய்தீண்டல் உடற்கின்பம் மற்றவர்
சொற் கேட்டல் இன்பம் செவிக்கு (65)

குழலினிது யாழினிது என்ப தம்மக்கள்
மழலைச் சொல் கேளாதவர் (66)

என்றெல்லாம் மெய்மறந்து பாடுவார். மனிதவினத்தில் பாதியான பெண்ணோடு இணைந்து மக்களைப் பெற்று வாழும் இல்லறச் சிறப்பை இவ்வாறு போற்றும் அற நூலையோ, சமய நூலையோ வேறெங்கும் காண்பது அரிது.

பகவத் கீதையைக் கட்டுடைப்பு செய்யும் அயோத்திதாசர் அதிலும் உபநிஷதங்களிலும் கூறப்படுகின்ற தத்துவக் கருத்துக்களெல்லாம் எப்படி இடம் பெயர்ந்தனவென்றும் பொருள் மாற்றம் பெற்றன வென்றும் விளக்குவது ஆராயத்தக்கது.

அதாவது, பன்னீராயிரம் கோபிகா ஸ்திரீகளின் லீலா விநோதனும், அர்ச்சுனனுக்கு சுபுத்திரை, பவழவல்லி, அல்லியரசாணி முதலிய ஸ்திரீகளைக் கூட்டி வைத்தவருமாகிய பாரத கதா புருஷன் கிருஷ்ணனுக்குப் புத்தருக்குரிய பகவனென்னும் பெயரைக் கொடுத்து அப்பகவானால் போதித்த பகவத் கீதையென வகுத்து பூர்வ சத்யதன்மத்தில் சிலதைக் கூட்டியும் குறைத்தும் தன்னைப் போஷிக்க வேண்டும், தன்னை ஆராய வேண்டும், தன்னைச் சிந்திக்க வேண்டும் என்னும் தன்மங்களை, என்னைப் போஷிக்க வேண்டும், என்னை ஆராய வேண்டும், என்னைச் சிந்திக்க வேண்டுமெனக் கிருஷ்ணன் கூறியது போல் ஆரம்பித்துச் சிலைகளைத் தொழுது முத்தி பேறு பெற விருப்பற்றவர்கள் கிருஷ்ணனாகிய என்னைத் தொழுவீர்களாயின் சகலமும் நானாதலால் நானே முன்னின்று சுகமளிப்பேன் என்பதுடன் கொல்ல வைப்பவனும் நானே, கொல்லுபவனும் நானே, கொல்லப்படுபவனும் நானே என வரைந்து வைத்துக்கொண்டு, இஃது பாரத யுத்த ஆரம்பத்தில் அர்ச்சுன்ன் வில்லை வளைத்து குணத்தொனி செய்து படையை நோக்கிய போது சகல சேனைத் தலைவர்களும் தனது பந்து மித்திரராகத் தோன்றியபடியால் வளைத்த வில்லை நிமிர்த்திச் சோர்வடைந்தானாம். அதைக் கண்ட

கிருஷ்ணன் இக்கீதையை அர்ச்சுனனுக்குப் போதித்து யுத்தவுச்சாகம் உண்டாக்கியதாகப் பாயிரம் ஏற்படுத்திக் கொண்டார்கள். இக்கீதையை முற்றும் வாசிப்பவர்கள் சற்று நிதானித்து வில் வளைத்துக் குணத்தொனி செய்த பின் இக்கீதையைச் சொல்லி முடிக்கும் வரையில் எதிரியின் சேனைத் தலைவர்கள் பொறுத் திருப்பார்களா என்பதை ஆலோசிப்பார்களாயின் இஃது யுத்தகாலப் போதனா கீதையன்று, காலத்திற்குக் காலம் சாவகாசத்தில் வரைந்து கொண்ட கீதையென்றே தெள்ளற விளங்கும். பௌத்தரிடமுள்ள கர்ண ராஜன் கதையில், கிருஷ்ணன் பெயரும் கிடையாது. இக்கீதையும் கிடையாது.

ஈதன்றி, பௌத்த தன்ம சாஸ்திரிகள் உடலுயிர் பொருந்தும் செயலுக்குரிய புருஷனுக்கு ஆன்மனென்னும் பெயர் கொடுத்து அப்பெயரை ஓர் புருஷன் பற்றற்ற நிலையாம் அநித்திய, அனாத்துமன், நிருவாணம் அடையும் வரையில் வழங்கி வந்திருக்கிறார்கள். பஞ்ச ஸ்கந்தங்கள் அமைந்த புருஷனே ஆன்மன், ஆன்மனே புருஷனென்று உணராதும் அதன் அந்தரார்த்தம் அறியாதும் தேகத்துள் பரமாத்துமனென்றும் சீவாத்துமனென்றும் இரண்டு இருக்கிறதாகவும், அவைகளே தேகத்தை ஆட்டி வைக்கின்றதென்றும் தாங்கள் மயங்கிக் கெடுவதுடன் அவற்றை வாசிப்பவர்களும் கெட்டு மயக்குறும்படி எழுதி வைத்துள்ளதுமன்றி ... (அலாய்சியஸ் I 666-67).

பகவத் கீதை இந்துக்களால் வேத உபநிடதங்களோடு வைத்து எண்ணப் படும் சமய நூலாகும்; இறைவனின் கூற்றென்று அவர்களில் பலரால் நம்பப்படுவதாகும். உயர்ந்த பெருமைக்குரிய நூலென்று உலகத்து அறிஞர்கள் சிலர்அதனைப் பாராட்டியுள்ளனர். இது எப்பொழுது தோன்றியது என்பது பற்றி இறுதி முடிவு இன்னும் எடுக்கப்படவில்லை. வியாசர் எழுதிய மகாபாரதத்தில் பின்வந்தவர்களால் இடைச்செருகலாகச் சேர்க்கப்பட்ட இச்சிறு நூல் பதினெட்டு அத்தியாயங்களைக் கொண்டது. இதற்கு அறிஞர்கள் காலந்தோறும் வெவ்வேறு விளக்கங்கள் அளித்து வந்துள்ளனர். இறைவனின் ஈடிணையற்ற உயர்வு பற்றியும், ஆன்மீகம் பற்றியும், கர்ம, ஞான, பக்தி யோகங்கள் பற்றியும் பேசுகின்ற பகவத் கீதை, வாழ்க்கை மறுப்பு நூலன்று, நல்வாழ்வு வாழ வழி சொல்லும் நூலே அதுவென்று வாதிடுவார் பலர். பகவத் கீதையின் மையக் கருத்தென்று கூறப்படுவது எல்லாப் பொருள்களிலும் இறைவனையும், இறைவனில் எல்லாப் பொருள் களையும் காண்பதேயாகும். பார்த்தனின் வேண்டு கோளின்படி பேருருவம் காட்டும் கண்ணன்,

பல நூறாகவும் பல்லாயிரமாகவும், வகை பல, நிறம் பல, அளவு பலவாகவும் உள்ள என் உருவங்களைப் பார் (11.5)

என்று சொல்கிறான். பார்த்தன்,

தேவனே, உன் உடலில் எல்லாத் தேவர்களையும் காண்கின்றேன். பூத வகைகளின் தொகுதிகளைக் காண்கிறேன். தாமரை மலரில் வீற்றிருக்கும் பிரம்மனையும், எல்லா முனிவர்களையும், தேவ சர்ப்பங்களையும் காண்கிறேன். பல தோள்களும், வயிறுகளும், வாய்களும், விழிகளும் உள்ள எல்லையற்ற வடிவில் நின்னை எங்கும் காண்கிறேன். எல்லாவற்றுக்கும் இறைவனே, எல்லாம் தன் வடிவாகக் கொண்டவனே, உனக்கு முடிவும் இடையும் தொடக்கமும் காண்கிலேன். மகுடமும், தண்டும், வலயமும் அணிந்துள்ளாய். ஒளித்திரளாகி எங்கும் ஒளிர்கின்றாய் ... அழிவில்லாதவனாய், அறிதற்குரியனவற்றில் மிகவும் சிறந்தவனாய், வையத்தின் உறையுளாய், கேடில்லாதவனாய், அறத்தினைக் காப்பாய் ... ஆதியும், நடுவும், இறுதியும் இல்லாதவனாய், வரம்பிலா ஆற்றலுடையவனாய், கணக்கற்ற தோளினை உடையவனாய், ஞாயிற்றையும் திங்களையும் கண்களாகக் கொண்டவனாய், கனல் போலும் முகத்தினனாய், ஒளியால் முழு உலகையும் கொளுத்துவோனாய் உன்னைக் காண்கிறேன் *(11. 15-19)*. என்று வியந்துரைக்கிறான்.

கண்ணன் பார்த்தனிடம் **"யான் அருள் கொண்டு ஆத்மயோகத்தால் எனது உருவை உனக்குக் காண்பித்தேன். ஒளிமயமாய், அனைத்துமாய், எல்லையற்றதாய் உள்ள இவ்வடிவத்தைஇதற்கு முன் உன்னைத் தவிர வேறு யாரும் பார்த்ததே கிடையாது. வேதம், வேள்வி, கல்வி, ஈகை, செயல் ஆகிய எதனாலும் மனித உலகத்தில் என்னை இவ்வடிவில் உன்னையன்றி வேறு யாராலும் பார்க்க முடியாது" *(11. 47-48)*.**

என்று கூறவும் காண்கிறோம்.

இங்கு மட்டுமல்லாமல் இன்னும் பலவிடங்களிலும் இறைவனின் பெருமை இறைவன் கூற்றாகவே வருகிறது.

யான் பிறப்பற்றவன், அழிவற்றவன், உயிர்களுக்கெல்லாம் இறைவன், எனினும் யான் எனது பிரகிருதியில் நிலைபெற்று ஆத்ம மாயையால் பிறப்பெய்துகிறேன் ... எப்பொழுதெல்லாம் தர்மம் அழிந்து போய் அதர்மம் தலைதூக்குகிறதோ அப்பொழுதெல்லாம் நான் பிறப்பெடுக்கிறேன். நல்லோரைக் காக்கவும் தீயோரை அழிக்கவும் அறத்தை நிலை நாட்டவும் நான் யுகந்தோறும் பிறக்கிறேன் *(4. 6-8)*.

நான் உலகம் முழுமைக்கும் ஆக்கமும் அழிவும் ஆவேன். என்னைக் காட்டிலும் உயர்ந்த பொருள் எதுவுமில்லை. நூலில் மணிகளைப் போல் இவ்வுலகமெல்லாம் என் மீது இணைக்கப்பட்டது.

நான் நீரில் சுவை; ஞாயிற்றிலும் திங்களிலும் ஒளி; எல்லா வேதங்களிலும் நான் பிரணவம்; வானில் ஒலி நான்; ஆண் மக்களிடம் நான் ஆண்மை.

மண்ணில் தூய மணமும் தீயில் சுடரும் நான். எல்லா உயிர்களிலும் உயிர்ப்பு நான். தவம் செய்வோரின் தவம் நான். எல்லா உயிர்களுக்கும்

நான் *சாதனமாகிய விதை; புத்தியுடையோரின் புத்தி நான்; ஒளியுடையோரின் ஒளி நான் (7. 6-10).*

இவ்வாறு யாவரும் அறிந்த இறைவனின் தன்மைகள் மீண்டும் மீண்டும் இறைவனாலேயே எடுத்துச் சொல்லப்பெறும். இவை யெல்லாம் பார்த்தனின் கூற்றாகவோ, கவியின் கூற்றாகவோ இருந்திருந்தால் ஓரிடத்தில் மட்டும் வலியுறுத்தப்பட்டிருந்தால் சிறப்பாக இருந்திருக்கும்.

மனித வாழ்வுக்கு வேண்டிய அறிவுரைகள் நூல் முழுவதும் விரவிக் கிடக்கின்றன. "செயலின் பயனில் பற்றுதல் இன்றி, தான் செய்ய வேண்டிய தொழிலை எவன் செய்கிறானோ, அவன் துறவி; அவன் யோகி" என்றும் "ஓயாமல் தொழில் செய்; நீ எது செய்தாலும் அது நல்லதாகவே முடியும்" என்றும் "எவன் எல்லாப் பொருள்களிலும் ஆத்மாவையும் ஆத்மாவில் எல்லாப் பொருள்களையும் பார்க்கிறானோ அவனே உண்மையுணர்ந்தவன்" என்றும் "எல்லாச் செயல்களையும் கடவுளுக்கென்று எண்ணி, பற்றற்று எவன் தொழில் செய்கிறானோ அவனைப் பாவம் தீண்டுவதில்லை" என்றும் "மனிதனுக்குச் சொந்தமானதென்று ஒரு செய்கையும் கிடையாது; செய்யும் திறமையையும் அவனுக்குக் கடவுள் தரவில்லை; கர்மப் பயனை அவன் அடைவதுமில்லை; எல்லாம் இயற்கையின்படி நடக்கிறது" *(5.14)* என்றும் "துன்பங்களில் மனம் கெடாதவனாய், இன்பங்களில் விருப்பற்றவனாய், அச்சமும் சினமும் தவிர்க்கும் முனிவன் மனவுறுதி வாய்ந்தவன்; எவன் நல்லதிலும் கெட்டதிலும் வீழ்ச்சியற்றவனாய், ஆசையும் பகையுணர்வுமின்றி இருப்பானோ, அவனது அறிவே நிலையானது" *(2. 55—57)* என்றும் "நீ பாவிகளில் மிகக் கொடியவனாயினும் ஞானத்தின் உதவியால் தீமையாகிய கடலைக் கடக்க முடியும்" *(4.26)* என்றும் "அறிவும், ஞானமும், மயக்கமின்மையும், பொறுமையும், வாய்மையும், அடக்கமும், அமைதியும், இன்பமும், துன்பமும், உண்மையும், இன்மையும், அச்சமும், அஞ்சாமையும், துன்புறுத்தாமையும், நடுநிலையும், மகிழ்ச்சியும், ஈகையும், தவமும், இகழ்ச்சியும், புகழும் ஆகிய பல இயல்புகளும் உயிர்கள் என்னிடமிருந்து பெறுவன" *(10.4—5)* என்றும் "பழக்கத்தைக் காட்டிலும் ஞானம் சிறந்தது; ஞானத்தைக் காட்டிலும் தியானம் சிறந்தது; தியானத்தைக் காட்டிலும் செய்கையின் பயன்களைத் துறத்தல் மேலானது. அதனைக் காட்டிலும் மன அமைதி உயர்ந்தது" *(2.12)* என்றும், "எவனை உலகினர் வெறுப்பதில்லையோ எவன் உலகத்தாரை வெறுப்பதில்லையோ, களி, அச்சம், சினம் ஆகியவற்றிலிருந்து எவன் விடுபட்டவனோ, அவன் எனக்கினியவன் *(2.15)* என்றும், அகம்பாவமின்மை, ஆடம்பரமின்மை, துன்பம் செய்யாமை, பொறுமை, நேர்மை, ஆசிரியனை வழிபடுதல், தூய்மை,

மனவுறுதி, தன்னைக் கட்டுப்படுத்துதல், புலனின்ப நாட்டமின்மை, பிறப்பு, இறப்பு, நரை, நோய், துயரம் ஆகியவற்றை ஒரே முறையில் நோக்குதல், பற்றின்மை, மகனையும், மனைவியையும், வீட்டையும் தன்னுடையதெனக் கருதாமை, விரும்பியனவும் விரும்பாதனவும் அடையுமிடத்து ஒரு நிலையிலிருத்தல், என்னிடம் இடையறாது செலுத்தப்படும் பக்தி, தனியிடங்களை நாடுதல், மக்கள் கூட்டத்தில் விருப்பமின்மை, ஆத்ம ஞானத்திலிருந்து பிறழாமை, உண்மை உணர்தல் ஆகியவையே ஞானமெனப்படும் *(13. 8—11)* என்றும் பல கருத்துக்கள் சொல்லப்பட்டுள்ளன. ஒட்டு மொத்தமாகப் பார்க்கும்போது உயர்ந்த அறத்தை முருகியல் உணர்வோடு சில இடங்களில் சொல்லும் கீதையில் கூறியது கூறல், முன்னுக்குப் பின் முரண்படக் கூறல், கூறத் தேவையற்றதை மீண்டும் மீண்டும் கூறல், பொருளைத் தெளிவாக்காது சொற்களை அடுக்குதல் போன்ற குறைகளைல்லாம் தவிர்க்கப்படாதது வருந்தற்குரியதாகும். உலக மாந்தரின் உய்வுக்கு எந்நாளும் பொருந்தக் கூடிய வழி கூற வேண்டிய கீதை சில குறிப்பிட்ட பகுதிகளில் குறிப்பிட்ட குழூக்களின் பழக்க வழக்கங்களை ஏற்றிப் பேசுவதும் மக்களுக்குள் வேறுபாடுகளைக் கற்பித்துச் சிலரைப் போற்றுவதும் கீதையை உலகப் பொதுமறையாக ஏற்றுக் கொள்ள முடியாமல் போனதற்குக் காரணங்களாகும். பண்டை இந்தியாவில் தேவதைகளை மகிழ்விக்க ஆரியர்கள் செய்த வேள்விகளை விதந்து கூறும் பகுதிகள் இன்று இந்த நாட்டிலேயே பொருளற்றுப் போய்விட்டன. நால்வருணம் பற்றியும் அவற்றுள் ஏற்றத் தாழ்வு ஏற்படுத்தியும் மக்களுள் ஒரு பகுதியினரைச் சூத்திரர் என்று இழிவுப்படுத்தியும் பெண்ணினத்தை முற்றும் குறையுடையதாக மதிப்பிட்டும் பேசும் பகுதிகளெல்லாம் இறைவனின் கூற்றென்று சொல்லப்படும் நூலில் இடம் பெற்றிருக்கக் கூடாது.

பார்த்தன் ஏன் போரிட மாட்டேன் என்று கண்ணனிடம் கூறுவது நோக்கற் பாலது:

ஒரு குலம் அழிவதால் குல தர்மங்களும் சடங்குகளும் அழிகின்றன;

குலதர்மம் அழிவதனால் குலம் முழுவதையும் அதர்மம் தாக்குகிறது. அதர்மம் சூழ்வதால், ஒழுங்கு குலைகிறது; பெண்கள் பாவம் செய்கிறார்கள்; அவர்களின் தூய்மை கெடுகிறது. பெண்கள் கெட்டால், சாதிகளின் ஒழுங்கு கெட்டு, சமுதாயத்தில் குழப்பம் ஏற்படுகிறது.

அக்குழப்பம், அக்குலத்தாரையும், அதனை நாசம் செய்தவரையும் நரகத்திற்குக் கொண்டு செல்கிறது. இறந்தவர்களின் ஆவிகள், சடங்குகளில் அளிக்கப்படும் பிண்டமும் நீரும் கிடைக்காமல் துன்புறுகின்றன.

குலக்கேடர் செய்யும் குற்றங்களால் சாதிக் குழப்பம் ஏற்பட்டு, சாதி தருமங்களும் தொன்று தொட்டு வரும் குல தருமங்களும் கெடுகின்றன.

சாதி தருமங்களைக் கடைப்பிடிக்காத மனிதர்களுக்காக நரகம் காத்திருக்கிறதென்பதை நாம் கேள்விப்பட்டதில்லையா? (1.40-44)

வேள்வியின் இன்றியமையாமையைக் கண்ணன் பார்த்தனுக்கு எடுத்துச் சொல்லும்போது காலத்தாலும் இடத்தாலும் மனிதகுலம் முற்றுக்கும் பொருந்தும் அறம் பேசப்படவில்லை.

வேள்வியின் பொருட்டென்று செய்யப்படுவது தவிர ஏனைய தொழில்களைல்லாம் மனிதருக்குத் தளையாகிறது. எனவே பற்றை நீக்கித் தொழில் செய்வாய்.

முன்பு பிரம்மதேவன் மனிதரையும் வேள்வியையும் ஒரே சமயத்தில் படைத்துச் சொன்னான்: "வேள்வியில் பல்கிப் பெருகுவீர்கள்; வேள்வியால் நீங்கள் விரும்பியவற்றையெல்லாம் அடைவீர்கள்.

நீங்கள் செய்யும் வேள்வியால் மகிழ்வடைந்து தேவர்கள் நீங்கள் கேட்பவற்றையெல்லாம் கொடுப்பார்கள்; தேவர்களுக்குக் கைம்மாறு செய்யாமல் அவர்கள் கொடுப்பதைத் துய்ப்போர் கள்வராவர்.

வேள்வியில் எஞ்சியதை உண்ணும் நல்லவர்கள் பாவங்களிலிருந்து விடுபடுகின்றார்கள். தமக்காக மட்டும் உணவு சமைக்கும் தீயவர்கள் உண்ணும் உணவு பாவமே.

உணவால் உயிர்கள் உயிர் வாழ்கின்றன. மழையால் உணவு கிடைக்கின்றது. வேள்வியே மழையை விண்ணிலிருந்து கொண்டு வருகின்றது. வேள்வி புனிதமான செயலாகும்." (3. 9-14).

"ஒன்றே குலமும் ஒருவனே தேவனும்" என்று பேச வேண்டிய நூல் பல தேவர்களை வேள்வியால் களிப்படையச் செய்து நலன் பெற வேண்டும் என்று அறிவுரை கூறுவது விந்தையானது.

"உலக மக்களெல்லாம் என்னுடைய குழந்தைகள், நான் அவர்கள் யாவரிடமும் ஒரே விதமான அன்பைச் செலுத்துகிறேன்" என்று சொல்ல வேண்டிய இறைவன், "நான்கு வருணங்களும் என்னிடமிருந்தே தோற்றம் பெற்றன. அவரவர் தன்மைக்கும் தொழிலுக்கும் நீதி செய்யும் வகையில் இவ்வருணங்களைச் சமைத்தேன். அழிவற்றவனும் செய்கைகளுக்கெல்லாம் அப்பாற்பட்டவனுமாகிய நான் இதனைச் செய்தேன் என்று அறிந்து கொள்" என்று சொல்கிறார்.

நால் வருணங்களுள் பிராமணரைத் தவிர ஏனையோரைக் கீழானவராக இறைவன் கருதுவதாகத் தெரிவிக்கும் பாடல்களும் கீதையில் உண்டு.

என்னிடம் அடைக்கலம் கேட்டு வருபவர் யாவராயினும் அவர்கள் எவ்வளவு கீழோராயினும் நலிந்தோராயினும் பாவம் செய்தவராயினும் அவர்கள் பெண்களாகவோ, வைசியர்களாகவோ, சூத்திரர்களாகவோ

இருந்தாலும் கூட, உயர்ந்த நிலை அடைவார்கள். அப்படியானால் என்னை விரும்பும் தூய்மையான பிராமணர்களைப் பற்றியும் அரசகுலத்து முனிவர்களைப் பற்றியும் சொல்ல வேண்டுமா? *(9. 32-33)*

எல்லாப் பெண்களும் கீழ்வருணங்களோடு சேர்க்கப்பட்டிருப்பது கருதற்குரியது.

பகவத் கீதையின் இறுதி அத்தியாயத்தில் நால்வருணங்களும் பிறவிக் குணத்தை அடிப்படையாகக் கொண்டவையென்றும் அவை ஒவ்வொன்றும் தத்தம் தொழிலைச் செய்தலே முறையென்றும் அறிவுறுத்தப்படுகிறது.

பிராமணர், சத்திரியர், வைசியர், சூத்திரர் ஆகியோருடைய தொழில்கள் அவர்களுடைய பிறவிக் குணங்களுக்கேற்ப வேறுபடும். மனத்தைக் கட்டுக்குள் வைத்தல், தவம், தூய்மை, பெருந்தன்மை, நேர்மை, ஞானம், இறை நம்பிக்கை ஆகியவை பிராமணனுக்குரியவை. வீரம், ஒளி, உறுதி, திறமை, போர்க்களத்தில் அஞ்சாமை, ஈகை, நல்ல தலைமை ஆகியவை சத்திரியனுக்குரியவை. வணிகம், உழவு, பசுக்களை வளர்த்தல் ஆகியவை வைசியர்களுக்குரியவை. பணி செய்வது சூத்திரனுக்குரியது ... பிறர்க்குரிய தருமத்தை நன்கு செய்வதைக் காட்டிலும் தனக்குரிய தருமத்தைக் குறைபடச் செய்தாலும் ஒருவன் பாவம் செய்தவன் ஆகான் *(18. 41-47)*.

பகவத் கீதையின் ஆணைகள் ஒரு சார்புடையவை என்பது வெளிப்படை. எல்லாவுயிர்களும் ஒத்த உயர்வுடையவை என்ற உண்மை புறக்கணிக்கப்பட்டு மக்களைப் பிறப்பின் அடிப்படையில் நான்கு பகுதிகளாகப் பிரித்து அவரவர்க்குரிய தொழில்களை முறையின்றி விதித்துப் பெண்ணினம் முழுவதையும் தரக்குறைவாகத் தாழ்த்தி வைக்கும் சமுதாய அமைப்பு எந்த விதத்திலும் எக்காலத்திலும் நியாயப்படுத்த முடியாத ஒன்று; அதனை அறமென்று சொல்வதைச் சான்றோர் ஏற்க மாட்டார்; அத்தகைய அமைப்பையுடைய சமுதாயத்தைக் கண்டு நல்லறிவு உடையார் இரக்கமும் அறச்சினமும் கொள்வர் என்பது திண்ணம். பகவத் கீதை பேசும் தருமம் மனித ஒருமைப்பாட்டுணர்வுக்கு முற்றும் மாறானது; வள்ளுவர் சுட்டும் அறவாழ்விற்குப் பொருந்தாதது.

“பிறப்பொக்கும் எல்லாவுயிர்க்கும்; சிறப்பொவ்வா செய்தொழில் வேற்றுமையான்” என்றும் “அந்தணர் என்போர் அறவோர்” என்றும் தெளிவாக்கும் வள்ளுவர், ஆரிய, திராவிட இனங்கள் பற்றியோ, தமிழர், தமிழரல்லாதார் வேறுபாடு பற்றியோ குறிப்பிடாதது அவர் அவ்விதப் பாகுபாடகளையெல்லாம் முற்றும் புறக்கணித்தார் என்பதையும் மனங்கொளல் வேண்டும். வேள்வி செய்வோரை உயர்த்தாது இவ்வுலக வாழ்க்கைக்குத் தேவையான உணவைப் படைக்கும் உழவரை உயர்த்தி “சுழன்றும் ஏர்ப்பின்னது உலகம்,

அதனால் உழந்தும் உழவேதலை" என்று வள்ளுவர் கூறுவது, அவர் மறுமையைப் பெரிதுப்படுத்தாது இம்மண்ணில் மாந்தர் நல்ல வண்ணம் வாழ வேண்டியதையே கருத்தில் கொண்டார் என்பதைப் புலப்படுத்தும்.

வேதங்கள், உபநிடதங்கள், மனுநூல், கீதை ஆகியவையெல்லாம் மாந்தருக்குப் பயன்தரும் நூல்களாகாவென்று ஒதுக்கித் தள்ளும் அயோத்திதாசர் ஏன் திருக்குறளை எக்காலும் எல்லாவற்றினும் உயர்த்திப் பேசுகிறார் என்பதைப் புரிந்துகொள்ள அந்நூல்களை மேலெழுந்தவாரியாக ஒரு முறை பார்த்தாலே போதும்.

4
வட நூல்களில் வள்ளுவம்

திருவள்ளுவர் தம் நூலை வியாழன், வெள்ளி ஆகியோரின் நூற்களை ஆதாரமாகக் கொண்டு எழுதியுள்ளார் எனும் கூற்றை ஆண்டுகளுக்கு முன்னமேயே அடியோடு மறுத்தவர் அயோத்திதாசர்.

வியாழன், வெள்ளி இவர்களின் நூலாதாரம் கொண்டு திருவள்ளுவர் தனது குறளை இயற்றியுள்ளார் என்பது திருவள்ளுவ மாலையில் கூறியுள்ள செய்யுட்களுக்கு முற்றும் மாறாகவே முடியும். இதுகாறும் தோன்றா வியாழம், வெள்ளி இவர்களின் நூற்கள் முற்காலச் சரித்திரங்களில் இல்லாது முரண்பட்டுத் தற்காலம் தோன்றியுள்ள படியால் திருவள்ளுவர் குறள் ஆதாரம் கொண்டே வியாழன், வெள்ளி, சுக்கிரன், சாணக்கியர் அர்த்த சாஸ்திரம் யாவும் தோன்றியுள்ளதென்பது அதன் தோற்றக் காலங் கொண்டே சொல்லாமலே விளங்கும் (அலாய்சியஸ் II 543).

என்பார் அவர். திருக்குறளில் வட நூல்களின் தாக்கத்தைக் கண்ட இருபதாம் நூற்றாண்டுக் கல்வியாளர்களும் ஆய்வாளர்களும் அதற்குப் பரிமேலழகரின் உரையையே மூல ஆதாரமாகக்

கொண்டனர். ‘வட நூல் மதம்’, ‘வட நூலார் அறம்’ பற்றி அடிக்கடி பேசும் பரிமேலழகர் குறள் கூறும் கருத்தில் வருணாசிரம தரமத்தை வலிந்து திணிக்க இக்கருத்தைப் பயன்படுத்திக் கொண்டாராயினும் அவர் தரும் மேற்கோள்கள் யாவும் புறநானூறு போன்ற சங்க நூல்களிலிருந்தும் சிலம்பு, மணிமேகலை, சீவக சிந்தாமணி, நாலடி, நான்மணிக்கடிகை போன்ற பிற தமிழ் நூல்களிலிருந்தும் எடுக்கப்பட்டவையே. அவர் உரைநடையில் அக்கவிதைப் பகுதிகள் இரண்டறக் கலந்து விடுகின்றன. காமத்துப்பால் உரையின் முன்னுரையில் “இன்பங்களிலெல்லாம் மேலானது பெண்ணின்பம் என்பது என் எண்ணம்” என்று போசராசன் கூறியுள்ளார் என்பது போன்ற ஓரிரு இடங்களைத் தவிர வேறெங்கும் வடநூல்களிலிருந்து பரிமேலழகர் மேற்கோள்கள் தரவில்லை.

வட நூல்கள் யாவும் தமிழ் இலக்கியங்களுக்கு முன் தோன்றியவை யென்ற எண்ணம் தவறானது என்பது இப்பொழுது பரவலாக உணரப்பட்டு வருகின்றது. வடமொழி மூலங்கள் என்று கருதப்பட்டவை தமிழ் நூல்களின் தழுவல்களாகவும், மொழிபெயர்ப்புகளாகவும், வழி நூல்களாகவும் தோன்றியவை என்பதற்குப் பல சான்றுகள் இப்பொழுது கிடைத்துள்ளன. திருக்குறளில் கௌடலீயம், சுக்கிர நீதி, காம சூத்திரம் ஆகியவற்றின் தாக்கம் பற்றிப் பேசியவர்கள் அந்நூல்களின் காலம், தோற்றம், தன்மை பற்றிய ஆய்வுகள் பெருகிய வழி, தம் கருத்தை மாற்றிக் கொள்ள வேண்டிய நிலை ஏற்பட்டுள்ளது. அவைகள் திருக்குறளுக்குப் பின் தோன்றியவை என்பதோடு திருக்குறளுக்குக் கடன் பட்டவையென்பதும் அவற்றையெல்லாம் காய்தல், உவத்தல் இன்றி ஆராய்வார் அறிய முடியும்.

தமிழில் சங்க இலக்கியங்களும் பாலி, பிராகிருதம், சமஸ்கிருத மொழிகளிலிருந்த ஏனைய இலக்கியங்களும் திருக்குறளின் வருகைக்குக் கட்டியம் கூறியிருக்கின்றன. இம்மொழிகளில் எல்லாம் திருக்குறளுக்குப் பின் வந்த அறம், பொருள், காமம் பற்றிய நூல்கள் அதன் தாக்கத்திற்கு உட்பட்டிருக்கின்றன என்பது இவற்றை இப்பொழுது கிடைத்துள்ள சான்றுகளை வைத்துக் கொண்டு மீள் பார்வை செய்தால் தெளிவாகும். வடமொழியில் உள்ள பொருள் பற்றிய நூல்களுள் தலையாயது என்று கருதப் பெறுவது கௌடலீயம் ஆகும். சில குறட் கருத்துக்கள் இதில் இருக்கக் கண்ட அறிஞர்கள் சிலர் வள்ளுவர் இதன் ஆசிரியருக்குக் கடன் பட்டிருக்கின்றார் என்று பேசியும் எழுதியும் வந்தனர். ஆனால் கௌடலீயம் கி.பி. நான்காம் நூற்றாண்டுக்குப் பிறகு எழுதப்பட்டிருக்க வேண்டுமென்று மேலை வல்லுநர்கள் முடிவு செய்வதாலும் வேறு சில சான்றுகளாலும் திருக்குறள் தாக்கத்திற்குக் கௌடலீயம் உட்பட்டிருக்கிறது என்பது தெரிய வருகிறது. அர்த்த சாஸ்திரம் என்று அழைக்கப்பெறும்

கௌடலீயத்தை எழுதியவர் யாரென்று வடமொழியாளர்கள் இன்னும் உறுதியாகச் சொல்ல முடியவில்லை. பரந்து பட்ட பல பொருள்களைப் பற்றிப் பேசும் அது ஒரு தொகுப்பு நூலென்பதில் ஐயமில்லை.

நிலத்தைக் கொள்ளுதல், அதனைக் காத்தல் என்னுமிவை குறித்து முன்னை ஆசிரியர்களால் எத்துணைப் பொருள் நூல்கள் கூறப்பட்டனவோ அவற்றைப் பெரும்பாலும் திரட்டி இப்பொருள் நூல் ஒன்று செய்யப்படுகின்றது (ப. 1)

என்றே முதல் அத்தியாயம் தொடங்குகின்றது. இறுதி அத்தியாயமும் இதனை மீண்டும் அப்படியே சொல்கிறது (ப. 1224).

விண்டர்னிட்சன், ஜாலி, கீத் போன்ற மேலைக் கல்வியாளர்கள் சந்திரகுப்தனது காலத்தில் சாணக்கியர் என்ற பொருள் நூலாசிரியர் ஒருவரும் இருந்ததில்லையென்பதற்குப் பல சான்றுகள் தருவர். கௌடலீயம் எனும் பொருள் நூல் கி.பி. மூன்றாம் நூற்றாண்டினதான யாக்ஞ்ய வல்கிய ஸ்மிருதியைப் பெரிதும் தழுவியிருத்தலின் அதற்குப் பின் தோன்றியதே என்பார் ஜாலி. கையாளும் நடையிலும் வாக்கிய அமைப்பிலும் இது பழமையான வடமொழி நூல் அன்று என்பது கீத்தின் கருத்து. எனவே அர்த்த சாஸ்திரம் திருக்குறளுக்கு இரண்டு மூன்று நூற்றாண்டுகளேனும் பிற்பட்டதென்றறியலாம்.

மனு முதலான வடநூலார் பலர் உழவுத் தொழிலை இழிதொழில் என்றும் பிராமணரால் செய்யத்தக்கதன்றென்றும் கூறியிருக்கக் கௌடலீயம் உழவுக்குச் சிறப்பிடம் அளிக்கும். இது குறளின் தாக்கத்தால் விளைந்ததாகும். பண்டிதமணி,

தமிழ் நூலார் எல்லாத் தொழில்களினும் தலையாயது உழவு என்று கூறுப; இதனை,

"சுழன்றும் ஏர்ப்பின்னது உலகம் அதனால்

உழந்தும் உழவே தலை"

"உழுவோர் உலகத்தார்க்கு ஆணி"

என்னும் திருக்குறள்களானும் "வருத்தமிலவேனும் பிற தொழில்கள் கடை என்பது போதற 'உழந்தும் உழவே தலை' என்றும் கூறினார் என்பது முதலிய பரிமேலழகர் உரைக்குறிப்புகளானும், 'இரப்போர் சுற்றமும் புரப்போர் கொற்றமும் உழவிடை விளைப்போர்' என்னும் சிலப்பதிகாரத்தானும் தெளிய உணரலாம். இந்நூலில் கூறிய முறை வைப்புத் தமிழ் நூலார் கொள்கையைத் தழுவியிருத்தலான் கௌடலீயர் தமிழர் வழக்கவொழுக்கங்களுள் சிறந்தனவற்றைத் தம் பொருள் நூலுக்கு உரியவாகக் கொள்ளும் கொள்கையுடையவர் என்பது போதரும் (ப. 33).

என்று கூறுவார்.

முதல் அதிகாரத்தின் பத்தாம் அத்தியாயத்தில் கௌடலீயம் அமைச்சர்களின் பண்பையும் திறமையையும் அரசன் ஆராய்ந்தறிதல் வேண்டுமென்று கூறும் பகுதியில்,

அறம் பொருள் இன்பம் உயிரச்சம் ஆகிய நான்கினாலும் ஆராயப் பட்ட தூயவர்களை அவரவர் தூய்மைக்கேற்ப அன்னார் தகுதிக்குரிய செயல்களில் நியமனம் செய்தல் வேண்டும் என்று பண்டை ஆசிரியர்கள் வரையறைப் படுத்தினர் (ப. 59).

எனும் பொருளுடைய சுலோகத்தைக் காணலாம். இது திருக்குறளில் 'தெரிந்து தெளிதல்' எனும் அதிகாரத்தில் வரும்.

அறம் பொருள் இன்பம் உயிரச்சம் நான்குடன்

திறந்தெரிந்து தேறப்படும் (501).

எனும் குறளின் கருத்தாகும். இப்பகுதியில் பண்டை ஆசிரியர் என்று கௌடலீயர் குறிப்பது வள்ளுவரையே என்றெண்ணுதல் தவறாகாது. இருக்கு வேதத்திற்கு ஆய்வுரை எழுதியவரும் வேத நூல் விற்பன்னருமான சுந்தர் ராஜ் என்பவர் வடநூல்கள் பண்டை ஆச்சாரியார்கள் என்று சுட்டுவது தமிழ் அறிஞர்களையே என்று குறிப்பிடுவார்.

அமைச்சர் இயல்பு கூறும் போது கௌடலீயம் "அரசனைச் சார்ந்தவருடைய வாழ்க்கைச் சூழலைச் சேர்ந்தொழுகுதல் போன்ற தெனக் கூறுப. தீ ஒரு பகுதியையாதல், ஓங்கின் உடல் முழுமையுமாதல் கொளுத்தும் அரசனோவெனின் மக்கள் மனைவியருடன் ஒருவனைச் சேர்த்து அழிக்கவோ ஆக்கவோ வல்லவனாவான்" (ப. 701).

என்றுரைக்கும். திருக்குறள்,

அகலாது அணுகாது தீக்காய்வார் போல்க

இகல்வேந்தர்ச் சேர்ந் தொழுகுவார் (குறள் 691)

என்று சொல்லழகும் பொருளழகும் தோன்றக் கூறியுள்ள கருத்தே கௌடலீயத்தில் அமைச்சர்க்குக் கூறப்படும் எச்சரிக்கையாக இடம் பெறுகிறது. வள்ளுவர்,

இயற்றலும் ஈட்டலும் காத்தலும் காத்த

வகுத்தலும் வல்ல தரசு (385)

என்று கூறியதைக் கௌடலீயம்,

அதனால் (தண்ட நீதியால்) விளையும் பயன்கள் அடையப் பெறாத பொருளை அடைதலும், பெற்றன காத்தலும், காத்தவற்றை வளர்த்தலும்,

அவற்றை நல்வழியில் பயன்படுத்தலுமாம். (ப. 35)

என்று விளக்கும். தமிழ்க் கவிஞர்,

> கடுமொழியும் கையிகந்த தண்டமும் வேந்தன்
> அடுமுரண் தேய்க்கும் அரம் (567).

என்று கூறியதை வடநூலார்,

கொடுந்தண்டம் மக்களை நடுக்கமுறுத்தும்; குறைந்த தண்டம் அவமதிக்கப்படும்; தகுதியான தண்டம் நன்கு மதிக்கப்படும். நூன்முறை வழாது நன்கு நுனித்துணர்ந்து செலுத்தப்படும் தண்டம் மக்களை அறம் பொருள் இன்பங்களில் தலைப்படுத்தும். காமம், வெகுளி, மயக்கம் காரணமாக நூன்முறை வழீஇச் செலுத்தப்படும் தண்டம் வானப்பிரத்தம், துறவு நிலைகளில் உள்ளாரையும் சினமுறச் செய்யுமெனின் இல்லற நிலையிலுள்ளாரைச் சினமுறுத்தும் என்பதைப் பற்றிக் கூறவேண்டுவதென்? (35-36).

என்றெல்லாம் விளக்குவார். திருக்குறள்,

> ஒற்றும் உரை சான்ற நூலும் இவையிரண்டும்
> தெற்றென்க மன்னவன் கண் (581)

என்று கூறுவதற்குப் பரிமேலழகர்,

ஒற்று, தன் கண் செல்ல மாட்டாத பரப்பெல்லாம் சென்று கண்டு ஆண்டு நிகழ்ந்தனவெல்லாம் உணர்தலானும் நூல் அந்நிகழ்ந்தவற்றிற்குத் தன் உணர்வு சொல்ல மாட்டாத வினைகளையெல்லாம் சொல்லி உணர்த்தலானும் இவ்விரண்டனையுமே தனக்கு ஊனக்கண்ணும் ஞானக்கண்ணுமாகத் துணிந்து கொண்டொழுக என்பதாம்.

என்று உரையெழுதுவார்.

கௌடலீயம், 'மன்னன் ஒற்றனால் கண்ணையும் ... நல்லாற்றில் பொருள் படைத்தலால் மக்களுக்கு மகிழ்ச்சியளித்தலையும் நற்செயலால் உலக வாழ்க்கையையும் கொள்ளல் வேண்டும்' (ப. 44—45) என்று சொல்லும். நல்ல வழியிலேயே தான் பொருளீட்ட வேண்டும் என்று இங்குச் சொல்லப்படும் கருத்தும் திருக்குறளிலிருந்து எடுக்கப்பட்டதே.

> அறனீனும் இன்பமும் ஈனும் திறனறிந்து
> தீதின்றி வந்த பொருள் (754)

என்பது குறள். அறவழியை இங்கு வலியுறுத்தும் கௌடலீயம் பின்னால் வரும் பகுதிகளில் எல்லாம் மன்னன் பொருள் சேர்க்கக் கூடிய முறைகள் என்று பல அறமற்ற, முற்றிலும் கொடிய வழிகளை யெல்லாம் சொல்லிச் செல்கிறது.

திருக்குறள் மன்னன் செய்ய வேண்டிய செயலாக,

கொடுத்தலும் இன்சொலும் ஆற்றின் அடுக்கிய

சுற்றத்தால் சுற்றப் படும் (525)

என்று கூறும். கௌடலீயம் இதை அப்படியே எதிரொலிக்கும். மகிழ்ச்சியுடையாரை மிகுதியாகப் போற்றுதல் வேண்டும்.

மகிழ்ச்சியில்லாரை மகிழ்விக்கும் பொருட்டுப் பொருட் கொடையாலும் இன்சொற்களாலும் சிறப்பிக்க வேண்டும் (ப. 76)

அமைச்சன் வினை செய்யும் திறன் பற்றிக் குறள்,

பொருள் கருவி காலம் வினை இடனொடு ஐந்தும்

இருள்தீர எண்ணிச் செயல் (675)

என்று சொல்வதைக் கௌடலீயம் மாற்றமின்றி எடுத்தாள்கிறது.

காரியங்களைத் தொடங்குதற்குரிய உபாயம், வினை செய்வாரும் பொருளும் நிரம்ப உடைமை, ஏற்ற காலம், இடங்களை அறிதல், இடையூறு களைதல், காரியத்தின் பயன் என்னும் ஐந்தும் சூழ்ச்சிக்கு உறுப்புகளாம். (ப. 89)

முடிவெடுத்தபின் காலந் தாழ்த்தல் கூடாதென்பதை வள்ளுவர்,

சூழ்ச்சி முடிவு துணிவெய்தல் அத்துணிவு

தாழ்ச்சியுள் தங்குதல் தீது (671)

என்று வலியுறுத்துவார். இதனைக் கௌடலீயம்,

துணிந்த பொருளை முடிக்கக் காலம் கடத்தல் ஆகாது. நெடுங்காலம் சூழ்தலுமாகாது. தன்னால் கேடு விளைக்கப்படுவாரைச் சார்ந்தவர்களோடு சூழ்தல் கூடாது (ப. 89)

என்று வழிமொழியும்.

தூதுவன் தன்னுயிர்க்கு அஞ்சிப் பிறழக் கூறலாகாது என்பதைத் திருக்குறள்,

இறுதி பயப்பினும் எஞ்சாது இறைவர்க்கு

உறுதி பயப்பதாம் தூது (690)

என்று வலியுறுத்தும். இக்குறள் கருத்தையும் கௌடலீயம் பயன்படுத்திக் கொள்ளும்.

(தூதுவன்) தன்னுயிர்க்குக்கேடு விளையும் என்று தோன்றினும் தன் அரசன் கட்டளையை அவன் கூறியவாறே கூறல் வேண்டும் (ப. 93).

அரசன் வினைவல்லாரை அவர் செய்யவல்ல வினைகளை அறிந்து அவற்றின் கண்ணே ஆளும் திறம் கொண்டவனாதல் வேண்டும் என்பதைத் திருக்குறள்,

இதனை இதனால் இவன் முடிக்கும் என்றாய்ந்து

அதனை அவன்கண் விடல் (517)

என்று கவிதை நயத்தோடு சொல்லும். இதனைக் கௌடலீயம்,

அமைச்சர்க்குரிய குணங்கள் நிறைந்த தொழில் தலைவர் எல்லாரும் அவரவர் ஆற்றற்கேற்பக் காரியங்களில் நியமிக்கத் தக்கவராவர் (ப. 190)

என்று எடுத்தியம்பும்.

திருக்குறள் கருத்துக்களை மட்டுமல்லாமல் கௌடலீயம் அதன் உவமைகள் சிலவற்றையும் பயன்படுத்திக் கொள்ளும். உட்பகைவர்களைக் கடியாது உடன் வைத்திருத்தல் பாம்போடு வாழ்தலை ஒத்ததென்று குறள் கூறும்.

உடம்பாடிலாதவர் வாழ்க்கை குடங்கருள்

பாம்போடு உடன் உறைந்தற்று (890).

கௌடலீயம் தன் மக்களிடமிருந்தும் மன்னன் தன்னைக் காத்துக் கொள்ள வேண்டுமென்பதை,

ஆதலின் ஓரிடத்தில் அப்புதல்வரைப் பாதுகாப்பில் இருக்கச் செய்தல் சிறந்ததென்பது விசாலாக்கர் கொள்கை. இங்ஙனம் செய்வது பாம்புடன் பழகுதல் போல்வதாம் (ப. 99).

என்று சொல்லும். வலிமிகுதியுடைய மன்னன் பகைமேற் செல்லாது காலம் பார்த்திருக்கின்ற இருப்பு, போரிடுகின்ற தகர் தன் பகைகெடப் பாய்தற் பொருட்டுப் பின் செல்லும் தன்மையது என்னும் பொருள்பட வள்ளுவர் "காலமறிதல்" எனும் அதிகாரத்தில்,

ஊக்கமுடையான் ஒடுக்கம் பொரு தகர்

தாக்கற்குப் பேருந் தகைத்து (486)

என்பார். மாறுபட்ட புதல்வனிடமிருந்து தன்னைக் காத்துக் கொள்ள மன்னன் என்னென்ன செய்யலாம் என்பதைக் கௌடலீயம் ஆராயும் போது,

(புதல்வன்) நாட்டின் எல்லை காவலனது அரணில் இருக்கச் செய்தல் நலமாகும் என்பது பராசரர் வழியினர் கொள்கை. இஃது ஆட்டுக்கடாவின் செயல் போல் அஞ்சுதற்கு இடனாகும் (ப. 100). என்று குறிப்பிடும்.

அரசன், அமைச்சன், ஒற்றன், தூதுவன் ஆகியோர் பற்றிய பகுதிகளில் திருக்குறட் கருத்துக்களைத் தாராளமாகக் கையாளும் கௌடலீயம், மனு, பிருகற்பதி, சுக்கிரன், துரோணாச்சாரியார், பராசரர், நாரதர், வீட்டுமர், உத்தவர், இந்திரன் ஆகியவர் பெயர்களையெல்லாம் சுட்டுவதும் வள்ளுவர் பெயரை யாண்டும் குறிப்பிடாததும் வியப்புக்குரியது. கௌடலீயத்தின் முன்னைய பிரதிகளில் வள்ளுவரின் பெயர் இடம் பெற்றுப் பின்னைய பிரதிகளில் நீக்கப்பட்டிருக்கலாம்; அல்லது அவர் தமிழராதல் கருதி அவர் பெயரைக் குறிப்பிட விரும்பாது 'பண்டை ஆச்சாரியார்கள்' என்று பொதுவாகச் சுட்டியிருக்கவும் கூடும்.

கௌடலீயர் மன்னர்களுக்குக் கூறும் அறவுரை வள்ளுவர் கூறுவதினின்றும் பெரிதும் வேறுபட்டது. உயர்ந்த அரசனின் சிறப்பை எடுத்துரைக்கும் "இறை மாட்சி" எனும் அதிகாரம் மன்னன், படை, குடி, அமைச்சு, நட்பு, அரண் ஆகிய ஆறையும் உடையவனாய், அஞ்சாமை, ஈகை, அறிவு, ஊக்கம் ஆகிய நான்கும் பெற்று, தூங்காமை, கல்வி, துணிவுடைமை கொண்டு, அறத்தினின்று வழுவாதொழுகி அறனல்லவை தன் நாட்டின் கண் நிகழாமல் கடிந்து வீரத்தின் வழுவாது ஆட்சி செயல் வேண்டும் என்றும் காட்சிக் கெளியவனாய்க் கடுஞ்சொல்லன் அல்லனாய், இன்சொலால் ஈத்தளிக்க வல்லானாய், செவி கைப்பச் சொற்பொறுக்கும் பண்புடையனாய், கொடை, அணி, செங்கோல், குடியோம்பல் எனும் நான்கு செயல்களையும் மேற்கொண்டு முறை செய்து காப்பாற்ற வேண்டும் என்றும் கூறும். இது தமிழ் நூலார் மரபென்பதை "மன்னன் உயிர்த்தே மலர்தலை உலகம்" என்பதால் அறியலாம்.

சுக்கிர நீதி ஒரு தொகுப்பு என்பது அதனை ஒரு முறை படிப்பார்க்கும் புலனாகும். முதல் அத்தியாயத்தில்,

பகவானாகிய பிரமதேவர் நூறு இலக்கம் சுலோக அளவுள்ள நீதி நூலை உலகம் நலமடைதற் பொருட்டுக் கூறினார். பின்னர், வசிட்டர் முதலிய எம்மனோரால் சில்வாழ் நாளையுடைய அரசர் முதலியோர் பொருட்டு நலம் பெருக அந்நீதி நூலின் சாரம் சுருக்கிப் பொருந்து மாற்றான் அமைத்துத் தொகுக்கப்பட்டது (ப. 1).

எனும் கூற்று மட்டுமல்லாமல் நூலின் அமைப்பும் தன்மையும் அது பலரால் பல காலங்களில் பல பொருள்கள் பற்றி எழுதிச் சேர்க்கப்பட்டதென்பதை வெளிப்படுத்தும்.

இது கருதியே ந.மு. வேங்கடசாமி நாட்டார் அவர்களும் இதில் கூறப்பட்டுள்ள பொருட்பகுதி யனைத்தும் உயரிய நாகரிகத்தின் அறிகுறிகளே; எனினும் கூறவேண்டுவன அனைத்தும் நிரல்பட முறையானே இதில் கூறப்பட்டுள்ளவெனல் சாலாது. நகரமைக்குமாறு, அரண்

முதலியன அமைக்குமாறு, நவமணிகளின் இலக்கணம், யானை குதிரை முதலியவற்றின் இலக்கணம், பல்வகை அளவைகள், பத்திர வகைகள், அமைச்சராதியோர் இலக்கணம், அவர் பெறும் சம்பளம், வழக்காராய்ச்சி முறை என்று இன்னோரன்ன பல செய்திகள் ஓர் தொகை நூலில் போல் இதில் காணப்படுகின்றன (ப. 44).

என்று கூறுவார்.

பல பொருள்கள் மீண்டும் மீண்டும் பேசப் பெறுதலும் முரண்பட்ட கருத்துகள் வெவ்வேறு அத்தியாயங்களில் இடம் பெறுதலும் பாடுபொருள்கள் ஒழுங்குற அமையாமையும் சுக்கிர நீதி இடைச் செருகல்கள் மிகக் கொண்ட தொகை நூல் என்பதை நிலை நாட்டும். மூன்றாம் அத்தியாயத்தை மட்டும் எடுத்துக் கொண்டோமானால் அதில் "எல்லோர்க்கும் உரிய நல்லொழுக்கங்கள், பிறநாட்டுச் செலவு, அரசவை புகுதல், நூலாராய்ச்சி முதலியன, உலகத்தைத் தன்வயப்படுத்தும் வழி, மகளிர் பால் இயற்கையாக நிகழும் பிழைகள், மகட்கொடை முறை, கல்விச் செல்வங்களை அடையும் வழி, தந்தை வழிப் பொருளைக் கூறு செய்யுமுறை, கொடை மாட்சி, குணஞ்செயல்களின் நன்மை தீமைகள், நல்லொழுக்கமிக்க அந்தணர் பெருமை, தொழில்களின் தலைமை முதலியவைகள், அறிவின் மாட்சி" ஆகிய பல்வேறுபட்ட உட்தலைப்புகளைக் காணலாம். ஒன்றுக்கொன்று தொடர்புடைய பொருள்கள் முறையாகப் பேசப் பெறவில்லை. நான்காம் அத்தியாயத்தில் மூன்றாம் பிரகரணம் "வித்தியா கலா நிரூபணம்" என்று அழைக்கப் பெற்றுச் சாதி ஆராய்ச்சி, அந்தணர் முதலியோரின் தொழில்கள், வேத முதலியவற்றின் வகைகள், முப்பத்திரண்டு வித்தைகளின் இலக்கணங்கள், அறுபத்து நான்கு கலைகள் ஆகிய உட்தலைப்புகள் தரப்படுகின்றன. ஆனால் "சாதி ஆராய்ச்சி" எனும் முதற்பகுதி "இனி, மிச்சிரமென்னும் இந்நான்காம் அத்தியாயத்தில் நாட்டைப் பற்றிய மூன்றாம் பிரகரணத்தைச் சுருக்கிக் கூறுவேன். மரம், மலை முதலிய நிலையியற் பொருள்களும், மக்கள், பசு முதலிய இயங்கியற் பொருள்களும் இங்கு நாடு என்னும் சொல்லால் கூறப்படும்" என்று தொடங்கும்,

முதல் அத்தியாயத்தில்,

இவ்வுலகத்தில் அந்தணராதலும், அரசராதலும், வணிகராதலும், சூத்திரராதலும், மிலேச்சராதலும் பிறப்பினால் இல்லை; குணம் செயல்களாலேயே வேறுபடுத்தப்பட்டனர்.

பிரமனிடத்துத் தோன்றியது பற்றி எல்லோரும் எங்ஙனம் பிராமணராவர்? சாதியினாலும் தாய் தந்தை யாராலும் பிராமணத் தன்மை எய்தற் பாலதன்று (ப. 6).

எனும் திருக்குறள் கருத்து கூறப்படுகின்றது. ஆனால் நான்காம் அத்தியாயத்தில் நான்காம் பிரகரணம்,

உலகத்துள்ள சாதிகளுக்குத் தனித்தனி விதிக்கப்பட்டு, அவ்வச்சாதி முன்னோரால் மேற்கொள்ளப்பட்ட தருமங்களையே அவ்வச் சாதியில் தோன்றிய மக்கள் கைப்பற்றி யொழுகல் வேண்டும், அங்ஙனமின்றித் தம் சாதி தரும நெறி கடந்தொழுகுவார் அரசனால் தண்டிக்கற்பாலராவார். அந்தணர் முதலிய நால்வகை வருணத் தினரையும் பிரம்மச்சரிய முதலிய நால்வகை நிலையினரையும் அநுலோமர் முதலிய பல்வகைச் சாதியினரையும் வேறுபாடறிதற்குத் தனித்தனியே குறிகளால் நன்கு அடையாளமிடல் வேண்டும் (ப. 226).

என்று கட்டளையிடும்.

நான்காம் அத்தியாயத்தில் மூன்றாம் பிரகரணம்,

வேதங்களுக்கு மாறுபாடில்லாத வருணாச்சிரம தருமங்களை நினைப்பூட்டுவதும் பொருள் நூல் பகுதிகளைக் கூறுவதும் அறநூலென்று கூறப்படும் (ப. 211)

என்று அறிவிக்கும். ஐந்தாம் அத்தியாயம்,

அந்தணராலும் நெருப்பினாலும் நீரினாலும் உண்ணப்படும் (அந்தணர்க்கு வேண்டுவனவற்றைத் தானமாக வழங்குதல், வேள்வி முதலியவற்றில் செலவிடல், தென்புலத்தார்க்கு நீர்க்கடனாற்றுதல்) பொருள் உடையான் என்றும் இன்பமுடையனாய் மகிழ்ச்சியடைவான். அங்ஙனம் உண்ணப்படாத அப்பொருள் உடையான் என்றும் துன்பம் எய்துவான் (ப. 367).

என்றும், நான்காம் அத்தியாயம் ஏழாம் பிரகரணம்,

பெண்களுக்கும் அந்தணர்க்கும் இடையூறொழித்து அருள் செய்யுங்காலும் பசுக்களுக்கு அழிவு நேருங்காலும் உண்டாம் போரில் அரசன் ஒரு பொழுதும் புறக்கணிப்பாளனாக இருத்தலாகாது (ப. 342).

என்றும், நான்காம் அத்தியாயம் மூன்றாம் பிரகரணம்,

அந்தணர்க்குப் பதினாறு எருதுகளுடைய ஏரும்,

அரசர்களுக்குப் பன்னிரண்டு எருதுகளுடைய ஏரும்,

வணிகர்க்கு எட்டு எருதுகளுடைய ஏரும்,

அவற்றில் தாழ்ந்த பிறர்க்கு இரண்டு எருதுகளுடைய

ஏரும் உரியனவாம். அவை நிலங்களின் மென்மை நோக்கிக் கொள்ளப்படுவனவாம் (ப. 205).

என்றும் அந்தணர்க்கு எதிலும் முன்னுரிமை தரும்.

அரசர் அறவழி ஒழுக வேண்டும் என்னும் திருக்குறள் கருத்தைச் சிலவிடங்களில் எடுத்துச் சொல்லும் சுக்கிர நீதி அதற்கு முரண்பாடாக, ஆற்றல் மிக்க பகைவனை அழித்தற்கு வஞ்சகமாகச் செய்யப்படும் போர்ச் செயலையன்றிப் பிறிதோருபாயம் இன்று. முற்காலத்தில் இராமனாலும் கிருட்டிணனாலும் இந்திரன் முதலிய தேவராலும் இவ்வஞ்சகப் போரே மேற்கொள்ளப்பட்டது. இராமனால் வாலியும், கிருட்டிணனால் யவனும், இந்திரனால் நமுசியும் வஞ்சித்துக் கொல்லப்பட்டனர் (ப. 350).

வஞ்சகமாகச் செய்யப்பட்ட பொன்களை மிகுதியாகக் கொடுத்த லால் பகைப் படையை வஞ்சித்து வேறுபடுத்து, பகையச்சம் காரணமாக முன் விழித்திருந்தமையால் உண்டாகிய களைப்பினை உடையதும் இனி உறுதியாகத் தனக்கு அழிவு வாராதென்னும் நம்பிக்கையால் நன்கு துயில்கின்றதும் ஆகிய அப்பகைப் படையைத் தான் சோர்விலனாய் நின்று அழித்தல் வேண்டும் (ப. 351).

என்று பகைவர்களைப் பல வழிகளில் வஞ்சித்தும் தூங்கும் போதும் கூடக் கொல்லலாம் என்று அறிவுரை கூறும்.

திருக்குறள் கருத்துக்களை அவ்வாறே சுக்கிரநீதி எடுத்தாளும் இடங்களும் பலவுண்டு. "பிறப்பொக்கும் எல்லாவுயிர்க்கும் சிறப்பொவ்வா செய்தொழில் வேற்றுமையான்", "பெருமைக்கும் ஏனைச் சிறுமைக்கும் தத்தம் கருமமே கட்டளைக்கல்" எனும் குறட் கருத்து முதல் அத்தியாயத்தில் வலியுறுத்தப்படுவதோடு மூன்றாம் அத்தியாயம் அறிவுடையார் எவ்வருணத்தவராயினும் அவர்பால் பிரமதேசசு நிலைபெறுமெனவும் வேந்தன் எவ்வருணத்தவனாயினும் அவன்பால் சத்திரிய தேச்சு நிலைபெறும் (பக். 155—6) எனவும் மொழியும். மனுநூல் உழவுத் தொழில் பற்றி, இழிவாகப் பேசியிருப்பதற்கு மாறாக, சுக்கிரநீதி உழவுத் தொழிலைக் குறளின் வழி நின்று,

ஆற்று நீரைத் தாயகமாகவுடைய உழவுத் தொழிலே தலையாய தொழிலாகக் கருதப்படும். பண்டமாற்று முதலிய வாணிகத் தொழில் இடையாயதாகும். பிறர் ஏவின செய்யும் சூத்திரர் தொழில் கடையாயதாம் (ப. 155).

என்று ஏற்றிப் பேசும், "நல்லவை யெல்லாம் தீயவாம் தீயவும் நல்லவாம் செல்வம் செயற்கு" எனும் திருக்குறளுக்குச் சுக்கிர நீதி,

இராமனுக்கும் அருச்சுனனுக்கும் நலம் பயப்பதில் காலம் துணை செய்ததென்பது நன்கு வெளியாம். ஊழ் நல்லதாங்கால் சிறு முயற்சியும் நற்பயனை விளைவிக்கும். ஊழ் தீயதாங்கால் பெரிய நற்செயலும் தீய பயனை விளைவிக்கும். மகாபலியும் அரிச்சந்திரனும் கொடையினாலேயே துன்பமுற்றனர் (ப. 8).

என்று தொன்மக் கதை கொண்டு விளக்கமளிக்கும்.

"உரன் என்னும் தோட்டியால் ஓரைந்தும் காப்பான் வரன் என்னும் வைப்பிற்கோர் வித்து" என்னும் குறள், வடநூலில், புலன்களாகிய பெருங் காட்டில் ஓடித்திரிவனவும் அடக்க வொண்ணாதனவுமாகிய பொறிகளென்னும் யானைகளை அறிவென்னும் தோட்டியால் அடக்கி வயப்படுத்தல் வேண்டும் *(ப. 14).*

என்னும் நூற்பா வடிவம் பெறும். அரசன் கடிய வேண்டிய குற்றங்கள் சிறுமை, சினம், மாணாவுவகை, இவறல், மானம், செருக்கு எனும் கருத்து,

செருக்கும் சினமும் சிறுமையும் இல்லார்

பெருக்கம் பெருமித நீர்த்து *(431)*

இவறலும் மாண் பிறந்த மானமும் மாணா

உவகையும் ஏதம் இறைக்கு *(432)*

என்ற குறளில் சொல்லப்படும். இதனையே சுக்கிரநீதி

அரசன் காமம், வெகுளி, மோகம், உலோபம், மானம், மதம் என்னும் இவ்வறுவகைக் குற்றங்களையும் களைதல் வேண்டும். இவை அங்ஙனம் களையப்படின் அவன் இன்பம் நுகர்பவனாவான் *(ப. 20).*

என்றுரைக்கும். "தலையின் இழிந்த மயிரனையர் மாந்தர் நிலையின் இழிந்தக் கடை" *(964)* என்று தமிழ் நூல் கூறுவதை வடநூல்,

பற்களும் மயிர்களும் உகிர்களும் தமக்குரிய இடங்களினின்றும் இழிந்தக்கால் விளக்கம் எய்தா. அங்ஙனமே அரசனும் தன்னிலை யினின்றும் இழிந்தக்கால் விளக்கமுறான். அரசன் கடக்க முடியாத கேடு நேர்ந்துழி மலையரண் வாய்ந்த இடத்தையடைதல் வேண்டும் *(ப. 53).*

என்று அரசர்களுக்கு ஏற்றிச் சொல்லும். வள்ளுவர் "பொறியின்மை யார்க்கும் பழியன்று அறிவறிந்தாள் வினையின்மை பழி" என்று கூறுவதை வட நூலாசிரியர்,

முயற்சிக்குப் பயனின்றாதல் ஊழ்வலியானாம். அது பற்றி முயற்சி குற்றமுடையதாகாது. தன் முயற்சி அனைத்தும் எவ்வாற்றானும் பயனின்றிக் கழிதலைக் காணின் எஞ்சிய வாழ்நாளில் தவம் செய்து மேலுலகம் எய்தக் கடவன் *(பக். 5354).*

என்று மேலுலகம் பற்றிய தமது எண்ணத்தையும் சேர்த்துக் கூறுவார். "அகலாது அணுகாது தீக்காய்வார் போல்க, இகல்வேந்தர்ச் சேர்ந்தொழுகுவார்" என்று வள்ளுவர் கையாளும் பொருள் ஆழம் கொண்ட உவமை, வடநூலில், **வணக்கம் முதலியன நன்கு பயின்ற**

அவன் (அரசியல் வினை செய்வான்) உயிர்க்கும் பொருட்கும் தலைவனும் பிரபுவுமாகிய வேந்தனை எரிகின்ற நெருப்பைப் போலவும் சினமிக்க பாம்பைப் போலவும் கருதி அவன் பக்கல் அணுக வேண்டும் (ப.82)

என்று நயமிழந்து அச்சத்தை மட்டும் சுட்டும் பாம்பென்னும் உவமையோடு சேர்த்து இடம்பெறும். அரசனால் பெறும் பயனை அவ்வுவமை குறிக்காது போதல் தெளிவு. கௌடலீயத்தையும் அதன் சுருக்கமாகிய காமாந்தக நீதி என்னும் நூலையும் சுக்கிர நீதியோடு ஒப்பிட்டு ஆய்வு செய்த வங்க அறிஞர் பினாய்க்குமார சர்க்க்கார் மூன்றனுள் இதுவே இந்திய அரசியல் நாகரிகத்தை விரிவாகவும் விளக்கமாகவும் கூறுவது என்று பாராட்டுவார் (ப. 18). திருக்குறளின் தாக்கம் மிகுதியாக இருத்தலால் இது நீதி நூல் என்ற முறையிலும் மற்ற இரண்டைக் காட்டிலும் சிறப்புடையதாய் அமைந்துள்ளது என்பது ஒருதலை. சுக்கிர நீதி எழுதப் பெற்ற காலம் திருக்குறள் காலத்தினும் பல நூற்றாண்டுகள் பின்னது என்பதைக் கா. சுப்பிரமணியபிள்ளை தமது "ஆராய்ச்சி மதிப்புரையில்" சான்றுகள் தந்து நிறுவுகிறார்.

இந்நூல் எழுதிய காலம் வங்காளத்தில் பாலர் என்னும் அரசரும் தென்னாட்டில் இராஜராஜன் முதலிய சோழரும் அரசாண்ட காலம் என்பது பல குறிப்புகளால் அறியக் கிடக்கின்றது. அக்காலம் பத்தாவது அல்லது பதினோராவது நூற்றாண்டு ஆகும். கி.பி. எண்ணூறு முதல் ஆயிரத்திருநூறு வரை உள்ள காலப்பகுதியே வங்காளத்தில் தந்திர நூற்காலம் எனப்படும். இத்தந்திர நூற்காலத்திலே தான் அகத்திய மதம் என்னும் நூலுள் நவக்கிரகம் அல்லது ஒன்பது கோள்களைத் திருப்தி செய்தற் பொருட்டு நவமணிகளைப் பயன்படுத்த வேண்டுமென்ற குறிப்பும் காணப்படுகிறது. பத்தாவது நூற்றாண்டில் எழுந்த விஷ்ணு தருமோத்ர புராணம் என்பதனுள் நவமணிகளே மகாரத்தினங்கள் என்று கூறப்பட்டிருக்கின்றன... தந்திர நூல் காலத்தில் தான் ஒன்பது மணிகள் ஒன்பது கோள்கட்குச் சிறந்தன என்ற கருத்து நிலை பெற்றது. அங்ஙனம் நிலை பெற்ற கருத்தே சுக்கிர நீதியுள் காணப்படுதலின் அஃது அக்காலத்ததென்பது ஊகிக்கப்படும். இன்னும் அக்காலத்தில் தான் திருமால், சிவபிரான், கணபதி, சூரியன், அம்பிகை என்னும் ஐந்து தெய்வங்களையும் ஒருங்கு வழிபடும் தந்திர வழக்கம் வடநாட்டில் ஏற்பட்டதென்று தந்திர தத்துவம் என்னும் நூலின் முகவுரையில் கூறிய காரணங்களால் தெரியக் கிடக்கின்றது. ... அவ்வழிபாட்டு முறையே சுக்கிர நீதி நாலாவது பிரகணத்துள் 63 — ஆவது சுலோகத்தில் கூறப்பட்டது காண்க ...

சுக்கிர நீதியையும் திருக்குறளையும் ஒப்பிட்டுப் பார்ப்போர் திருக்குறள் கி.பி. இரண்டாவது நூற்றாண்டுக்கு முந்திய நூலென்றும் சுக்கிர நீதி பத்தாவது நூற்றாண்டில் எழுந்த நூலென்றும் அறிந்து கொள்ளற்பாலர். (பக். 1920)

இதனால் வள்ளுவர் வடநூலார்க்குக் கடன்பட்டிருக்கிறார் என்ற எண்ணம் தவறானதென்பதும் குறட் கருத்துக்களே அங்குச் சென்றிருக்கின்றன என்பதும் புலப்படும்.

திருக்குறளின் உயரிய அறவுரைகள் ஆங்காங்கே பொதிந்து கிடப்பினும் சுக்கிரநீதி வருண வேறுபாட்டை வலியுறுத்தும் போதும் பெண்ணிழிவு பேசும் போதும் வேறு பல பாடுபொருள்களிலும் தமிழ் மறையினின்றும் மாறுபடக் காணலாம்.

அறத்தை அறத்திற்காகவே மேற்கொள்ள வேண்டுமென்பதும் அன்புடைமை உயிர்களின் இயல்பென்பதும் ஈதலும் அதனால் இசைபட வாழ்தலும் மட்டுமே மாந்தர் வாழ்க்கையின் ஊதிய மென்பதும் வள்ளுவர் வற்புறுத்தும் வாழ்க்கை நெறியாகும். மனுநூல், சுக்கிரநீதி, கௌடலீயம் போன்ற வடநூல்களும் பிறவும் இத்தகைய வாழ்க்கை நெறியைச் சொல்லவில்லை. நல்லது செய்வார்க்கு விண்ணுலக இன்பமும் அல்லது செய்வார்க்கு நரகத் துன்பமும் உறுதி என்று அச்சுறுத்தும் முறையிலேயே அவற்றில் அறம் பரிந்துரைக்கப் பெறுகிறது. மேலுலகம், கீழுலகம், மறுபிறப்பு ஆகியவற்றில் உள்ள நம்பிக்கை தகர்க்கப்பட்டால் அந்நூல்கள் கூறுபவையெல்லாம் புறக்கணிக்கப்பட்டு இவ்வுலக மனித வாழ்வு சீர்குலையவும் மனித சமுதாயம் முற்றும் விலங்கு வாழ்வைத் துணிந்து மேற்கொள்ளவும் வழியேற்படும். அப்பாதையில் மனிதவினம் விரைந்து சென்று கொண்டிருப்பதும் கண்கூடு. வள்ளுவர் கூறும் அறநெறியின் சிறப்பு மாந்தரால் உணரப்பட்டால் இத்தகைய இழிநிலை ஏற்பட வழியில்லை.

சுக்கிர நீதி பல அதிகரணங்களில் வீடு பேறு பற்றிய ஆசையையும் நரகம் பற்றிய அச்சத்தையும் முன்னிறுத்துகிறது. அரசர்களுக்கும் இத்தகைய அறவுரையே சொல்லப்படுகிறது.

வாத்சியாயனரின் காமசூத்திரத்திலும் வள்ளுவரின் காமத்துப் பாலிலும் உள்ள ஒப்புமைப் பகுதிகளை அடையாளம் கண்டு, காமசூத்திரத்தின் பெருமையை வியந்து பேசியவர்கள் இப்பொழுது அவைகளுக்கெல்லாம் மூலம் திருக்குறள் என்று ஏற்க வேண்டிய நிலை ஏற்பட்டுள்ளது. வெண்டி டோனிகர் (Wendy Doniger), சுதிர் கக்கர் (Sudhir Kakar) ஆகியோர் மொழிபெயர்த்துள்ள காமசூத்திரத்தின் முன்னுரையில் அந்நூலின் காலம் பற்றிக் கூறப்பட்டுள்ள கருத்து வருமாறு:

காமசூத்திரம் கி.பி. 225க்குப் பிறகு எழுதப் பெற்றிருக்க வேண்டும். மேற்கிந்தியாவின் அரசியல் நிலை பற்றி வாத்சியாயனர் விளக்குபவற்றிலிருந்து ஆந்திராவை அபிரர்களும் ஆந்திரர்களும் ஆண்டதாக அறிகிறோம். கி.பி. 225 வரை அந்நிலம் ஆந்திரர்களால்

மட்டுமே ஆளப்பட்டு வந்தது. காமசூத்திரம் மொழிநடையில் அர்த்தசாஸ்திரத்திற்கு நெருக்கமானதாக இருக்கிறது. ஓரிடத்தில் அர்த்தசாஸ்திரத்தை நேரடியாக மேற்கோள் காட்டும் காமசூத்திரம் வேறிடத்தில் மறைமுகமாக அதனைச் சுட்டுகிறது. அர்த்தசாஸ்திரத்தின் காலம் உறுதியாகத் தெரியவில்லையாயினும் கி.பி. மூன்றாம் நூற்றாண்டில் எழுதப்பட்டிருக்கலாமென்று நம்பப் பெறுகிறது.

காமசூத்திரம் தர்மம், அர்த்தம், காமம் எனும் மூன்று உறுதிப் பொருள்கள் அல்லது திரிவர்க்கங்கள் பற்றிய விவாதத்துடன் தொடங்குகின்றது.

நான்காவது உறுதிப் பொருளென்று கருதப்பெறும் வீடு பற்றி வாத்ஸ்யாயனர் அக்கறை காட்டவில்லை.

Vatsyayana gives very short shrift indeed to release (1-2-4) and even applies the term, surely tongue in cheek, to the courtesan's successful jettisoning of an unwanted lover (6.4. 44-5).

வாத்ஸ்யாயனர் மோட்சத்திற்குத் தருமிடம் மிகச் சிறியது. அதனை அவர் கிண்டலாகக் கையாளவும் காணலாம். தான் விரும்பாத காதலனைப் பரத்தை விரட்டுதற்கு இச்சொல் பயன்படுத்தப் பெறுகிறது.

வள்ளுவரின் காமத்துப்பால் காலத்தால் முற்பட்டது என்பதை அறியாது அதில் காமசூத்திரத்தின் தாக்கத்தைக் கண்டவர்கள் அவையிரண்டுக்குமுள்ள வேறுபாடுகளைப் பகுத்துணர்ந்து அறிய இயலாதார். காமசூத்திரம் ஆண் — பெண் உடலுறவைப் படம் பிடித்துக் காட்டுவது; காமத்துப்பால் ஆண் — பெண் உள்ள உறவுகளை நுட்பமாகச் சுட்டுவது. காமசூத்திரம் எல்லை மீறிய காமவுணர்வு கொண்டோர் உடல் தினவைத் தீர்த்துக் கொள்ள வழி சொல்வது; காமத்துப்பால் காதல் வயப்பட்ட உள்ளங்களின் அவா, ஏக்கம், ஏமாற்றம், களிப்பு ஆகியவை பற்றிப் பேசுவது. ஒன்று உடலுறவு பற்றிய அறிவியல் விளக்கம்; இன்னொன்று உளவியல் ஆய்வு. முன்னது வெறும் பட்டியல்; பின்னது இலக்கியம். முன்னது உடல்வெறியைத் தூண்டும் நீலப்படம் (Blue film); பின்னது முருகியல் இன்பம் தரும் காவியம். முன்னதற்குக் காமம் ஒரு விலங்குணர்வு; பின்னதற்குக் காமம் மலரினும் மெல்லிய இறையின்பம்.

பரத்தையர் பற்றிய காம சூத்திரத்தின் ஆறாம் பகுதியில் தும்மலைப் பற்றிய ஒரு குறிப்பு வருகிறது. தான் விரும்பும் வாடிக்கையாளனைப் பரத்தை தன் கைக்குள் வைத்திருப்பது எப்படியென்று விளக்கும் இடம் இது.

அவன் சொல்லுகின்ற கதைகளையெல்லாம் அவள் கவனமாகக் கேட்கிறாள். அவன் தன்னுடைய இன்னொரு மனைவியைப் பற்றிப்

பேசும்போது மட்டும் அவளுடைய பொறாமையையும் சினத்தையும் காட்டுவதற்காக அவனுடைய கூற்றுக்கு அவள் செவி சாய்ப்பதில்லை. அவன் பெருமூச்சு விடும்போதும், கொட்டாவி விடும்போதும், தடுமாறும் போதும், விழும்போதும் அவள் அவன் நல்ல உடல் நலம் பெற்றிருக்க வேண்டுமென்று வாழ்த்துகிறாள். அவன் தும்மும் போதும், கத்தும் போதும், திடுக்குறும் போதும், அவள் அவனை "வாழ்க" என்று வாழ்த்துகிறாள். அவள் சோர்வாக இருக்கும்போது, நோயுற்றவள் போலும், பிள்ளைப் பேற்றை எதிர்பார்க்கும் பெண்களின் விநோதமான விருப்பங்களைக் கொண்டிருப்பதாகவும் நடிக்கிறாள் (டோனிகர் 139).

இப்பகுதியை விளக்கும் டோனிகர் தும்மலின் போது (இதயம் ஒரு குறு விநாடிப் பொழுது நின்று விடுவதால்) உயிர் உடலை விட்டே தற்காலிகமாக நீங்கி விடுகிறதென்னும் நாட்டார் நம்பிக்கையை எடுத்துரைப்பார் (டோனிகர், 207).

திருக்குறளில் காமத்துப்பாலின் "புலவி நுணுக்கம்" எனும் அதி காரத்தில் தும்மலைப் பற்றி மூன்று பாடல்கள் பேசுகின்றன.

ஊடி இருந்தேமாத் தும்மினார் யாம் தம்மை

நீடுவாழ் கென்பாக் கறிந்து (1312).

யாம் அவரோடு ஊடி உரையாடாது இருந்தபொழுது, அவ்வூடல் நீங்கி அவரை நீடு வாழ்கவென்று வாழ்த்தி உரையாடுவோமெனக் கருதி அவர் தும்மினார்.

வழுத்தினாள் தும்மினேன் ஆக அழித்தழுதாள்

யார் உள்ளித் தும்மினீர் என்று (1317).

யான் தும்மினேனாகத் தன் இயல்பால் வாழ்த்தினாள். அவ்வாறு வாழ்த்தியதைத் தானே மறுத்து உம்மை நினைத்து வருந்துகின்ற பெண்களுள் யார் நினைத்தலால் தும்மினீர் என்றுக் கேட்டுப் புலந்து அழுதாள்.

தும்முச் செறுப்ப அழுதாள் நுமருள்ளல்

எம்மை மறைத்தீரோ என்று (1318)

எனக்குத் தும்மல் வந்தபோது யார் நினைக்கத் தும்மினீரென்று கேட்பாளென்பதற்கு அஞ்சி அதனை நான் அடக்கினேன். அவ்வாறு அடக்கவும் உம்மைச் சார்ந்தவர் நினைப்பதை மறைப்பதற்காகத் தும்மலை அடக்கினீரோ வென்று சொல்லிப் புலந்து அழுதாள்.

இப்பாடல்களுக்கு உரையெழுதும் பரிமேலழகர்

"தும்மியக்கால் வாழ்த்துதல் மரபு"

"அன்புடையார் நினைத்த வழி அந்நினைக்கப்பட்டார்க்குத்தும்மல் தோன்றுமென்பது மகளிர் வழக்கு. இவ்வழக்கை உள்வழக்காகக் கருதிப் புலந்தாளென்பதாம்"

"தும்மினும் குற்றம், ஒழியினும் குற்றம் ஆயக்கால் செயற்பாலது யாதென்பதாம்" ***(பரிமேலழகர் 498-502)***

என்று அழகிய விளக்கங்கள் தருவார். எங்கும் தும்மல் பற்றிய இந்நம்பிக்கை வடநூல் மரபென்றோ வடவர் வழக்கென்றோ பரிமேலழகர் குறிப்பிடாதது காண்க. தும்மல் பற்றிய இப்பாடல்களுக்கும் காமசூத்திரத்துத் தும்மலுக்கும் உள்ள வேறுபாடுகளை விளக்கத் தேவையில்லை.

வள்ளுவர் அறம், பொருள், இன்பம் பற்றிப் பேசுகையில் வடநூல்களுக்குக் கடன்பட்டிருக்கிறார் என்று கூறிய வையாபுரிப் பிள்ளை போன்றவர்கள் அர்த்தசாஸ்திரம், சுக்கிர நீதி, காமசூத்திரம் போன்றவற்றின் காலம் சற்றும் அறியப்படாத போது அவையெல்லாம் திருக்குறளுக்கு முந்தியவையாகத்தான் இருக்க வேண்டும் என்று எண்ணிக் கொண்டு ஆங்காங்கே கண்ட சில பொதுவான தொடர்கள், கருத்துகள், உவமைகளைக் கொண்டு தமது முடிவை முடிந்த முடிவாக அறிவித்துச் சென்றனர். வடமொழி இலக்கியங்கள் அவர்கள் கற்பனை செய்து கொண்டது போல் அவ்வளவு பழமை யானவை அல்ல என்பது இப்பொழுது தெளிவாகியுள்ளது. எனவே அவர்கள் கண்ட ஒற்றுமைப் பகுதிகளுக்கெல்லாம் மூலம் குறள் என்று இப்பொழுது அறிய முடிகிறது. திருக்குறளையும் நாலடியாரையும் மொழி பெயர்த்த மேலை அறிஞர் போப் அடிகளார் தமிழ், வடமொழி நீதி இலக்கியங்கள் பற்றிய காலத் தெளிவு இல்லாத போது அறிவித்த முடிவும் கருதத்தக்கது.

It would be possible, indeed, to find a close Sanskrit parallel to nearly every gnomic verse in Tamil poetry, but in many cases, the beauty, spontaneity and terseness of the Tamil stanza seem to prove its originality. («ð£Š: 1893: xxxix)

அறவுரைகளைச் சுருங்கச் சொல்லி விளங்க வைக்கும் தமிழ்ப் பாடல் ஒவ்வொன்றிற்கும் கூட வடமொழியில் ஒத்த பாடலொன்றை மேற்கோள் காட்ட முடியும். ஆனால் அழகு, இயல்பான படைப்பு, சுருக்கம் ஆகிய பண்புகளை வைத்துப் பார்க்கும் போது தமிழ்ப் பாடலே மூலமென்று மெய்ப்பிக்கப்பெறும்" என்ற அவரது எடையீடு சரியானதென்று இப்பொழுது நாம் ஐயமின்றி அறிய முடிகின்றது.

திருக்குறளை மூலமாகக் கொண்டே வட நூல்களாகிய சுக்கிர நீதி, கௌடலீயம், அர்த்தசாஸ்திரம் ஆகியவை தோற்றம் பெற்றிருக்க வேண்டும் எனும் தாசரின் கூற்றும் மெய்ப்பிக்கப்படக் காணலாம். காமத்துப்பால் பற்றியும் அவர் அறிவித்துள்ள கருத்துக்களும்

தெளிவானவை. பேரின்பத்தையும் விளக்குவதற்கே வள்ளுவர் சிற்றின்பம் பற்றிப் பேசுகிறார் என்பது அவர் முடிவு.

ஆதலின் தென் புலத்தோராம் நாயனார் காமத்துப் பாலாம் சிற்றின்ப நுகர்ச்சியை விளக்கிப் பேரின்பத்தைத் துலக்குவதற்காய் ... ஐம்புலனும் யேக பேரின்பத்தில் யேக பாவனையாய் உள்ளடங்குமாயின் தாமரைக் கண்ணன் உரகாரும் புத்தேழ் உலகில் சிற்றின்பத்திற்கு மேலாய பேரின்பத்தில் சதா சுகிப்பர் என்று கூறுவதற்காய்,

தாம் வீழ்வார் மென்தோள் துயிலின் இனிது கொல் தாமரைக் கண்ணான் உலகு

... காமத்தால் சிற்றின்பம் நுகர்ந்து நீர் கெடுவதினும் என்று மழியாப் பேரின்பம் நுகர்ந்து நித்திய வாழ்வு அடைவதே அழகாதலின் சிற்றின் பத்தைச் செவ்விதில் விளக்கிப் பேரின்பம் அவாவும் போக்கில் விடுத்திருக்கின்றார் (அலாய்சியஸ் II *545*).

வள்ளுவர் காம்த்துப்பாலில் பேசும் சிற்றின்ப நுகர்ச்சி, பேரின்பத்தைப் பற்றிய மறைமுக விளக்கமே என்று தெ.பொ. மீனாட்சி சுந்தரனார் கூறியுள்ளது இங்கு நினைவுகூரத்தக்கது.

வள்ளுவர் காமத்தைச் சிறப்பித்துப் பேசலாமாவென்று கேட்பவர் களுக்குத் தாசர்,

உலகின் மனுக்குலத்தோற்ற சருவ ஆடம்பரங்களும் காமியத்தையே பிடமாக வகுத்துள்ளதை அறியாது அதைச் சிறப்பித்தது தவறென்று கூறுதல் உள்ளுக்குக் காமியச் சிறப்பை ஒளித்து வெளிக்குத் தூற்றுவதொக்கும். நாயனார் அங்ஙனம் ஒளியாது மக்களின் சருவ செயல்களையும் அளந்து கூறிய விடத்து காமத்துப்பாலையும் தெள்ளற விளக்கிவிட்டார்; காரணம், இன்பத்தையும் துன்பத்தையும் விளக்கும் ஓர் போதனா நிலையாகும் (அலாய்சியஸ் II *546*) என்று விடை தருவார்.

5
குறள் காட்டும் வாழ்வு

திருவள்ளுவரின் பெற்றோர் பற்றிய பொய்க்கதைகள் எவ்வாறு வளர்ச்சி பெற்றன என்பதையும் திருவள்ளுவ மாலையில் எவ்வாறு இடைச்செருகல் நிகழ்ந்தது என்பதையும் அயோத்திதாசர் வரலாற்று ஆதாரங்களோடு வெளியிடுகிறார்.

இந்திய அரசுப்பணியிலிருந்த எல்லிஸ் என்னும் ஆங்கில அறிஞர் 1825ஆம் ஆண்டிற்குப்பின் ஒரு தமிழ்ச்சங்கம் ஏற்படுத்தி அதன் நூலகத்திற்குத் தமிழ் இலக்கியங்களை ஓலைச்சுவடி வடிவில் பல விடங்களிலிருந்தும் வரவழைத்துத் தந்தார். ஆரிங்டன் என்பார் இதனையறிந்து தன்னிடமிருந்த திருக்குறள் மூலம், திருவள்ளுவமாலை, நாலடியார் ஆகிய மூன்று நூல்களையும் பட்லர் கந்தப்பன் மூலம் எல்லிசுக்கு அனுப்பி வைக்க, அவர் தமிழ் வித்துவான்களாகிய தாண்டவராய முதலியாராலும் மானேஜர் முத்துசாமிப்பிள்ளை என்பவராலும் திருக்குறளை 1831இல் அச்சிட்டு வெளியிட்டார். திருவள்ளுவ மாலையில் புதியதாய் நான்கு பாடல்களைச் சேர்த்திருப்பதைக் கந்தப்பன் எல்லிசிடம் முறையிட்டதாய்ச் சூரியோதயம் எனும் பத்திரிகை செய்தி ஒன்றை

வெளியிட்டது. ஆனால் 1831ஆம் ஆண்டு வெளிவந்த நூலில் வள்ளுவரின் பெற்றோர் பற்றிய கட்டுக்கதைகள் ஏதுமில்லை. சில குறட்பாக்களையும் அவற்றின் கருத்துக்களை உள்ளடக்கிய வேறுதமிழ் இலக்கியப் பாக்களையும் ஆங்கிலத்தில் மொழி பெயர்த்து எல்லிஸ் தம் பெயரில் வெளியிட்ட நூலிலும் வள்ளுவரின் கற்பனை வரலாறு சொல்லப்படவில்லை. விசாகப்பெருமாள் ஐயர் என்பார் 1835ஆம் ஆண்டில் அச்சிட்ட திருக்குறள் நூலின் இறுதியில் ஆதி என்னும் பறைச்சிக்கும் பகவன் என்னும் பிராமணனுக்கும் ஏழு குழந்தைகள் பிறந்தனவென்றும் அவற்றுள் ஒரு குழந்தை வள்ளுவர் என்றும் அவர் ஒரு வைசியக் குலப் பெண்ணை மணந்து இல்லறம் நடத்தும் போது குறளை யாத்தார் என்றும் கூறும் ஒரு சிறிய அகவற்பா சேர்க்கப்பட்டது. விசாகப்பெருமாளையரின் இளவல் சரவணப் பெருமாளையர் 1837 ஆம் ஆண்டில் வெளியிட்ட புத்தகத்தின் தொடக்கத்தில் இதனை மேலும் விரித்துப் பொருந்தாப் பொய்கள் பலவற்றையும் சேர்த்தார். அவர் அச்சிட்ட நான்காவது புத்தகத்தில் ஏழு பிள்ளைகளில் ஒவ்வொன்றும் பிறந்தவுடன் ஒரு வெண்பாப் பாடியதாக ஏழு வெண்பாக்களையும் எழுதி இணைத்துள்ளதும் காணலாம். விசாகப் பெருமாளையர் வள்ளுவர் வைசியகுலப் பெண்ணை மணந்தாரென்று சொல்லியிருக்க, அவர் தம்பியோ நாயனார் வேளாள குலப்பெண்ணை மணந்தாரென்று மாற்றம் செய்தார். மூத்தவர் நாயனார் பிறந்த இடம் மயிலையென்று மட்டும் கூறி மற்ற அறுவர் பிறந்த, வளர்ந்த இடங்களைக் கூறவில்லை. இளையவர் ஏழு குழந்தைகளுக்கும் இடங்களைச் சுட்டியதல்லாமல் வேதாளக்கதை ஒன்றையும் சேர்த்தார்.

இவ்விருவர்களுடைய பொய்க்கதைகளையும் வேதகிரி முதலியார் தாம் 1847இல் வெளியிட்ட நூலில் விரிவாக்கம் செய்த கதை நகைப் புக்குரியது. விசாகப்பெருமாளையரின் அகவற்பா சோழநாட்டு அந்தணனுக்கு உயர் குல மனைவியால் பகவன் என்னும் மைந்தன் பிறந்து வளர்ந்து கருவூர்ப்புலைமகள் ஆதி அவனை அணுகியபோது அவளை அடித்து விரட்டி விட்டு மறுபடியும் அவளைச் சந்தித்தபோது இருவரும் கூடி ஏழு பிள்ளைகளைப் பெற்றார் என்று பேசும். வேதகிரி வெளியிட்ட நூலில் பிரமன் ஒரு யாகம் செய்து அதில் கலைமகள் பிறக்க அவளையே மணந்து மறுபடியும் அகத்தியராகத் தோன்றி சமுத்திரக் கன்னிகையை மணந்து பெருஞ்சாகரனென்பாரைப் பெற, அப்பெருஞ்சாகரன் திருவாரூர்ப் புலைச்சி ஒருத்தியைக்கூடி பகவனைப் பெற்றதாகவும் அப்பகவன் பிரம்மவமிசத்துத் தவமுனிக்கும், அருண் மங்கை என்னும் பிராமணப் பெண்ணுக்கும் பிறந்து உறையூர்ப் பெரும் பறையனால் வளர்க்கப்பட்ட ஆதியை மணந்து ஏழு பிள்ளைகளைப் பெற்றதாகவும் இக்கதை விரிவாக்கம் பெற்றது. இதில் சங்கப்புலவர்கள் சிவனை அவமதித்ததால் சிவன்

சங்கத்தை அழிக்க வேண்டி பிரமாவைத் திருவள்ளுவராகவும் சரஸ்வதியை அவ்வையாகவும் விஷ்ணுவை இடைக்காடராகவும் அவதரிக்கச் செய்தார் என்றும் கூறப்பட்டுள்ளது.

இக்கதைகளெல்லாம் வள்ளுவருக்குப் பிராமணத் தந்தையைத் தந்து அவர் பிறப்பில் பிராமணருக்குத் தொடர்புண்டு என்று காட்ட எழுந்தவையே என்பது வெள்ளிடை மலையாகும்.

சதுர்முகன் என்னும் பெயர் பெற்ற சாக்கைய முனிவராகிய புத்தர் அருளிய பேத வாக்கியங்களும் அதன் உபநிட்சயார்த்தங்கள் என்னும் 32 உபநிடதங்களும் வடமொழியில் பொருள் மறைந்து மறைகள் என்னும் பெயர் கொண்டிருந்த முதல் நூலாகும் திரிபிடகத்திற்கு வழி நூலாகும் முப்பால் என்னும் திரிக்குறளைச் சாக்கைய குல நாயனாராகிய திருவள்ளுவர் செந்தமிழில் இயற்றித் தமிழர்க்கு அறிவு கொளுத்தினார் என்பது அயோத்திதாசரின் முடிவு (அலாய்சியஸ் II 235). திருவள்ளுவ மாலையில் நான்முகன் என்று குறிப்பிடப்படுபவர் புத்தரேயென்றும் திரிபிடகமே உண்மை வேதமென்றும் அதன் வழி நூலே திருக்குறள் என்றும் விளக்குவார்.

இதற்குச் சான்றுகளாக,

இன்பம் பொருள் அறம் வீடு என்னும் இந்நான்கும் முன்பறியச்
சொன்ன முதுமொழி நூல்—மன்பதைகட்கு

உள்ள அரிதென்று அவை வள்ளுவர்

உலகம் கொள்ள மொழிந்தார் குறள்.

நான்மறையின் மெய்பொருளை முப்பொருளா

நான்முகத் தோன்

தான் மறைந்து வள்ளுவனாயத் தந்துரைத்த நூல்முறையே

வந்திக்கச் சென்னிவாய் வாழ்த்துக நன்னெஞ்சம்

சிந்திக்க கேட்கச் செவி.

என்னும் திருவள்ளுவ மாலைப் பாடல்கள் காட்டப்பெறும்.

'திருக்குறளை'த் 'திரிக்குறள்' என்றெழுதும் அயோத்திதாசர் அது திரிபேத வாக்கியங்களென்றும் திரிபீட வாக்கியங்களென்றும் வழங்கிய புத்தரது மூவரு மொழியாம் முதல் நூலுக்கு வழி நூலாகத் தோன்றியதென்பார். திரிபீட வாக்கிய மறைபொருள் பாலி மொழியில் மக்களுக்கு விளங்காமல் இருந்ததால் அதனை யாவரும் விளங்கிக் கொள்ளுமாறு தமிழில் திருக்குறள் வந்தது. வடஇந்தியாவில் சாக்கையர் குலத்தில் மண்முகவாகென்னும் மன்னனுக்கும்

மாயாதேவி என்னும் அரசிக்கும் மகவாகப் பிறந்து புத்தர் முதல் நூல் இயற்றியது போல் தென்னிந்தியாவில் வள்ளுவர் குலத்தில் மாமதுரைக் கச்சனென்னும் அரசனுக்கும் உபகேசியென்னும் அரசிக்கும் மகவாகப் பிறந்து வள்ளுவர் வழிநூல் இயற்றினார் என்பது வள்ளுவர் பிறப்புப் பற்றி அயோத்திதாசரின் கருத்தாகும். தமிழன் எனும் தமது வார இதழில் திருக்குறளுக்கு அவர் தொடர்ந்து எழுதி வந்த உரை அவரது இறப்பால் 55 அதிகாரங்களோடு முற்றுப் பெற்றது வருந்துதற்குரியது. புத்த சமயத்திற்கும் சமணத்திற்கும் உள்ள வேறுபாட்டைப் புறக்கணித்த தாசர் திருக்குறளை ஒரு புத்த, சமண நூலாகவே கருதி எல்லாக் குறள்களுக்கும் அவ்வடிப்படையிலேயே பொருள் கூறுகிறார்.

"கடவுள் வாழ்த்தைப்" புத்தரது சிறப்புப் பாயிரமாகக் கொண்டு அதன் பத்துப்பாக்களும் புத்த பிரானையே போற்றும் என்று அவர் விளக்கம் தரக் காணலாம். முதல் குறள் புத்தரை ஆதிபகவன் என்று அழைக்கிறது. எழுத்துக்களுக்கெல்லாம் அகரம் முதலாயிருந்து அறிவை விளக்குதல் போல் பகவானாகிய புத்தர் யாவர்க்கும் அறிவளிக்கும் முதல் நூல் தந்த முதல்வன் ஆவார். அன்னார் உலகிற்கே குருவாகி தன்னவன் — அந்நியன், தாழ்ந்தவன் — உயர்ந்தவன், கற்றவன் — கல்லாதவன், செல்வந்தன் — ஏழை, சிறியவன் — பெரியவன் எனும் வேறுபாடு கருதாது, எறும்பு முதல் யானை ஈறாகவுள்ள எல்லாவுயிர்களிடத்தும் அன்பு பாராட்டி, பிறப்பு, பிணி, மூப்பு, சாக்காடு என்னும் துன்பங்களைப் போக்குதற்காய்த் தரும சங்கங்களை நிலைநாட்டி, அஞ்ஞான இருளை அகற்றி மெய்ஞ்ஞானம் தோன்றச் செய்தமையால் பகவனென்னும் பெயர் அவர்க்குரியது (அலாய்சியஸ் II 569).

இருளை விலக்கும் கதிரவனுக்குப் பகலவன் எனும் பெயர் ஏற்பட்டது போல் காமவெகுளி மயக்கமெனும் அஞ்ஞான இருளை அகற்றிச் சாந்தம், ஈகை, அன்பென்னும் பண்புகளைத் தந்தமையால் புத்தருக்குப் பகவன் என்னும் பெயரை மேலோர் வகுத்தனர். மண்டல புருடன் "பகவனே ஈசன் மாயோன் பங்கயன் சினனே புத்தன்" என்றும் திருமூலர் "ஆதிபகவன் அருமறை ஓதுமின்" என்றும் இடைக்காட்டுச் சித்தர் "ஆதிபகவனையே பசுவே அன்பாய்த் தொழுவாயேல் சோதி பரகதிதான் பசுவே சொந்த மதாகாதோ" என்றும் திருத்தக்க தேவர் "பாடல் வண்டாற்றும் பிண்டி பகவனதானை போல்" என்றும் குறிப்பிடுவது புத்தனையே என்பது தாசரின் முடிவு. புத்தபிரானை மகட மொழியில் பகவனென்று கூறியதைப்போல் திராவிட மொழியில் திவாகரர் என்று வழங்கினர். எழுத்துக்களில் முதலாவதான அகரத்தின் சிறப்பைக் கூறும் தாசர் அதன் பெருமையறிந்த மேலோர் மக்கள் தங்கள் இல்லங்களில்

அப்பா, அம்மா, அண்ணா, அக்கா, அம்மான், அத்தை என வழங்கும் சொற்களால் எக்காலும் அகரத்தை உச்சரிக்கச் செய்துள்ளது காண்கவென்பார்.

இரண்டாவது குறளில் வரும் 'வாலறிவன்' எனும் தொடருக்குப் "பால வயதிலேயே அறிவின் விருத்தி பெற்று ஜகத் குருவாக விளங்கிய புத்தன்" என்று பொருள் கூறி அதற்குச் சான்றுகளாக அமுதசாகரர் "அறிவனை வணங்கி அறைகுவன் யாப்பே" என்றும் குணசாகரனார் "ஆசனத்திருந்த திருந்தொளி அறிவன்" என்றும் இளங்கோ "ஆதியிற்றோற்ற அறிவனை வணங்கி" என்றும் முனைப் பாடியார் "அறிவனை வணங்கி அடவித் துணையா" என்றும் கூறியுள்ளனவற்றை மேற்கோள் காட்டுவார்.

மூன்றாவது குறளில் வரும் "மலர்மிசை ஏகினான்" எனும் தொடர் பதுமாதனமென்னும் தாமரை மலரில் வீற்றுப் பதுமநிதி எனும் பெயர் பெற்றுத் ததாகதமுற்றுக் காமனையும் காலனையும் வென்று நித்தியானந்தம் பெற்றோன் என்றும் கல்லால மரத்தின் கீழ்க் கமலாசனத்தில் வீற்றுக் கமலநாதன் என்னும் பெயருடையோன் என்றும் போற்றப் பெறும் புத்தனையே குறிக்கும் என்பதற்குப் பின் கலை நிகண்டு "மூலருற்று நடந்த வாமன்" என்றும் திருமந்திரம் "கடந்து நின்றான் கமலா மலர் மீதே" என்றும் சீவகசிந்தாமணி "விண்டலர் பூந்தாமரையின் விரைத்ததும்ப மேல் நடந்தான்" எனறும் சூளாமணி "விரைமணங்கு தாமரை மேல் விண்வணங்கச் சென்றாய்" எனறும் அறநெறிச் சாரம் "தாமரைப் பூவின் மேற்சென்றான் புகழடியை" எனறும் சிலப்பதிகாரம் "மலர்மிசைச் சென்ற மலரடிக்கல்லதென்" என்றும் வாசிட்டம் "புண்டரீக வாதனத்தில் புத்தன் போல் உத்தர முகனா" என்றும் "வீரசோழிய உதாரணச் செய்யுள் உறுதாமரை மேல் உறைவார் தன்" என்றும் வாழ்த்தியிருக்கும் வரிகளை எடுத்துத் தருவார்.

எட்டாவது குறளில் வரும் "அறவழி அந்தணன்" எனும் தொடருக்குத் தருமச் சக்கரத்தோனாம் சாந்த ரூபியாகிய புத்த பிரானே என்று பொருள் கூறி மணிமேகலையில் "அறவியங்கிழவோன் அடியிணையாகி பிறவியென்னும் பெருங்கடல் விடூஉ" என்றும் "ஆதிமுதல்வன் அறவழியாவோன் பாதபீடிகை பணிந்தனனேத்தி" என்றும் "அறக்கதிராழி திறப்பட வுருட்டிய, காமற்கடந்த வாமன்பாதம்" எனறும் வரும் அடிகளைச் சான்றாகக் காட்டுவார். ஒன்பதாவது குறள் இறைவனை "எண்குணத்தான்" என்று அழைக்கும். தாசர் புத்தருக்குரிய ஆயிரம் பெயர்களில் "எண்குணன்" என்பது ஒன்றென்றும் தோலாமொழித் தேவர் "சோதியும் பேரெண்குணனும் துப்புரவுந்துன்னுவரே" என்றும் "கடையில் எண்குணத்து காகராகர்க" என்றும் மண்டல புருடன் "அநகன் எண்குணன் நிச்சிந்தன் அறவாழி

வேந்தன் வாமன்" என்றும் கூறியிருப்பது காண்கவென்றும் இலக்கிய மேற்கோள் சான்றுகளோடு நிறுவுவார்.

கடவுள் வாழ்த்தில் மட்டுமில்லாமல் வேறிடங்களில் பல குறள்களை விளக்கும் போதும் தாசர் புத்தரையும் புத்த தன்மத்தையும் உள்ளே கொண்டு வந்து விடுகிறார்.

ஐந்தவித்தான் ஆற்றல் அகல்விசும்புளார் கோமான்

இந்திரனே சாலும் கரி (திருக்குறள் 25).

எனும் குறள் இரண்டு வகையாகப் பொருள் கூறப்பட்டு வருகிறது. தாசர் கூறும் பொருள் இவ்விரண்டிலிருந்தும் மாறுபட்டது. இங்கு "இந்திரன்" புத்தரையே குறிக்கும் என்று கூறிக் கீழ்க்காணும் விளக்கம் தருவார்.

மெய், வாய், கண், மூக்கு, செவி என்னும் ஐந்தினையும் அவித்த வல்லபங்கொண்டு ஐந்திரர் என்னும் பெயர் பெற்று ஐ, இ ஆகத்திரிந்த வடவட்சர பேதத்தால் இந்திரரென வழங்கியதும் அப்புத்த பிரானாகிய இந்திரரே வானவர்களாம் தேவர்களுக்கெல்லாம் அரசனும் குருவாகவும் விரங்கியதுமன்றி இத்தேசம் எங்கும் புத்த பிரானையே இந்திரரெனப் பூசித்து அரசமரத்தடியிலும் அறப்பள்ளிகளிலும் இந்திர விழாக்கள் கொண்டாடி வந்த ஓர் பேரானந்தத்தால் இந்திரரைக் கொண்டாடியக் குடிகளை இந்தியர் களென்றும் கொண்டாடும் தேசத்தை இந்தியாவென்றும் சிறப்புப் பெற வழங்கியவற்றிற்குப் பகரமாக சார்பு நூலார் அருங்கலைச் செப்பு "இந்தியத்தை வென்றான் தொடர் பாட்டோடாரம்ப, முந்தி துறந்தான் முனி" என்றும் அறநெறிச்சாரம் ஆக்கியோன் முனைப்பாடியார் "இந்தியக் குஞ்சரத்தை ஞானப்பெருங்கயிற்றால் சிந்தினைத் தூண்பட்டிச் சேர்த்தியே பந்திப்பர், இம்மைப்புகழும் இனிச் செல்கதிப்பயனும் தம்மைத் தலைப்படுத்துவார்" என்றும் மணிமேகலை ஆக்கியோன் சாத்தனார்சே "இந்திரர் எனப்படும் இறைவ நம்மிறைவன், தந்த நூற் பிடகமாத்தி காயமதன்" என்றும் ஐம்பொறிகளை அவித்துப் பெண்ணாசையை ஒழித்தவர்களுக்கே இந்திரர் எனும் பெயர் வாய்க்கும் என்பதைச் சீவகசிந்தாமணி ஆக்கியோன் திருத்தக்கதேவர்,

"ஆசை ஆர்வமோடு ஐயமின்றியே

யோசை போயுலகு உண்ண நோற்றபின்

ஏசுபெண் ணொழித்து இந்திரர்களாய்த்

தூய ஞானமாய்த் துறக்க மெய்தினார்"

என்னும் ஆதாரம் கொண்டு ஐந்தவித்தவர்களின் சிறப்பை அறியவேண்டில்

இந்தியத்தை வென்ற வானவர்க் கரசனாம் இந்திரரே போதுஞ் சாட்சியென்பது விரிவு (அலாய்சியஸ் II 585).

இப்பாடலுக்குப் பரிமேலழகர் தரும் விளக்கம் இந்திரன் — அகலிகை — கோதமன் கதையைக் கொண்டு வந்து ஐந்தவித்தான் கோதமனே என்பதன் மூலம் இந்திரன் நம்மால் பின்பற்றப்பட வேண்டிய உடன்பாட்டுச் சான்று ஆகாமல் தவிர்க்கப்பட வேண்டிய எதிர்மறை எடுத்துக்காட்டாகிறான். "தான் ஐந்து அவியாது சாபமெய்தி நின்று அவித்தவனது ஆற்றல் உணர்த்தினான் ஆகலின் இந்திரனே சாலும் கரியென்றார்" என்பது பரிமேலழகர் கூற்று. ஐந்து அவித்தவன் கோதமன் என்றும் அவியாது தண்டனைக்கு ஆளானவன் இந்திரன் என்றும் பொருள் கொள்ளும் போது புராணங்களில் வருகின்ற இந்திரன் சுட்டப்பெறுகிறான். அகலிகை கதைக்கு எதிராக இந்திரனை நல்லவனாகக் கருதி ஏற்றுக்கொண்டவர்கள் சமண முனிவர்கள். கவிராய பண்டிதன் என்பார், ஐம்பொறிகளையும் ஆசையின் வழியே போகாமல் அடக்கின வனுடைய வல்லமைக்குத் தேவலோகத்தில் தேவர்களுக்கெல்லாம் இராசாவாயிருக்கிற தேவேந்திரனே கரி; பின்னொருவருஞ் சாலுங் கரியல்ல என்றவாறு. என்று விளக்குவார்.

கவிராய பண்டிதரின் கருத்தை மேற்கோளாகக் காட்டும் எல்லிஸ் கோதமனைப் போன்ற முனிவனுக்குச் சாபமிடும் ஆற்றல் இருந்ததென்பதையோ, இருப்பினும் அதனை அவ்வாறு பயன் படுத்துவான் என்பதையோ, சமணர்கள் ஏற்றுக் கொள்ளாரென்றும் கோதமன் திருமணமானவன் என்பதால் அவனைத் திருவள்ளுவர் நீத்தார் அல்லது துறவோர் என்று குறிப்பிட மாட்டார் என்றும் அறிவிப்பார் (எல்லிஸ் 79).

இந்திரனைப் பற்றிய இக்கருத்து மாறுபாடுகளைப் பார்க்கும் போது குறள்பாவில் வரும் இந்திரன் புத்தனே என்ற தாசரின் விளக்கம் பொருத்தமானதாகத் தோன்றுகிறது. இங்கு எல்லிஸ் சொல்லும் இன்னொரு செய்தியும் நம்மவர் அறிய வேண்டிய ஒன்றாகும். பண்டைக் காலத்தே கிரேக்க, ரோமானிய எழுத்தாளர்கள் அவர்கள் காலத்தில் இந்தியாவில் வாழ்ந்த துறவியர்களை Samanians, germanes, sarmanes, pramnes என்று அழைத்தார்களென்றும் இச்சொற்கள் யாவும் சமணர், பிராமணர் (piramanen) எனும் தமிழ்ச் சொற்களிலிருந்தே பெறப்பட்டவையென்றும் எல்லிஸ் தெளிவுபடுத்துவார் (எல்லிஸ் 83).

கடவுள் வாழ்த்துப் பாடல்களில் சிலவற்றிற்குப் பரிமேலழகர் தரும் உரைகளும் அவை பற்றி எல்லிஸ் கூறுவனவும் இங்கு நோக்கற் பாலன.

மலர்மிசை ஏகினான் மாணடி சேர்ந்தார்
நிலமிசை நீடு வாழ்வார்

என்ற குறளுக்கு "அன்பால் நினைவாரது உள்ளக் கமலத்தின் கண் அவர் நினைந்த வடிவொடு விரைந்து சேறலின் 'ஏகினான்' என்று விளக்கமளித்து "இதனை, பூமேல் நடந்தான் என்பதோர் பெயர் பற்றிப் பிறிது கடவுட்கேற்று வாரும் உளர்" என்று அறிவிப்பார். எல்லிஸ் இவ்விளக்கத்தில் பரிமேலழகர் குறிப்பிடுவார் சமணர்கள் என்றும் பிண்டி மரத்தின் கீழிருக்கும் தாமரை மலரில் நிற்கும் அருகன் அவர்கள் வணங்கும் கடவுள் என்றும் சுட்டும்போது தாசரின் நிலை சரியென்பது புலப்படும்.

ஒன்பதாவது குறளில் வரும் "எண்குணத்தான்" என்னும் தொடருக்குப் பரிமேலழகர் மூன்று விளக்கங்கள் தருவார்.

எண்குணங்களாவன: தன் வயத்தனாதல், தூயவுடம்பினனாதல், இயற்கை உணர்வினன் ஆதல், முற்றுமுணர்தல், இயல்பாகவே பாசங்களை நீங்குதல், பேரருள் உடைமை, வரம்பில் இன்பம் உடைமை, என இவை இவ்வாறு சைவ ஆகமத்துள் கூறப்பட்டுள்ளன. அணிமாவை முதலாகவுடையவன் எனவும் கடையிலாத அறிவை முதலாகவுடையவன் எனவும் உரைப்பாருமுளர்.

"அணிமாவை முதலாக வுடையவன்" எனும் இரண்டாவது விளக்கம் அட்டமா சித்திகளைச் சுட்டுவதையும் இறைவன் மட்டுமே யல்லாமல் பிரம்மா, விஷ்ணு, சிவன், இந்திரன் போன்ற தெய்வங்களும் நாரதர், அத்திரி போன்ற முனிவர்களும், இவ்வாற்றல்கள் கைவரப் பெற்றவரகளாகக் கருதப்படுவதையும் எல்லிஸ் எடுத்துரைப்பார். எனவே இப்பொருள் முற்றும் பொருந்தாது என்பது போதரும், மூன்றாவது விளக்கம் கீழ்வரும் சூளாமணி நிகண்டுப் பாடலை அடிப்படையாகக் கொண்டது.

கடையிலா ஞானத்தோடு காட்சி வீரியமே இன்பம்
மிடையுறு நாமமின்மை விதித்த கோத்திரங்களின்மை
அடைவிலா வாயுவின்மை அந்தராயங்களின்மை
உடையவன் யாவன் மற்றிவ்வுலகினுக்கு இறைவனாமே.

(சூளாமணி நிகண்டு 12: 76)

எல்லையில்லாத ஞானம், காட்சி, வீரியம், இன்பம், நாமமின்மை, கோத்திரமின்மை, ஆயுவின்மை, அந்தராயமின்மை என்று இங்கு சுட்டப்படும் எட்டுக்குணங்களை ஒரு சிறு மாற்றத்துடன் சமணராகிய கவிராயப் பண்டிதர் தருவதை எல்லிஸ் எடுத்துக் காட்டுவார்.

சுவாமிக் கெட்டுக் குணங்களாவன அனந்த ஞானம், அனந்த தரிசனம், அனந்த வீரியம், அனந்த சுகம், நிர்நாமம், நிர்க்கோத்திரம், நிராயுஷியம், சகல சம்மியக்கத்துவமென்னும் இந்த எட்டுக்

குணங்களை உடைய சர்வக்கிஞன் பாதங்களை வணங்காத தலை பிணத்தோடே சரியென்றவாறு. சமணர்களின் கோட்பாட்டின்படி இவை இறைவனுக்குரிய எட்டு நிறைகளாகும். மாந்தருக்குரிய எட்டுக் குறைகளையும் சூளாமணி நிகண்டு அடுத்த பாடலில் கூறும்.

மன்னிய அறிவு காட்சி மறைத்தல் வேதனியத்தோடு

துன்னுமோ கனிய மாயுத் தொடர் நாம கோத்திரங்கள்

முன்னூறு மந்தராய மொழிந்த வெண்குற்றமாகும்

இன்னவை தீர்ந்தோன்யாவன் அவனியார்க்கு இறைவனாமே.

‘எண்குணத்தான்’ என்னும் தொடர் அருகனைச் சுட்டும் என்பதற்கான விளக்கமே மற்றைய இருவரைக் குறிக்கலாம் என்பதற்கான விளக்கங்களைவிடப் பொருத்தமானதாகத் தெரியக் காணலாம்.

“நீத்தார் பெருமை” யெனும் அதிகாரத்தில் வரும்

அந்தணர் என்போர் அறவோர்மற்று எவ்வுயிர்க்கும்

செந்தண்மை பூண்டொழுக லால்

எனும் பத்தாவது குறளுக்குப் பொருள் தரும் தாசர்,

அந்தணர் என்று அழைக்கப்படுவோர் சமணமுனிவரில் சிறந்த தன்மசொரூபிகளே யாவர். எவ்வகையிலென்னில் சருவ வுயிர்களின் மீதும் செவ்விய சாந்த நிலை யமைந்து காத்து வருதலால் என்பது பதம் *(அலாய்சியஸ் II 587)*. என்றும்,

உலகத்தில் தோன்றியுள்ள மனுக்களில் எத்தேச எப்பாஷைக் காரனாயிருப்பினும் தன்மத்தைப் பூர்த்தி செய்து தண்மை மிகுந்த சாந்த நிறைவால் சருவ வுயிர்களுக்கும் தண்மை உண்டாம் அன்பு கொண்டு சங்கங்களை நாட்டி சத்யதன்மத்தை ஊட்டி சதா சுகத்தில் நிலைக்கச் செய்யும் சாந்த ரூபிகளையே அறவோர்களென்றும் அந்தணர்களென்றும் அழைக்கப் பெற்றதற்குச் சார்பாய் சீவக சிந்தாமணி ஆக்கியோன் திருத்தக்கதேவர் “திருமறுமார்பனைத் திலகமுக்குடையனை, அருமறை தாங்கிய அந்தணர் தாதையை, அருமறை தாங்கிய அந்தணர் தாதை நின்னெரி புரைமரை மலர் இணையடி தொழுதும்” என்றும் சங்கத்துச் சமணமுனிவருள் தோன்றியுள்ள அந்தணர்கள் யாவருக்கும் தாதையாக விளங்கும் புத்த பிரானே ஆதி அந்தணர் என்பது போன்ற விரிவாம் *(அலாய்சியஸ் II 588)*.

என்றும் விளக்குவர்.

அந்தணர் என்போர் சமணத் துறவிகளேயென்றும் கருத்தை வலியுறுத்தும் முகத்தான்,

இத்தேசம் எங்கும் பௌத்தர்கள் நிறைந்துள்ள காலத்தில் புத்த நிலையாம் உண்மை உணர்ந்தவர்களை பாலி பாஷையில் அறஹத்துக்கள் என்றும் சமஸ்கிருத பாஷையில் பிராமணர்கள் என்றும் தமிழ் பாஷையில் அந்தணர்கள் என்றும் வழங்கப்பெற்ற பெயர்கள் அவரவர்கள் ஞான சாதனத்தால் சாந்த குணம் மிகுந்த தன்மையாலும் சருவசீவர்களையும் தன்னுயிர் போல் பாதுகாக்கும் அன்பின் மிகுதியாலும் எதிரிகளின் பலனைக்கருதாது ஈகையின்நின்று ஆதரிக்கும் செய்கையாலும் அறநெறிகளை அடியார்களுக்கு ஓதி அல்லல்களை அகற்றுவதினால் உண்டாயவைகளாம் (அலாய்சியஸ் II *86*).

என்று தாசர் சொல்வது கருதற்பாலது. பழந்தமிழ் இலக்கியங்களில் அந்தணர் என்று குறிப்பிடப்படுவோர் இவர்களே எனின் அச்சொல் ஒரு சாதியைக் குறிக்கும் என்பதால் எழுந்துள்ள பெருஞ்சிக்கல் தீரும்.

தாசர் புத்தர் பற்றியும் பௌத்த சமயம் பற்றியும் பேசும்போது பழந்தமிழ் நூல்களில் சமண சமயத்தைச் சார்ந்தவையென்று கருதப்படுவனவற்றையும் தமக்குச் சான்றாதாரங்களாகத் தருவது வழக்கம். இதற்கு அவர் தரும் தன்னிலை விளக்கமும் ஆராயத்தக்கது. “இத்தேசத் தமிழ்க்குடிகளில் சிலர் புத்தமதம் வேறு, அருக மதம் வேறென்றும் கூறுகிறார்களே, அது சரியா ?” எனும் கேள்விக்கு அவர் தரும் விடை:

சகஸ்திர நாம பகவனென்றும் ஆயிர நாமத்தால் வாழி யனென்றும் வழங்கும் புத்த பிரானுக்கே அருகன் என்னும் பெயரும் உரிய தென்பதை அடியிற்குறித்துள்ள பின்கலை நிகண்டால் அறிந்து கொள்ளலாம்.

11வது நிகண்டு தகர வெதுகை “புத்தன், மால், அருகன், சாத்தன்”

ரகர வெதுகை

“தருமராசன்றான், புத்தன் சங்கனோடு அருகன் தானும்”

உலக ரட்சகனை வடதேசமெங்கும் பகவனென்றும் புத்தரென்றும் வழங்கி வருவது போல் தென் தேசமெங்கும் இந்திரனென்றும் அருகரென்றும் விஷேமாகக் கொண்டாடி வந்தார்கள்.

இத்தேசத்தார் இந்திரனென்று கொண்டாடி வந்த விஷயத்தை மணிமேகலை, சீவக சிந்தாமணி, சிலப்பதிகாரம், காசிக்கலம்பகம் முதலிய நூற்களில் இந்திர விழாவென்றும் இந்திர திருவென்றும் கொண்டாடி வந்த உற்சாக நாட்களால் அறிந்து கொள்ளலாம்.

இத்தேசத்தார் அருகரென்று எவ்வகையால் கொண்டாடி வந்தார்கள் என்பீரேல் சாந்தமும் அன்பும் நிறைந்த அருமையானவர் ஆதலின் அருகரென்று கொண்டாடியதுமன்றி சகலரும் மறவா திருப்பதற்காய் புத்தபிரான் பரி நிருவாணம் அடைந்த பின் அவரது தேகத்தைத் தகனம் செய்து அவ்வஸ்திகளை ஏழு அரசர்கள் எடுத்துப்போய் பூமியில் அடக்கம் செய்து கட்டிடங்கள் கட்டியபோது அஸ்தியை வைத்துள்ள இடம் விளங்குவதற்காய்க் குழவிக்கல்லுகளைப் போல் உயர்ந்த பச்சைகளினாலும் வைரத்தினாலும் செய்து அவ்விடம் ஊன்றி வைத்திருந்தார்கள்.

ஒவ்வோர் பௌத்தர்களும் தங்கள் தங்கள் இல்லங்களில் நிறைவேறும் சுபாசுப காலங்களில் பசுவின் சாணத்தால் மேற்சொன்னபடி குழவிபோல் சிறியதாகப் பிடித்து அதன் பேரில் அருகன் புல்லைக் கிள்ளி வந்தூன்றி அருகனைப் புல்லுங்கள், அருகனைச் சிந்தியுங்கோளென்று கற்றவர்களும் கல்லாதவர்களும் அருகம்புல்லை வழங்கும் வழக்கத்தை அனுசரித்து அருகனை மறவாதிருக்கும் ஓர் வழிபடு தெய்வ வணக்கமும் செய்து வைத்திருந்தார்கள். அதை அனுசரித்தே நாளது வரையில் நாட்டுப்புறங்களில் பசுவின் சாணத்தால் குழவிபோல் பிடித்து அருகம்புல்லை ஊன்றி அருகக் கடவுளாம் புத்தபிரானைச் சிந்தித்து வருகிறார்கள் (அலாய்சியஸ் II *107*).

திருக்குறள் பாக்களுக்கு உரை எழுதும்போதும் ஏனைய நூல்கள் பற்றிக் கருத்தறிவிக்கும்போதும் அந்தணர் எனும் சொல் புத்த, சமணத் துறவியரையே குறிக்குமென்றும் பழந்தமிழ் இலக்கியங் களையும் சமுதாயத்தையும் பொறுத்தமட்டில் புத்தமும் சமணமும் வேறுபாடற்றவையென்றும் அவர் கொண்டுள்ள முடிவுகள் எளிதில் புறக்கணிக்கக் கூடியவை அல்ல.

பல குறள்களுக்கு விளக்கம் தரும்போது தாசர் பௌத்த சமயத்தையும் துறவியரையும் உள்ளே கொண்டு வருவது வியப்பளிப்பினும் அவர் கூறுவதில் ஏதேனும் ஒரு சிறப்பிருப்பதை ஆய்வாளர்கள் ஏற்றுக் கொள்வர். தாசர், “இல்வாழ்க்கை” எனும் அதிகாரத்தின் மூன்றாம் குறளைத் “தென்புலத்தார் தெய்வம் விருந்தொக்கல் என்றாங்கு ஐம்புலத்தாறு ஓம்பல் தலை”

என்று பாடம் கொண்டு, “புலன்கள் தென்பட வுழைக்கும் சமண முனிவர்களுக்கும் ஆறாவது தோற்றமாம் மக்களிலிருந்து ஏழாவது தோற்றமாம் தேவகதி பெற்றவர்களுக்கும் நன்னோக்க விருந்தளித்துக் காக்கும் குடும்பியைத் தங்கள் சிரமீது ஏந்திக் கொண்டாடுவர், ஐம்புல அவாவில் உழலும் குடிகளென்பது பொழிப்பு” என்று விளக்கம் தருவார். ‘தென்புலத்தார்’ என்பதற்கு ‘மெய், வாய், கண், மூக்கு, செவி என்றும் ஐம்புல நுகர்ச்சியின் பீடம் ஈது ஈது என்றறிந்த தென் புலத்தோர் என்றும் ‘தெய்வம்’ என்பதற்கு மக்கள் என்னும் ஆறாவது தோற்றம் கடந்து, ஏழாவது தோற்றமாம் நிருவாணமுற்று

தெய்வ நிலையடைந்தவர்கள் என்றும் தாசர் கூறும் பொருள் வலிந்து பெறப் பெற்றதாயினும் அவற்றிற்குப் பரிமேலழகர் தரும் விளக்கங்கள் மனநிறைவு அளிப்பனவாய் இல்லை என்பதை நாம் உணரல் வேண்டும்.

இல்வாழ்வான் என்பான் இயல்புடைய மூவர்க்கு

நல்லாற்றின் நின்ற துணை

எனும் முதல் குறளில் வரும் இயல்புடைய மூவர் யார் என்ற வினாவிற்குத் துறந்த சங்கத்தோர், துறவாத ஆதுலர்கள் (கூன், குருடு, சப்பாணி போன்ற ஆதரவற்றவர்கள்), மரித்தோர் ஆகிய மூவர் என்று விடையளிப்பார் தாசர். இறந்தாரின் பிணங்களைக் கொண்டு போய்ச் சுடலை சேர்த்தலே மரித்தோர்க்குச் செய்யும் உதவி என்பது அவர் விளக்கம்.

ஏழு பிறப்பும் தீயவை தீண்டா பழிபிறங்காப்

பண்புடை மக்கட் பெறின் (62)

எனும் குறளுக்கு ***"ஏழு வகைத் தோற்றங்களும் தீவினைப் பயனேயாம்; அவற்றைச் சாராதும் நிந்தை ஒலியாதும் குணங்குடியாகு புத்திரரைப் பெறுவதே சிறப்பென்பது பதம்" என்று பொருள் கூறி, "தேவர், மக்கள், விலங்கு, பட்சி, தாவரம், ஊர்வன, நீர்வாழ்வன ஆகிய ஏழு வகைத் தோற்றங்களுக்கும் தீவினையே பீடமாதலின் அத்தகைய தீவினைக்காளாகாதும் பழி பாவத்துக்கு ஆளாகாதும் விவேகமுற்று நற்குணம் அமையும் மக்களைப் பெற்றுத் தாங்கள் சிறப்படைவதுடன் மக்கள் பெற்ற பெரும் பேற்றால் உலக மக்களும் அறிவு விருத்திப் பெற்றுக் கடைத்தேறுவார்களென்பது விரிவு" என்று விளக்கம் தருவார். (அலாய்சியஸ் II 604) "எழு பிறப்பு" என்பதை ஏழு வகைப் பிறவிகளாக அவர் கொள்வது புதுமையானது.***

அறத்திற்கே அன்பு சார்பென்ப வறியார்

மறத்திற்கும் அஃதே துணை

எனும் குறளுக்கு தன்மத்தைச் செய்தற்கு அன்பே ஆதாரமாயிருப்பது போல் ஏழைகளது தன்மமில்லாச் செயலுக்கும் அன்பே ஆதாரமாயிருந்து தன்மத்தைச் செய்விக்கும் என்று பொருள் உரைக்கும்போது "சார்பென்ப அறியார்" என்று பிரிக்காமல் "சார்பென்ப வறியார்" என்று கொண்டு, "தனமில்லானுக்கு அன்பும், தனமுள்ளோனுக்கு அன்பில்லாமலிருப்பதும் சகஜமே யாயினும் ஓர்கால் அவ்வுலோபிக்கும் அறத்திற்கும் சார்பு அன்பு, மறத்திற்கும் சார்பு அன்பு" என்று விளக்குவது பரிமேலழகர் உரையினின்றும் மாறுபடக் காணலாம் (அலாய்சியஸ் III 609 10).

இருந்தோம்பி இல் வாழ்வதெல்லாம் விருந்தோம்பி

வேளாண்மை செய்தற் பொருட்டு (82)

எனும் குறளில் 'வேளாண்மை' என்ற சொல்லுக்கு விவசாயம் எனும் பொருள் கொள்ளப்பெறுகிறது. "இல்லற தன்மத்தைச் சரிவர நடத்துவோன் ஈகைக்கு ஆதாரமாம் விவசாயத்தை விருத்தி செய்வதற்கேயாம்" என்று எடுத்துரைப்பார் தாசர்.

அகனமர்ந்து செய்யா ளுறையு முகனமர்ந்து

நல்விருந் தோம்புவா னில் (84)

எனும் குறளில் 'செய்யாள்' என்பதற்கு 'இலக்குமி' என்று பொருள் கொள்வார் பரிமேலழகர். இதைத் தவிர்க்கும் தாசர் முகமலர்ந்து அன்னமிடும் இல்லோனிருப்பினும் அகமலர்ந்து அன்னமிடும் இல்லாள் இல்லாமற் போவாளாயின் விருந்தோம்பல் பயனில்லை என்று விளக்கமளிப்பார்.

'வேள்வி' எனும் சொல்லிற்கு யாகம் என்று பொருள் கொள்ளாமல் ஐம்புலனடக்கும் தவம் என்று அயோத்திதாசர் விளக்கமளிக்கக் காணலாம்.

இணைத்துணைத்து என்பது ஒன்றில்லை விருந்தின்

துணைத் துணை வேள்விப் பயன் (87)

எனும் குறளுக்கு "இனத்தின் துணை துணையாகா, ஏனையோர் துணையே துணையென்பது கண்டு அன்னியருக்கு அன்புடனளிக்கும் விருந்து ஐம்புலனடக்கும் தவமாம் வேள்விக்கு ஒப்பானது" என்று பொருள் விரிப்பார். இதனையொட்டி,

பரிந்தோம்பிப் பற்றற்றோம் என்பர் விருந்தோம்பி

வேள்வி தலைப்படா தார் (88)

எனும் குறளும்,

விருந்தோம்புதலே பற்றறுத்து ஐம்புலன் அடைத்தலுக்கோர் வழியாதலின் அவ்வேள்விக்குத் தலைப்படாது விருந்தினரை வீணே பரிந்து உபசரிக்கின்றோம் என்பது விழலே என்பது கருத்து (அலாய்சியஸ் II 614)

என்று விளக்கம் பெறும்.

அடக்கம் அமரருள் உய்க்கும் அடங்காமை

ஆரிருள் உய்த்து விடும் (121)

எனும் குறளை விளக்கும் தாசர்,

மனவொடுக்கம், நாவொடுக்கம், தேகவொடுக்கம் உடையோர் உலகத்தில் சுகவாழ்க்கையைப் பெறுவதுடன் முத்தி நிலையாம் வானவரோடு அமைந்து நித்திய வாழ்க்கையைப் பெறுவார்கள். அத்தகைய

ஒடுக்கமில்லாதோர் மாறாப் பிறவியில் சுழன்று தீரா துக்க சாகரத்தில் ஆழ்வார்கள் என்பது கருத்து (அலாய்சியஸ் II *627*).

என்றுரைப்பார். அமரரோடு சேர்வதை 'முத்தி நிலை' யென்றும் இருள் என்பதை வெறும் நிரையம் அல்லது நரகம் என்று சொல்லாது பிறவிக்கடலாம் துக்க சாகரம் என்றும் அவர் பொருள் தருவது கருதற்பாலது.

மறப்பினும் ஓத்துக் கொளலாகும் பார்ப்பான்

பிறப்பொழுக்கம் குன்றக் கெடும் *(134)*

என்னும் குறளில் 'பார்ப்பான்' எனும் சொல் யாரைக் குறிக்கிறது எனும் சிக்கலுக்கு அவர் காணும் தீர்வு புதுமையானது. அக்குறளுக்குத் "தன்னை அறிந்து ஆராயதவனாயினும் குற்றமில்லை, தன்னை அறிந்தாராய்வோன் எனத் தோன்றிய மானிடன் நல்லொழுக்க நெறியினில்லானேல் கெடுவான் என்பது பதம்" என்று உரை கூறி,

ஒருவன் தனது நற்செயல்கள் ஈதீது என்றும் துற்செயல்கள் ஈது ஈதென்றும் தன்னை மறந்திருப்பினும் குற்றமில்லை. மானிடன் என்னும் மேலாய்ப் பிறப்பில் தோன்றி அப்பிறப்பின் சிறப்பால் இஃது நல்வினை அஃது தீவினையென்று உணர்த்தும் நல்லொழுக்க நெறியில் குன்றுவானாயின் எண்ணரிய பிறவிதனில் மானிடப் பிறவியே மேலாய தென்னும் சிறப்புக் குன்றி விவேக மிகுந்தோரால் விலங்கோ, பேயோ, நரனோ என்று இகழப்படுவான் என்பதற்குச் சார்பாய் அறநெறிச்சாரம் "எப்பிறப்பாயினும் ஏமாப்பு ஒருவற்கு மக்கட் பிறப்பில் பிறிதில்லை அப்பிறப்பில், கற்றலும், கற்றவை கேட்டலும், கேட்டதன்கண் நிற்றலும் கூடப்பெறின்". தொல்காப்பியம் "உயர்திணை என்மனார் மக்கட்சுட்டே அஃறிணை யென்மனா அவரல பிறவே ஆயிரு திணையின் இசைக்கு மென சொல்லே" என்பது கொண்டு மானிடன் எனப்பிறந்தும் தன்னைத்தான் அறிய முயன்றும் ஒழுக்கம் குன்றுமாயின் கெடுவான் என்பது விரிவு (அலாய்சியஸ் II *622*).

என்று விளக்கம் தருவார். 'பார்ப்பான்' என்பவன் தன்னை ஆராய்ந்தறிவோன் என்று தாசர் கூறுவது நம் சிந்தனையைத் தூண்ட வேண்டிய கருத்தாகும்.

"அழுக்காறாமை" எனும் அதிகாரத்திற்குப் பொருள் உரைக்கும் தாசர் முதலில் அழுக்காறு எனும் சொல் வஞ்சினம், பொறாமை, குடிகெடுப்பு, லோபம், சூது, பேரவா ஆகிய மனக்களங்குகள் ஆறினையும் குறிக்கும் என்பார்.

அழுக்காறு என ஒரு பாவி திருச்செற்றுத்

தீயுழி உய்த்து விடும்

எனும் குறளுக்கு அவர் தரும் விளக்கம் பரிமேலழகர் தரும்

விளக்கத்தினின்றும் மாறுபட்டது. “ஆறழுக்குடையோனைப் பாவித்து மற்றவனும் நடப்பானாயின் அவனுக்குள்ள செல்வமும் மடிவதுடன் கொடிய துன்பத்திற்கும் கொண்டுபோய்விடும்” என்று பொழிப்புரைத்து “நல்லொழுக்கத்தில் வாழ்ந்திருந்த ஒருவன் தீயொழுக்கம் உடையோனைப் பார்த்து அவன் போல் நடப்பானாயின் அவன் செல்வம் நசிந்து போவதுடன் அவனை மீளாத் துன்பத்திலும் அழுத்திடும்” என்று விளக்குவார் (அலாய்சியஸ் II *675*).

நன்கு அறியப்பெற்ற சில குறள்களுக்கு அவர் தரும் விளக்கங்கள் ஏற்புடையன என்று கொள்ளல் இயலாது.

ஊருணி நீர் நிறைந் தற்றே உலகவாம்

பேரறி வாளன் திரு (265)

எனும் எளிதில் பொருள் அறியக்கூடிய குறளுக்கு,

தேசத்துள் நீர்வளம் பொருந்தியபோது உலகமென்னும் சிறப்பைப் பெறும் (அவை போல்) விவேக மிகுதியால் ஒப்புரவொழுகுவோன் செல்வன் என்னும் சிறப்பைப் பெறுவான்.

என்று புதுப்பொருள் தருவார். பரிமேலழகர் கூறும் உரை பொருத்தமுடையதாக இருக்க, அயோத்திதாசர் ஏன் இவ்வாறு “ஊருணி” என்பதற்கு “ஊரினுள்” என்றும் “உலகவாம்” என்பதற்கு “உலகமென்னும் சிறப்பைப் பெறும்” என்றும் பொருள் உரைக்க வேண்டும் என்பது புலனாகவில்லை.

அயோத்திதாசர் தீவினை அச்சம் எனும் அதிகாரத்தின் இறுதிக் குறளுக்கு எழுதிய உரையிலிருந்து எல்லிஸ் சங்கம் வெளியிட்ட குறள் பதிப்புப் பற்றி அறிவதோடு அயோத்திதாசர் கொள்ளும் பாடத்தின் அருமையும் புலனாகின்றது.

அருங்கோடன் என்பதறிக மருங்கோடித்

தீவினை செய்யான் எனின் (210)

என்று பாடங் கொண்டு “மக்கள் பக்கம் சென்று கொடுஞ் செயல் களைச் செய்யாதிருப்பானாயின் அருள் நிறைந்தோர் மரபினை உடையோனென்று தெரிந்து கொள்ள வேண்டும்” என்று பொருள் கூறி,

கனந்தங்கிய எலீஸ் துரையவர்கள் சங்கத்திலேயே முதலாவது அச்சிட்ட குறளில் “அருங்கேடன் என்பது அறிக” வென்பது பிழை பட்டுள்ளது கொண்டே உரையெழுதியோர் காலத்தும் பிழைபட்டு பொருள் கெட்டும் வழங்கி வருகிறது. வீடு பேறு “அருங்கோடர் சங்க மணுகி அறவுரை கேட்டு இறுமாந்திருப்பதே வீடு” (அலாய்சியஸ் II *676*).

என்று அவர் விளக்கமளிப்பது பொருத்தமானதாகவே இருக்கக் காணலாம். பரிமேலழகர் "அருங்கேடன்" எனப் பாடம் கொண்டு

ஒருவன் செந்நெறிக் கண் செல்லாது கொடு நெறிக்கண் சென்று பிறர் மாட்டுத் தீவினைகளைச் செய்யானாயின் அவனை அரிதாகிய கேட்டையுடையன் என்பதறிக.

என்று உரைகூறும்போது 'அருங்கேடன் — அரிதாகிய கேட்டை உடையவன் — கேடில்லாதவன்' எனப் பொருள் கொள்வார். இதற்கு,

அருங்கேடன் என்பதனைச் "சென்று சேக்கல்லாப் புள்ள உள்ளில், என்றூழ் வியன்குளம்" என்பது போலக் கொள்க (பரிமேலழகர் 75)

என்று அமைதி கூறுவார்.

நத்தம் போல் கேடும் உளதாகும் சாக்காடும்

வித்தகர்க்கல்லால் அரிது

எனும் குறளுக்கு அயோத்திதாசர் வரையும் உரை புதுமையானது. "இருளைப் போல் மரணத்தின் துன்பமானது தன்னை மறைத்தலாகும். அத்தகைய துன்பமற்ற புகழ் மெஞ்ஞானப் புலவருக்கன்றி மற்றவர்களுக்கு அரிதாம்" என்று பொருள் உரைத்து இறப்பென்னும் துன்ப மயக்கத்தை வென்று புகழ் பெறுதல் தெய்வப் புலவர்களுக்கே ஆகும், சுவையற்ற கவி பாடும் ஏனையவருக்கு ஆகாது என்று விளக்கம் அளிப்பார் (அலாய்சியஸ் II 684). பரிமேலகழகரோ, "புகழ் உடம்பிற்கு ஆக்கமாகும் கேடும் புகழ் உடம்பு உளதாகும் சாக்காடும் சதுரப்பாடு உடையார்க்கு அல்லதில்லை" என்று உரை வரைந்து.

ஆக்கமாகுங் கேடாவது புகழுடம்பு செல்வம் எய்தப் பூதவுடம்பு நல் கூர்தல். உளதாகும் சாக்காடாவது புகழுடம்பு நிற்க பூதவுடம்பு இறத்தல். நிலையாதனவற்றான் நிலையின எய்துவார் வித்தகர் ஆதலின் வித்தகர்க்கல்லால் அரிதென்றார் (பரிமேலழகர் 84)

என்று தரும் விளக்கம் அரியது. இதனை ஏன் அயோத்திதாசர் ஏற்க மறுக்கிறார் என்பது புரியாத புதிராகும். 'நத்தம்' எனும் சொல் ஆக்கம், இரவு, இருள் எனும் பொருள்களைத் தருமாயினும் பரிமேலழகர் கொள்ளும் பொருளே சிறப்புடையது.

நெருநல் உளன் ஒருவன் இன்றில்லை யென்னும்

பெருமை உடைத்து இவ்வுலகு

எனும் குறளுக்கும் தாசர் அளிக்கும் உரை நம் சிந்தனையைத் தூண்டுவது. 'பெருமை உடைத்து இவ்வுலகு' என்ற தொடருக்கு 'தடித்த யாக்கையை உடைத்தாயுள்ள உலகம்' என்றும் 'நெருநல்

உளன்' என்பதற்குத் 'தன்னை அடுத்துள்ள ஒருவன்' என்றும் பொருள் கொள்ளும் அவர் "உலகத்தில் தோன்றியுள்ள பெருத்த உடலானது இன்று என்னுடனிருந்தான் கிடந்தான் தன் கேள் அலறச் சென்றான் என்னும் நிலையற்றுள்ளதை நிலையென்று எண்ணிக் காம வெகுளி மயக்கங்களைப் பெருக்கலாகாது" என்று விரிவாக்கம் செய்வார்.

"நிலையாமை" எனும் அதிகாரத்தில் உள்ள

"புக்கில் அமைந்தின்று கொல்லோ உடம்பினுள்

துச்சில் இருந்த உயிர்க்கு"

எனும் குறளுக்குப் பரிமேலழகர்,

"வாதம் முதலியனவற்றின் இல்லாய உடம்புகளுள் ஒதுக்கிருந்தே போந்த உயிர்க்கு எஞ்ஞான்றும் இருப்பது ஓர் இல் இதுகாறும் அமைந்ததில்லை போலும்" என்று பதவுரை தந்து,

உயிரோடு எப்பொழுதும் கூடியிருக்கக்கூடிய உடம்பு ஏதுமில்லை" எனும் கருத்தை வலியுறுத்துவதாகக் கொள்வார். ஆனால் அயோத்திதாசர் "உடம்பினுள் துச்சில்" என்று பிரிக்காமல் "உடம்பினுள் உச்சி" எனப்பிரித்து "உடலுக்கு சிரசே பிரதானமாகி அங்கு நின்று ஒளிரும் உயிர் நிலையை அங்ஙனே கண்டு அடங்குவதே நிலைமை என்றும் அவ்வகை அடங்காமை நிலையாமை" என்றும் ஆசையால் தோற்றுவதே பாசமென்னும் உடலாகவும் அதுவதுவாய் உலாவுவதே பசுவென்னும் உயிராகவும் அது ஒளிரும் உச்சியினது நிலை கண்டு ஒடுங்கும் நிலைமையே பதியாகவும் கண்ட வள்ளுவர் உடலாம் தோற்றத்தை நிலையாமையென்றும் அதன் உச்சியினுள் ஒடுங்கிப் பதிவதையே நிலைமையாம் மெய்ப்பொருள் என்றும் கூறியுள்ளார் என்றும் விளக்குவது வியப்புக்குரியதாகும் (அலாய்சியஸ் II 689).

வட நூலார் மதமென்றும் தேவநெறியென்றும் மனு நூலென்றும் தமது உரையில் பரிமேலழகர் ஆங்காங்கே சுட்டி அவற்றின் அடிப்படையில் வள்ளுவர் தம் கருத்துக்களைச் சொல்வது போன்ற தோற்றத்தை உண்டாக்குவார். அயோத்திதாசர் தமது உரையில் இவற்றை முற்றும் களைந்து புத்த, சமண நெறிக்கேற்ற கருத்துகளே திருக்குறளில் இடம்பெறுகின்றனவென்று வலியுறுத்துவார். புலால் மறுத்தல் எனும் அதிகாரத்தின் முன்னுரையாக,

புத்த சங்கஞ் சேர்ந்த சமண நிலையுற்று சித்தி பெற வேண்டியவர்கள் அதிகாலையில் எழுந்து உடலஞ் சுத்தி செய்து பச்சரிசியும் பாசிப் பயறும் இட்டுக் காய்த்துள்ள கஞ்சியைச் சாப்பிட்டு மனோ சுத்தம் செய்ய வேண்டிய நீதி நூற்களையும் ஞான நூற்களையும் வாசிப்பதுடன் உலக மக்களுக்கு உதவுவதாய் நூற்களையும் எழுதிவிட்டு உதயாதி பதினைந்து நாழிகைக்குள் காய், கீரை, கிழங்குகளைக் கொண்டு செய்த குழம்புடன் சோறுண்டு இரவு முழுவதும் யாதொரு பொருளையும் புசியாது சுத்த

நீரருந்தி ஞான சாதனத்தினின்று விழித்து இரவு பகலற்ற இடம் சேர வேண்டியவர்களாதலின் துறவு பூண்டும் ஒடுக்கத்தைப் பெறாது தன்னூன் பெருக்கப் பிறிதூன் புசிப்பதாயின் காமவெகுளி மயக்கம் பெருகி துறவின் செயலைக் கெடுத்துவிடும் என்றறிந்த பெரியோன் இல்லத்தோரையே புலால் அகற்றி வாழ வேண்டுமென்று கூறியுள்ள புத்த தன்மத்தை மற்றும் துறவோர்க்குக் கருணை நிலை பூர்த்தி செய்யுமாறு தெளிவுறக் கூறுகின்றார் (அலாய்சியஸ் II *697*).

என்று புத்த தன்மம் புலால் மறுத்தலை வற்புறுத்தலைச் சுட்டிக் காட்டுவார்.

அவி சொரிந்து ஆயிரம் வேட்டலின் ஒன்றன்

உயர் செகுத்து உண்ணாமை நன்று

எனும் குறளுக்குப் பரிமேலழகர் "தீயின் கண் நெய் முதலிய அவிகளைச் சொரித்து ஆயிரம் வேள்வி வேட்டலினும் ஒரு விலங்கின் உயிரைப் போக்கி அது நின்ற ஊனை உண்ணாமை நன்று" என்று பொருளுரைத்து "அவ்வேள்விகளான் வரும் பயனினும் இவ்விரதத்தான் வரும் பயனே பெரிதாம்" (பரிமேலழகர் 93) என்ற விளக்கத்தையும் சேர்ப்பார். வேள்வி பற்றிய பேச்சையே தவிர்த்து இக்குறளுக்கு அயோத்திதாசர் உரைவரைவார். 'வேட்டல்' என்பதைத் 'திருமணம் செய்தல்' என்னும் பொருளில் எடுத்துக் கொண்டு,

ஆயிரம் விவாகங்களைச் செய்து நெய் பிசைந்த அன்ன தானம் செய்வோனாயினும் சிறப்படைய மாட்டான். ஓர் உயிரினை வதையாமலும் அதன் புலாலை உண்ணாமலும் உள்ளவன் எவனோ அவனே சிறப்படைவான் (அலாய்சியஸ் II *700*).

என்று அவர் கூறுவது கருதத்தக்கது.

கணை கொடிது யாழ்கோடு செவ்விதாங்கு அன்ன

வினைபடு பாலாற் கொளல்

எனும் குறளுக்குப் பரிமேலழகர் "அம்பு வடிவாற் செவ்விதாயினும் செயலாற்கொடிது; யாழ் கோட்டால் வளைந்ததாயினும் செயலால் செவ்விது. அவ்வகையே தவம் செய்வோரையும் கொடியர் செவ்வியர் என்பது வடிவால் கொள்ளாது அவர் செயல் பட்ட கூற்றானே அறிந்து கொள்க". (பரிமேலழகர் 100) என்று விளக்கம் அளிப்பார்.

தாசரோ,

வில் வளையில் துன்பத்தைக் கொடுக்கும்; வீணை வளையில் இன்பத்தைக் கொடுக்கும். அது போல் துறவிகளது செயல்களால் உண்டாகும் பயனை நல்வினை தீவினை யென்னும் இரு பகுப்பால் தெரிந்து கொள்ள வேண்டும்.

என்றும்

துறவியானவன் வில்லைப்போன்று வளைந்து ஒடுங்கினவனாகக் காட்டித் துன்பத்தைச் செய்தலும் வீணையைப் போன்று வளைந்து ஒடுங்கினின்று இன்பத்தைத் தருதலுமாயது கொண்டு துறந்துந் தீவினையை அகற்றாது துக்க விருத்தி அடைதலையும் துறந்து நல்வினையைப் பெருக்கிச் சுவிருத்தி அடைதலுமாய இருவகுப்பாலும் கண்டு கொள்ளலாம். *(அலாய்சியஸ் II 108)*

என்றும் விளக்குவார்.

மழித்தலும் நீட்டலும் வேண்டா உலகம்

பழித்தது ஒழித்து விடின்

எனும் குறளுக்குத் **"துறவு பூண்டும் உலக மக்களால் மரணம் அடைந்தானென இழிவு கூறலை நீக்கிக் கொள்ளுவானாயின் சிரமயிர் கழித்தலும் சிரமயிர் வளர்த்தலும் வேண்டுமென்பது இல்லாமல் போம்" என்றும் "சங்கம் சேர்ந்த சிரமணன் மரண ஜெயம் அடையும் வரையில் சிரமயிர் கழித்தே வரவேண்டும் என்பது பூர்வவிதியாதலின் உலகோர் இறந்தானென்று இழிமொழி கூறாது சிறந்தானென்று மரண ஜெயம் அடைவானாயின் மயிர் கழித்தலும் நீட்டலும் வேண்டாமற்போம்" என்றும் விளக்குவார் *(அலாய்சியஸ் II 708)*.**

அஞ்சுவ தோரு மறனே யொருவனை

வஞ்சிப்ப தோரு மவா

எனும் குறளுக்கு "யாதாம் ஒருவனைக் கெடுக்க முயல்வதே ஆசையின் மூலம் எனப்படும். அவற்றிற்குப் பயந்து நடத்தலே புத்தரது தன்மமாம்" என்பது தாசர் தரும் விளக்கம் *(அலாய்சியஸ் மிமி 714)*.

"அருளுடைமை" எனும் அதிகாரத்து முதற்குறளுக்கு உரையெழுதும் போது அவர் தரும் செய்தி அதிர்ச்சியூட்டுவது.

அருட்செல்வம் செல்வத்துட் செல்வம் பொருட்செல்வம்

ஆரியார் கண்ணும் உள

எனப்பாடம் கொண்டு "கிருபையை நிரப்பும் சீரே சீரினும் சீர் எனப்படும். தனதானியச் சீரோ மிலேச்சரிடத்தும் உண்டு" என்று பொருள் உரைத்து 'ஆரியார்' என்ற சொல் "பூரியார்" என்று யாரால் எப்பொழுது மாற்றப்பட்டதென்பது பற்றிக் கீழ்கண்ட தகவலை அளிப்பார்.

இவற்றுள் இத்திரிக்குறள் மூலத்தையும் நாலடி நானூறையும் ஜார்ஜ் ஆரங்டியன் துரை பட்ளர் கந்தப்பன் என்பவரால் கொண்டுபோய், தமிழ்ச் சங்கத்து அதிபதி மேம்பட்ட எலீஸ் துரையவர்களிடம் ஏட்டுப்பிரதியாகக் கொடுத்து அச்சிட்டு வெளிவந்த போது

ஓலைப்பிரதிக்கு மாறுதலாக சாற்றுக் கவிகளில் சில அதிகரித்தும் அறத்துப்பாலில் உள்ள சில செய்யுட்கள் பொருட்பாலில் சேர்த்தும், இச் செய்யுளில் ஆரியார் என்று வந்த மொழியைப் பூரியாரென்றும் மற்றும் செய்யுட்களை மாற்றியுள்ளதைக் கந்தப்பனவர்கள் சங்கத்திற்கு எழுதிக்கேட்டபோது மறுமொழி கிடைக்காமல் போய் விட்டது என்பது விவேகிகளறிந்த விடயங்களாம். அம்மொழி சங்கை அவ்வகையாயினும் முன்கலை திவாகரத்தில் "மிலேச்சர் ஆரியர் என்றே" குறிக்கப்பட்டிருக்கின்றன. அதற்குச் சார்பாய், பாகுபலி நாயனார் பின்கலை நிகண்டு ஏட்டுப்பிரதியிலும் மார்க்கலிங்க பண்டாரம் பின்கலை நிகண்டு ஏட்டுப் பிரதியிலும் "ஆரியர் மிலேச்சர் கீழோர்" என்றும் "மன்னும் ஆரியரும் கீழோர்" என்றும் வரைந்துள்ள மொழிகளைத் தற்காலம் அச்சிட்டுள்ளவர்கள்" ஆரியர் மிலேச்சர் நல்லோர்" என்றும் "மன்னும் பூரியரும் கீழோரென்றும் மாறுபடுத்தியுள்ளார்கள். இது கொண்டே அம்மொழியும் மாறுபட்டுள்ளன என்பதற்கு ஐயமிராவாம். ஆசிரியர் மிலேச்சர் என்போரையே கீழ்மக்கள் என்பதற்குக் காரணம் யாதெனின் சூளாமணி,

தேச மிலேச்சரில் சேர்வுடையாரவர்

மாசில்மனிதர் வடிவினாராயினும்

சின்மனத்தர் கொடுந்தொழில் வாழ்க்கையர்

நீசர வரையு நீரினிழிப்பாம்

வஞ்சினம், பொறாமை, குடிகெடுப்பு, கரவடம், கொடுஞ் செயலுடைய கீழ்மக்களை மிலேச்சரென்றும் ஆரியர் என்றும் நீசரென்றும் பௌத்தர்களால் வழங்கி வந்த மொழிகளைக் கொண்டு தனச்செல்வம் தானியச் செல்வம் என்னும் பொருட்கள் ஆரியராம் மிலேச்சரிடங்களிலுமுண்டு. ஆதலால் அவை சிறப்பெய்தாது; அருட்செல்வமாம் பொருளே சிறப்பெய்தும் என்று கூறியவற்றுள் பூரியர் கண்ணும் பொருள் உள்ளதென்பதாயின் கல்விப் பொருளுக்கும் பொருந்தாவாம். அதாவது பூரியென்பது பதர் என்னும் பொருளைத் தரும். பூரியரென்பது பதருக்கொப்பானவர்கள், ஏழை, ஆதுலர்களென்னும் பொருளைத்தரும். இவற்றுள் தானியமணி அற்றபோது பதர், பூரியென்றும் வழங்குதல் போல் தனப்பொருள் தானியப் பொருள் அற்றவர்களைப் பூரியரென்றும் ஏழைகளென்றும் கூறு மொழியை மாற்றிப் பௌத்தர்களால் வழங்கிவந்த ஆரியரென்று மொழியை வரைந்துள்ளோமாக. ஆரியரென்னும் மொழியே குண சந்தியால் ஆரியாரென மறுவிற்று என்பது விரிவு (அலாய்சியஸ் II *720-21*).

"பெரியாரைத்துணைக்கோடல்" எனும் அதிகார அறிமுகவுரையில் யார் பெரியோர் என அழைக்கப்படுகிறார் என்பதைத் தெளிவாக்கு கிறார்.

சுடர் விளக்காயினும் நன்றாய் விளங்கிடத் தூண்டுகோல் ஒன்று வேண்டும் என்னும் முதுமொழிக்கியைய அரசனானவன் கல்வி கேள்விகளில் சிறந்து குற்றமற்றவனாக விளங்கினும் பெரியோர் களென்னும் விவேக மிகுந்த மேலோர்களைத் துணையாகக் கொண்டு தனது ராட்சிய பாரம் தாங்கவேண்டும் என்பதேயாம். இவற்றுள் சில அறிவிலிகள் பெரியோர் என்பதையும் மேலோர் என்பதையும் வேஷசாதித் தலைவர்களையே கூறும் மொழியென்பாரும் உண்டு. அவை பௌத்த நீதி நூற்களுக்குப் பொருந்தாவாம். எத்தேச, எப்பாஷைக்காரனாயினும் கோபம் குறைந்து, மோகம் குறைந்து பேராசை குறைந்து விவேகம் நிறைந்திருப்பவன் யாரோ அவனையே மேலோன் என்றும் பெரியோன் என்றும் கூறத்தகும். இதனினும் வஞ்சகம், பொறாமை, பொருளாசை, குடிகெடுப்பு, கட்கொலை, காமம், சோம்பல், மிகுந்த குடும்பத்தோரைக் கீழ் மக்களென்றும் சாந்தம் ஈகை அன்பு விடாமுயற்சி உழைப்பு மிகுந்தோரை மேன்மக்களென்றும் கூறுவது நீதிநூல் துணிபாம் (அலாய்சியஸ் II 757).

பௌத்த நீதி நூல்களில் ‘பெரியோர்’ என்றும், ‘அந்தணர்’ என்றும் ‘பிராமணர்’ என்றும் அழைக்கப்படுபவர் அறவுணர்வு உடைய மேலோரேயன்றிக் குறிப்பிட்ட எச்சாதியாரும் ஆகார் என்னும் அயோத்திதாசரின் கூற்று மனங்கொளத்தக்கது. திருக்குறளின் ஐம்பத்தைந்து அதிகாரங்களுக்கு மட்டுமே உரை யெழுதியுள்ள அயோத்திதாசர் திருவள்ளுவரைப் புத்த சமயத்தைச் சார்ந்தவராகவே கொண்டு நூல்போதிப்பது புத்த சமய அறக் கோட் பாடுகளே என்பதை உரைமுழுவதும் அடிக்கோடிட்டுக் காட்டுவார். எப்பாடலுக்கும் ஏற்கனவே உள்ள உரை எதனையும் அப்படியே ஏற்றுக் கொள்ளாமல் தம் சொந்த உரையை முன்னிறுத்துவார். அறத்துப்பால் உரை முடிவில் அவர் கூறும் கருத்து உள்ளத்தைத் தொடுவதாகும்.

இவ்வறத்துப்பாலுள் மெய்யறம், மெய்ப்பொருள், மெய்யின்பமாகிய மூன்று புதைபொருளும் அடங்கியுள்ளதால் இல்லறத்தோர் முதல் துறவிகள் ஈறாகவுள்ள சகல மக்களும் தங்கள் தங்களுக்கு உண்டாம் துக்கங்கள் அற்று சுகப்பேற்றை அடைய இஃது போதிய போதமாகும். ஆதலின் ஒவ்வோர் விசாரணைப் புருஷரும் இதில் அடங்கியுள்ள ஆதி புத்தராம் கடவுள் வாழ்த்து முதல் மெய்யுணர்வு வரையில் தேறவாசித்து உணர்வரேல் பொய்யான வேதாந்த மாய்கையை விட்டுத்தெளிந்து மெய்யாய வேத அந்தத்தில் நிலைத்து பிறப்புப்பிணி மூப்புச்சாக்காடெனும் நான்கு வகை துக்கங்களையும் ஒழித்து உண்மையில் லயித்து என்றும் அழியா நித்தியானந்த சுகத்தை அடைவார்கள் என்பது சத்தியம் சத்தியமேயாம் (அலாய்சியஸ் II 728).

திருக்குறள் சைவ சமயத்தது, வைணவ சமயத்தது, கிறித்துவ சமய அடிப்படை கொண்டது என்றெல்லாம் கொண்டு விளக்கங்கள் தரப் பட்டுள்ளன. அது எச்சமயத்தார்க்கும் பொதுவானது என்ற கருத்தே

ஏற்றுக்கொள்ளக்கூடிய தாயினும் திருவள்ளுவர் ஏதேனும் ஒரு சமயத்தைச் சார்ந்தவர் என்று முடிவு கட்டவேண்டிய நெருக்கடியான நிலையேற்பட்டால் அது தாசர் கூறும் புத்த சமண சமயமே என்பதற்கு மறுப்பிருக்க வழியில்லை. அவர் சில பாடல்களுக்குக் கூறும் உரைகள் பொருத்தமற்றவையாக, குறையுடையனவாக, தவறானவையாக இருக்கலாம். ஆயினும் திருக்குறள் உரையில் வெளிப்படும் அவரது அறிவின் வீச்சும் ஆழமும் பெரும் பாராட்டுக்குரியது.

6
தமிழில் பௌத்தம், பௌத்தத்தில் தமிழ்

பாலிமொழியும் வடமொழியும் அறிந்தவராயினும் அயோத்திதாசர் பௌத்தக் கோட்பாடுகளைப் பெரும்பாலும் தமிழ் இலக்கியங்களைக் கொண்டே விளக்குவதும் புத்தரது வரலாற்றையும் கூட அவற்றை வைத்தே மீட்டுருவாக்கம் செய்வதும் நோக்கற்பாலது. இதனை அவரே தெளிவுபடுத்தி அதற்கான காரணத்தையும் எடுத்துரைக்கிறார்.

பிறவியை ஜெயித்துத் தேவனாகும் பலனை விரும்பு வோர் புத்தரையும் புத்தரது தன்மத்தையும் சிந்திக்க வேண்டியதே செயலாதலின் அவரது பிறப்பு வளர்ப்பின் சரித்திரத்தையும் அறமொழிகளாம் சத்திய தன்மத்தையும் அன்னிய மதத்தோர்களுமான பெரியோர்களால் வரைந்துள்ள நூற்களை விசேஷமாகக் கவனியாது அவர் பிறந்து வளர்ந்து இத்தேசத்துள் நாட்டிய சங்கத்தவர்கள் வரைந்துள்ள அருங்கலைச் செப்பு, அறநெறி தீபம், அறநெறிச்சாரம், திரிக்குறள், திரிமந்திரம், திரிவாசகம், திரிகடுகம், மணிமேகலை, சீவகசிந்தாமணி, சிலப்பதிகாரம், வளையாபதி, குண்டலகேசி, சூளாமணி, நிகழ்காலத்திரங்கல், நிகண்டு, திவாகரம், பெருங்குறவஞ்சி, சிறுகுறவஞ்சி, பெருந்திரட்டு, குறுந்திரட்டு, மற்றுமுள்ள சமண முனிவர்களின் நூற்களைக் கொண்டும் புராதன பௌத்த விவேகிகள் கர்ண பரம்பரையாக

வழங்கிவரும் சுருதிகளைக் கொண்டும் அனுபவச் செயல்களைக் கொண்டும் ஆராய்வதாயின் சத்ய தன்மம் நன்கு விளங்கும்.

நாமும் அவைகளை ஆராய்ந்தே பூர்வத் தமிழ் ஒளியான புத்தரது அரிய சரித்திரத்தையும் அவரது அரிய தன்மத்தையும் விளக்கி வரைந்திருக்கிறோம் (அலாய்சியஸ் II *190*).

தாசர் தரும் பட்டியலில் புத்தசமய நூல்கள் மட்டும் அல்லாமல் சமண சமய நூல்களும் அவ்விரண்டில் ஒரு சமயத்தைச் சார்ந்தவையென்று அடையாளம் காணப்பட்டிராத நூல்களும், சேர்க்கப்பட்டிருக்கக் காணலாம். சமணத்தை அவர் பௌத்தத்தினின்றும் வேறானதாகக் கருதவில்லை.

புத்தபிரானுக்கே அருகன் என்னும் பெயரும் உரியதென்பதை அடியிற் குறித்துள்ள பின்கலை நிகண்டால் அறிந்து கொள்ளலாம்.

11—வது நிகண்டு தகரவெதுகை

புத்தன் மால் அருகன் சாத்தன்

ரகர வெதுகை

தருமராசன் தான் புத்தன் சங்கனோடு அருகன்தானும் உலக ரட்சகனை வடதேசமெங்கும் பகவனென்றும் புத்தரென்றும் வழங்கி வருவதுபோல் தென்தேச மெங்கும் இந்திரரென்றும் அருகரென்றும் விஷேமாகக் கொண்டாடி வந்தார்கள்... இத்தேசத்தார் அருகரென்று எவ்வகையால் கொண்டாடி வந்தார்களென்றால் சாந்தமும் அன்பும் நிறைந்த அருமையானவர் ஆதலின் அருகரென்று கொண்டாடியதுமன்றி சகலரும் மறவாதிருப்பதற்காய் புத்தபிரான் பரிநிருவாணம் அடைந்தபின் அவரது தேகத்தைத் தகனம் செய்து அவ்வஸ்திகளை ஏழு அரசர்கள் எடுத்துப்போய் பூமியில் அடக்கம் செய்து கட்டிடங்கள் கட்டியபோது அஸ்தியை வைத்துள்ள இடம் விளங்குதற்காய்க் குழவிக் கல்லுகளைப்போல் உயர்ந்த பச்சைகளினாலும் வைரத்தினாலும் செய்து அவ்விடம் ஊன்றி வைத்திருந்தார்கள்... அருகம் புல்லை வழங்கும் வழக்கத்தை அனுசரித்து அருகனை மறவாதிருக்கும் ஓர் வழிபாடு தெய்வ வணக்கமும் செய்து வைத்திருந்தார்கள்.

... இவற்றைப் புத்த தன்மமென்றும், பகவத் தன்மமென்றும், இந்திரர் தன்மமென்றும், அருகர் தன்மமென்றும், அவலோகிதர் தன்மமென்றும், ஐயனார் தன்மமென்றும், மன்னர் சுவாமி தன்மமென்றும், தருமராசன் தன்மமென்றுமே கூறல் வேண்டும் (அலாய்சியஸ் II 107).

ஜின ஜைநரென்னும் புத்தருக்குரிய பெயரால் அவர் தன்மத்தைப் பின்பற்றிய சைனர்கள் யாவரும் தமிழ் மொழிக்குரியவர்களுடன் தொடர்புடையவர்கள் என்று வாதிடும் தாசர் கீழ்க்கண்ட சான்றுகளைத் தருவார்.

தமிழில் "நீ" என்னும் மொழிக்கும் சீன பாஷையில் "நீ" என்றும் "நான்" என்பதற்கு "ஞான்" என்றும் "யாம்" என்பதற்கு "யாம்" என்றும் பெண் என்பதற்குப் "பெண்" என்றும் "எஃகு" என்பதற்குக் "கண்" என்றும் "ஈர்" அல்லது "இரண்டு" என்பதற்கு "ஈர்" என்றும் "மை" என்பதற்கு "மை" என்றும் வழங்கிவரும் தொந்த மொழிகளால் அறிவதும் அன்றி மகத நாட்டைச் சார்ந்த ஜீனமலை சைன மலையருகில் சைனர்கள் என்னும் பௌத்தர்களும் தமிழர்கள் என்னும் பௌத்தர்களும் பூர்வத்தில் ஓர் குலத்தினராக விளங்கினார் என்பதும் புலப்படுகிறது (அலாய்சியஸ் II78).

பௌத்தமும் சமணமும் ஒன்றென்பதற்கு வேறு சில ஆதாரங் களையும் முன் வைப்பார்.

ஓர் மகத நாட்டுச் சக்கரவர்த்தியே புத்தரென்றும் ஜைநரென்றும் அழைக்கப்பெற்ற படியால் தற்கால ஜைநர் என்போருள் சக்கரவர்த்தி என்னும் பெயரை வழங்கி வருகிறார்கள். கொடுந்தமிழ் வாசிகளாம் மலையாளிகள் புத்தரை நாயன், நாயனார் என்று வழங்கி வந்தது கொண்டு திருவனந்தரபுரத்தைச் சாரந்த வள்ளுவர் நாடென்னும் பதியில் வாழும் வள்ளுவர்கள் குப்புலிங்க நாயனார் என்றும் மார்க்கலிங்க நாயனாரென்றும் வழங்கி வருவதுபோல் ஜைநருக்குள்ளும் பாகுவலி நாயனார், தீர்த்தங்கர நாயனார், ஜெயசீலநாயனார் என வழங்கி வருகிறார்கள் (அலாய்சியஸ் III 442).

தமிழ்மொழி வரலாற்றைச் சொல்லும்போதும், புத்த சமயக் கோட்பாடுகளை விளக்கும்போதும் திருமூலருக்குத் தனியிடம் அளிக்கத் தாசர் தயங்குவது இல்லை. திருமந்திரத்தில் அவர் ஆழங்கால் பட்டவரென்பதை அவர் தரும் மேற்கோள்களால் அறியலாம். சிவனே வடமொழியையும் தென்மொழியையும் படைத்தான் எனும் தொன்மத்திற்கு எதிரான ஒரு தொன்மம் படைக்கும் தாசர் வடமொழியும் தென் மொழியும் புத்தரால் உண்டாக்கப்பட்டவையென்றும் அவரே வடமொழியைப் பாணினி, ஜனகர் முதலானோரிடமும் தென்மொழியை அகத்தியர், திருமூலர் முதலானோரிடமும் ஈந்து பரப்பினார் என்றும் கூறுவார். இதற்கு ஆதாரங்களாக முன்கலை திவாகரத்திலிருந்து "வடநூற்கரசன் தென் தமிழ்க் கவிஞன் கவியரங்கேற்றும் உபயக் கவிப்புலவன்" என்ற அடிகளும் வீரசோழியத்திலிருந்து "இரு மொழிக்கும் கண்ணுதலார் முதற்குரவர் இயல் வாய்ப்ப" என்னும் அடியும் முன் வைக்கப்படும். புத்த தன்மத்தை மேலும் மேலும் பரப்ப வேண்டி, ஜனகர், வாமதேவர், நந்தி, ரோமர், கபிலர், பாணினி ஆகியோருக்கு வடமொழியையும் அகஸ்தியருக்குத் தென்மொழியையும் கற்பித்து ஜனகரை மகத நாட்டிற்கு வடபுறத்தும்

அகஸ்தியரைத் தென்புறத்தும் திருமூலரை மேற்புறத்தும் சட்ட முனிவரைக் கீழ்ப்புறத்தும் அனுப்பி வைத்தாரென்பது தாசரின் கூற்று, (அலாய்சியஸ் I 601). "பதஞ்சலியார் ஞானம்" எனும் நூலிலிருந்து இக்கருத்தைச் சொல்லும் பாடல் மேற்கோளாகத் தரப்படும்.

ஆசியாக் கண்டம் முழுவதும் பௌத்தம் பரவியிருந்த காலத்தில் புத்தரையே சிவனென்றும் சிவகதி நாயகன் என்றும் கொண்டாடி வந்தார்களென்றும் மக்களுள் காம, வெகுளி, மயக்கங் களாம் முக்குற்றங்களையும் அகற்றி அன்பைப் பெருக்கி இறவா நிலையாகும் நிர்வாணத்தை அடைகின்றவன் சிவன் என்றும் சிவகதி அடைந்தோனென்றும் கருதப்படுவான் என்றும் கூறும் தாசர் திருமூலரின்

அன்பும் சிவமும் இரண்டென்பார் அறிவிலார்

அன்பே சிவமாவது யாரும் அறிகிலார்

அன்பே சிவமாவது யாரும் அறிந்த பின்

அன்பே சிவமாய் அமர்ந்திருப்பாரே (அலாய்சியஸ் I 561)

எனும் பாடலைப் பயன்படுத்திக் கொள்ளக் காணலாம்.

குண்டலி நாடியின் பெருமையைப் பேசும்போது,

அற்றார் பிறவி அவரிரு கண்களை

வைத்தார் புருவத்திடையே நோக்கி

ஒத்தேயிருக்க உலகெல்லாம் தெரியும்

எக்காலும் சாவில்லை இறையவாமே (அலாய்சியஸ் I 553)

என்ற பாடலும்,

மலர்மிசை ஏகினவன் புத்தன் என்பதற்குக்

கடந்து நின்றான் கமலா மலர் மீதே (அலாய்சியஸ் II 571)

என்ற பாடலும் அறவாழி அந்தணன் புத்தன் என்பதற்கு,

அருமைவல்லான் கலைஞாலத்துள் தோன்றும்

பெருமை வல்லான் பிறவிக் கடல் நீந்தும்

உரிமை வல்லான் அடியூடுர வாகி

திருமை வல்லா ரொடுஞ் சேர்ந் தன்னியானே (அலாய்சியஸ் II 576)

என்ற பாடலும், மேற்கோள்களாகும்.

புத்தரின் மும்மொழிகளும் மும்மொழிகளைத் தழுவிய நான்கு

வேத வாக்கியங்களும் முதல் நூலென்றும் திருக்குறள் வழி நூலென்றும் திருமூலரின் திரிமந்திரமும் ஔவையாரின் திரிவாசகமும் சார்பு நூல்களென்றும் அடிக்கடி எடுத்துரைப்பது தாசர் விரும்பிய செயலாகும். இக்கருத்தும் திருமந்திரத்திலிருந்து அவர் தரும் ஏராளமான மேற்கோள்களும் அதன் மேல் அவருக்கிருந்த பற்றையும் வெளிப்படுத்தும்.

சீவகசிந்தாமணி, தமிழ் பயின்ற மேலை நாட்டவரான எல்லிஸ், போப் போன்றவர்களால் உயர்ந்த காப்பியமெனப் பாராட்டப் பெற்றது. அப்பெரு நூலை ஆழமாகக் கற்று ஆய்ந்த அயோத்திதாசர் அதனைப் பௌத்த நூலாகவும் சீவகன் என்னும் பௌத்த மன்னன் வரலாறு கூறும் நூலாகவும் கருதி அதிலிருந்து பல மேற்கோள்கள் தருவார்.

புத்தனே சீவகசிந்தாமணியில், ‘அறன்’ என்றும் ‘பகவன்’ என்றும் ‘அந்தணர் தாதை’ என்றும் ‘விண்டார் பூந்தாமரையின் விரை ததும்ப மேல் நடந்தான்’ என்றும் பாராட்டப் பெற்றுள்ளான் என்றுரைக்கும் தாசர் பல சொற்கள் தாம் கூறும் பொருளில் கையாளப்பட்டிருத்தலுக்குச் சீவகசிந்தாமணியிலிருந்தும் ஆங்காங்கே சான்றுகள் தருவார். புத்தன் சொன்ன மும்மொழிகளே முதல் வேதங்கள் என்று வாதிடும் தாசர்,

ஆதிவேதம் பயந்தோய் நீ அலர் பெய்மாரி அமர்ந்தோய் நீ

நீதி நெறியை உணர்ந்தோய் நீ நிகரில் காட்சிக்கு இறையோய் நீ

நாதன் என்னப்படுவோய் நீ நவை செய் பிறவிக் கடலகத்துன்

பாத கமலம் தொழ வெங்கள் பசையாப்பவிழப் பணியாயே

(அலாய்சியஸ் I 545)

என்னும் பாடலைச் சான்று காட்டுவார். சாக்கைய முனிவருக்கு மட்டுமல்லாமல் அவர் பின் வந்த அடியார்களுக்கும் ‘கடவுள்’ என்ற பெயர் உண்டென்பதற்கு,

மணப் புடைமாலை மார்பன் ஒரு சொலே ஏதுவாகக்

கணைக் கவின் அழித்த கண்ணார் துறந்து போய்க் கடவுளானான்

என்னும் அடிகளையும் சமணப் பெரியோர் ‘சாமி’ என்று அழைக்கப்பட்டதற்கு,

தேனுடை மலர்கள் சிந்தித் திசை தொழச் சென்ற பின்னாள்

தானுடை உலகம் கொள்ளச் சாமி நாள் சார்ந்த தன்றே (அலாய்சியஸ் II *177*)

என்னும் அடிகளையும் ஐந்து இந்திரியங்களையும் அடக்கி வெற்றி கொண்ட புத்தரும் அவரது அடியார்களும் "இந்திரர்" என்று அழைக்கப்பட்டார்கள் என்பதற்கு,

ஆசை யார்வமோடு ஐயமின்றியே

ஓசை போய் உலகுண்ண நோற்ற பின்

ஏசு பெண்ணொழித்து இந்திரர்களாய்

தூய ஞானமாய்த் துறக்கம் எய்தினார் *(அலாய்சியஸ் II 117)*

என்னும் அடிகளையும், பூர்வ புத்த சமய அரசர்கள் வாழ்ந்து வந்த இடத்திற்குச் சேரி என்ற பெயர் உண்டென் பதற்கு,

தேனுலாமதுச் செய்கோதை தேம்புகை கமழ்வூட்டி

வானுலாச் சுடர் கண்மூடி மாநகர் இரவுச் செய்யப்

பானிலாச் சொரிந்து நல்லராணிகலம் பகலைச் செய்ய

வேனிலான் விழைந்த சேரி மேலுலகனைய தொன்றே

என்ற பாடலையும் வள்ளுவர் என்பார் புத்த அரசர்களின் கன்மத் தலைவர்களாக விளங்கியவர் என்பதற்கு,

கோத்த நித்திலக் கோதை மார்பினான்

வாய்த்த வன்னிரை வள்ளுவன் சொனான் *(அலாய்சியஸ் II 125)*

என்னும் அடிகளையும் வேற்று நாட்டிலிருந்து இங்கு வந்து குடியேறிய ஆரியர்களே மிலைச்சர், மிலேச்சர் என்று அழைக்கப்பட்டனர் என்பதற்கு 'வெங்கண் நோக்கிற்குப் பாயமிலேச்சனைச் செங்கண் தீவிழியால் தெறித்தான்' *(அலாய்சியஸ் I 123)* என்னும் அடிகளையும் புத்த சங்கத்தில் சேர்ந்து சத்திய தன்மத்தைப் பின்பற்றிச் சமண நிலையிலிருந்து தம்மைப் பார்ப்போர்களே பார்ப்பார் என்று அழைக்கப்பட்டார் என்பதற்கு,

நன்பால் பசுவே துறந்தார் பெண்டீர் பாலர் பார்ப்பார்

என்பாரை ஓம்பேன் எனின் யான் அவனாவனென்றான் *(அலாய்சியஸ் I 120)*

என்னும் அடிகளையும் சமணரில் சித்தி பெற்றோர் சாரணர் என்று அழைக்கப்பட்டார் என்பதற்கு,

இலக்கு குங்கும மார்பன் ஏந்துசீர்

நலங்கொள் சாரணர் நாதன்கோயிலை *(அலாய்சியஸ் I 558)*

என்னும் அடிகளையும் ஒழுக்கமுடையோராய்த் தீவினையை அகற்றியவர்களே தேவர்களென்று அழைக்கப்பட்டார் என்பதற்கு,

யாவராயினும் நால்வரைப் பின்னிடில்

தேவரென்பதும் தேறும் இவ்வையகம் *(அலாய்சியஸ் I 560)*

என்னும் அடிகளையும் இறவா நிலையிலிருக்கும் நிர்வாண நிலையே சிவகதியாகும் என்பதற்கு,

இன்பமற்றென்னும் பேரானெழுந்து புற்கற்றைத் தீற்றித்

துன்பத்தைச் சுரக்கு நான்கு கதியென்னும் தொழுவில் சேர்த்து

நின்ற பற்றார்வநீக்கி நிருமலன் பாதஞ்சேரின்

அன்பு விற்றுண்டு போகிச் சிவகதி அடையலாமே

(அலாய்சியஸ் I 562)

என்னும் பாடலையும் மேற்கோள்களாகத் தருவார்.

இந்துக்கள் என்னும் ஆரியர்கள் இந்நாட்டில் குடியேறு வதற்கு முன் பௌத்த அரசர்களுக்கும் வணிகர்களுக்கும் வேளாளர்களுக்கும் கன்மக் குருக்களாயிருந்து திருமணச் சடங்குகளை நடத்தி வந்தவர்கள் வள்ளுவர்களேயென்றும் இப்பொழுது வள்ளுவர்கள் செய்யும் சடங்குகள் இந்து சமயத்தைச் சார்ந்தவை என்றெண்ணுவது தவறென்றும் சாக்கைய பௌத்தவர்கள் நடத்திய திருமணங்கள் பற்றி மணிமேகலை, சீவகசிந்தாமணி, சூளாமணி ஆகிய நூல்களிலிருந்து அறிந்து கொள்ள முடியும் என்றும் எடுத்துரைப்பார் தாசர். அன்னார் "மணவரை இயற்றியதை"

அடிமனை பவழமாக அரும் பொனால் அலகு சேர்த்தி

முடிமணி அழுத்திச் செய்த மூரிக்காழ் நெற்றி மூழ்கக்

கடிமலர் மலரை நாற்றிக் கம்பல விதானம் கோலி

இடும்புகை மஞ்சிற் சூழ மணவரை இயற்றினாரே

என்ற பாடலும் வடமீன் எனும் அருந்ததியை மணமகளுக்குக் காண்பித்து அருந்ததியைப் போல் கற்புடை யவளாக வாழும்படி வாழ்த்தியதை,

விளங்கொலி விசும்பில் பூத்த அருந்ததிக் காட்டியின் பால்

வளங்கொளப் பூத்த கோல மலரடி கழீஇய பின்றை

இளங்கணை யாழி யேந்த வயினி கண்டமர்ந்திருந்தான்

துளங் கெயிற் றழுவை தொல்சீர் தோகையோ டிருந்தது ஒத்தான்

என்ற பாடலும் மஞ்சள் நீரினாலும் சந்தனக் குழம்பினாலும் மணமக்கள் விளையாடி மகிழ்ந்தார்கள் என்பதை,

அன்னப் பெடை நடுக்கி அசைந்து தேற்றா நடையாளும்

மன்னர் குடைநடுக்கும் மாலை வெள்வேல் மறவோனும்

மின்னு மணிக்குடத்தின் வேந்தரேந்த மண்ணாடி

கன்னங்கடி மலரும் துகிலும் சாந்தும் புனைந்தாரே

(அலாய்சியஸ் II *127—9)*

என்ற பாடலும் சுட்டும்.

புத்தரது வரலாற்றைக் கூறும்போதும் தாசரின் "ஆதிவேதத்"திலும் சீவக சிந்தாமணிப் பாடல்கள் பல இடம்பெறும். பொருத்தமான இடங்களில் அரிய பாடல்களைச் சேர்த்து ஆதிவேதத்தை ஒரு தமிழ்க் காப்பியமாகவே தருகிறார். சித்தார்த்தனின் திருமணத்திற்காக நகர் அணி செய்யப் பெற்றதை,

இரும்பிடி தழீஇய யானை இழிமதங் கலந்து சேறாய்ச்

சுரும்பொடு மணி வண்டார்க்குந் துகிர் கொடி மாடவீதி

பெருங்கடி நகரம் பேசின் இராச மா கிருகமென்பர்

அருங்குடி அமரர் கோமான் அணி நகராய தொன்றே

என்ற பாடல் கொண்டு வருணிப்பார். "சதுர் சத்ய காதை" யில் இறப்பினால் விளையும் துயரம் வீணானது என்பதை,

பிரிந்தவர்க் கிரங்கிப் பேதுற்றழுத நம் கண்ணின் நீர்கள்

சொரிந்தவை தொகுத்து நோக்கில் தொடு கடல் வெள்ள மாற்றா

முரிந்த நம் பிறவி மேனாள் முற்றிழை இன்னு நோக்கால்

பரிந்தழுவதற்குப் பாவா அடியிட்டவாறு கண்டாய்

(அலாய்சியஸ் II *239)*

என்ற பாடலால் விளக்குவார்.

உண்மையான புத்தன் என்போன் எல்லாவுயிர்களிடத்தும் அன்பு காட்டிக் கொல்லாமை எனும் அறத்தைக் கையாளுவோன் எனும் புத்த அறத்தை வலியுறுத்தும்போது,

ஊன் சுவைத்து உடம்பு வீங்கி நரகத்தில் உரைதல் நன்றோ

ஊன் தினாது உடம்பு வாட்டித் தேவராய் உரைதல் நன்றோ

ஊன்றி இவ் விரண்டினுள்ளும் உறுதி உரைதி என்ன

ஊன்றினாது ஒழிந்து புத்தேள் ஆவதே உறுதி என்றான்

(அலாய்சியஸ் II *268)*

எனும் பாடலை இணைப்பார்.

ஒழுக்கத்தினின்று ஐம்பொறி காத்தலால் வீட்டின்பம் அடையலாம் என்பதற்கு,

ஒன்றாய ஊக்க வேர் பூட்டி யாக்கைக் கெறு வுழுது

நன்றாய் நல்வரகுச் செந்நெல் வித்தி ஒழுக்க நீர்

குன்றாமற்றாங் கொடுத் தைம்பொறியின் வேலி காத்தோம்பின்

வென்றார் தம் வீட்டின்பம் விளைவிக்கும் விண்ணோர் உலகின்றே

(அலாய்சியஸ் II 274)

எனும் பாடல் மேற்கோளாகும்.

அவாவின் பெருக்கமே துக்கத்திற்கு மூலமென்னும் புத்தபிரானின் அறிவுரையை விதந்து கூறவும் தாசர் சிந்தாமணிப் பாடலையே தருவார்.

வேட்டன பெறாமை துன்பம் விழைநரைப் பிரிதல் துன்பம்

மோட்டெழில் இளமை நீங்க மூப்பு வந்தடைதல் துன்பம்

மேட்டெழுத்தறிதலின்றி யெள்ளற் பாடுள்ளிட்டெல்லாம்

சூட்டணிந் திலங்கும் வேலோய் துன்பமே மாந்தர்க் கென்றான்

(அலாய்சியஸ் II 395)

புத்த சமயக் கோட்பாடுகளை விளக்குதற்கும் புத்தர் வரலாற்றைக் கூறுவதற்கும் தாசருக்குச் சீவக சிந்தாமணி கைகொடுத்துதவுவதைப் பார்க்கும்போது அவர் தமிழிலுள்ள சமண இலக்கியங்கள் கூறுவனவும் பௌத்தமே என்றுரைப்பது மெய்யென்றே முடிவு கட்ட நேரும்.

சிவவாக்கியம் புத்த மதத்தைச் சார்ந்த நூலென்றே கூறுவார் தாசர். இதற்கு "அண்டர் கோன் இருப்பிடம் அறிந்து கொண்ட ஞானிகள் கண்ட கோவில் தெய்வமென்று கையெடுப்பதில்லையே" என்னும் பாடலே போதுமான சாட்சியென்பார். அண்டர் கோன் என்பது புத்தருக்குரிய ஆயிர நாமங்களில் ஒன்றென்பதைச் சூளாமணி என்னும் நூலில் கூறியிருக்கும் புத்தர் தியானத்திலிருந்து தெரிந்து கொள்ளலாம் என்பது அவர் கருத்து.

தண்டா அமரை மலரின் மேல் நடந்தாயென்றும்

தமணீயப் பொன் அணையின் மேல் அமர்ந்தா யென்றும்

வண்டாரசோகி நிழல் வாய் அமர்ந்தாயென்றும்

வாழ்த்தினால் வாராயோ வானவர் தம் கோவே

(அலாய்சியஸ் II 21)

தம் கருத்துக்களை வலியுறுத்த வேறிடங்களிலும் சிவவாக்கியத்தைத் தாசர் பயன்படுத்திக் கொள்வார். "வேஷ பிராமணர்கள் தங்களை உயர்ந்த சாதியென்றும் திராவிட பௌத்தர்களைத் தாழ்ந்த சாதியென்றும் வகுத்து வழங்கி வந்த காலத்தும் மேன்மக்கள் மிலேச்சர்களைக் கண்டித் தெழுதினார்கள்" என்பதற்குச்

"சாதியாவதேதடா சலந்திரண்ட நீரலோ"

"பறைச்சியாவதேதடா பணத்தியாவதேதடா" *(அலாய்சியஸ் I 130)*

என்று தொடங்கும் பாடல்களையும், பூணு நூலுக்கு ஆதாரமாகும் குண்டலி என்றும் பிரம்மரத்தினம் என்றும் வழங்கும் நாடியின் மகத்துவத்தை வலியுறுத்த,

உருதரித்த நாடி தன்னில் ஓடுகின்ற வாயுவை

கருத்தினால் இருத்தியே கபால மேற்ற வல்லிரேல்

விருத்தர்களும் பாலராவர் மேனியும் சிவந்திடும்

அருள்தரித்த நாதன் ஆணை அம்மை ஆணை உண்மையே

(அலாய்சியஸ் I 552)

என்னும் பாடலையும், "தெய்வகதி அடைய வேண்டியவர்கள் அண்டர்கோன் ஒழுக்கத்தைப் பின்பற்ற வேண்டுமென்"பதற்குப்

பேசுவானும் ஈசனும் பிரம்மஞானம் உம்முளே

ஆசையான ஐவரும் அலைந்தலைச்சல் படுகிறார்

ஆசையான ஐவரை அடக்கி ஓரிடத்திலே

பேசிடாதிருப்பிரேல் ஈசன் வந்து பேசுமே *(அலாய்சியஸ் I 578)*

என்ற பாடலையும், "ஆதியட்சரமாம் அகாரமே அறிவின் விருத்திக்குக் காரணமாகி உகாரமாம் உண்மை ஒளி கண்டு மகாரமாம் காமவெளி மயக்கங்கள் அற்றுச் சிகாரமாம் அன்பில் நிலைப்பதே நிருவாண சுகமாகும் என்பதற்கு,

அகார காரணத்துளே அநேக னேக ரூபமாய்

உகார காரணத்துளே ஒளி தரித்து நின்றனன்

மகார காரணத்தின் மயக்கமற்று வீடதாம்

சிகார காரணத்துளே தெளிந்தே சிவாயமே

(அலாய்சியஸ் II 468)

என்ற பாடலையும் சான்றுகளாகத் தருவார்.

சிவவாக்கியர் சைவ சமயத்தையோ, வைணவ சமயத்தையோ சார்ந்தவர் என்ற கருத்து அவருக்கு உடன் பாடானதன்று.

ஔவையார் பற்றி வழங்கி வரும் கதைகளையெல்லாம் ஒதுக்கித் தள்ளும் அயோத்திதாசர் அவரைப் புத்த அறத்தின் தலையாய சாட்சியாளர்களில் ஒருவராகக் காட்டும் வாழ்க்கை வரலாறு எழுதியதுடன் ஆத்திசூடி, கொன்றை வேந்தன், வெற்றி வேற்கை எனும் பெயர்களில் தமிழகம் அறிந்துள்ள அறநூல்களுக்குப் புத்த நெறி நின்று விளக்கமளித்துள்ளார். அவற்றைத் "திரிவாசகம்" என்று அழைத்து புத்தரின் மும்மொழிகளும் அவற்றைத் தழுவிய நான்கு வேத வாக்கியங்களும் முதல் நூலென்றும் வள்ளுவரின் "திரிக்குறள்" வழி நூலென்றும் ஔவை தந்த அந்நூல் சார்பு நூலென்றும் வலியுறுத்துவார்.

ஆத்திசூடியை ஆத்திச்சுவடி யென்றும் கொன்றை வேந்தனைக் குன்றைவேந்தன் என்றும் வெற்றிவேற்கையை வெற்றி ஞானம் என்றும் அழைத்து அவற்றின் காப்புச் செய்யுள்களிலிருந்து இறுதிப் பாடல்கள் வரை அவை புத்தரையும் புத்த நெறியையும் போற்றுகின்றன வென்பதை வலியுறுத்தும் வகையில் உரை வரைவார். ஆத்திச் சுவடியின் காப்புச் செய்யுளிலுள்ள "ஆத்திச் சுவட்டில் அமர்ந்த தேவனை" எனும் தொடர் கல்லாத்தி மர நிழலில் வீற்றிருந்த ஆதி தேவனாம் புத்தபிரானைக் குறிக்கும் என்றும் அருங்கலைச் செப்பிலுள்ள,

ஆத்தியடி அமர்ந்து ஆகமங்கள் ஆய்ந்து

சாத்தன் நமக்கு அளித்த சீர்

என்ற பாடலையும் பின்கலை நிகண்டிலுள்ள,

தருமராசன் முனீந்திரன் சினன் பஞ்ச தாரை விட்டே

அருள் சுரந்த உணர்க்கூட்டும் ததாகதன் ஆதிதேவன்

விரவு சாக்கையனே சைனன் விநாயகன் சினம் தவிர்ந்தோன்

அரசு நீழலில் இருந்தோன் அறி அறன் பகவன் செல்வன்

என்ற பாடலையும் சான்றுகளாகத் தருவார்.

கொன்றை வேந்தனின் காப்புச் செய்யுளாக

குன்றை வேந்தன் செல்வன் அடியினை

என்றும் ஏற்றித் தொழுவோம் யாமே

எனும் அடிகளைத் தந்து,

"குன்றைவேந்தன்" எனும் தொடரும் "செல்வன்" எனும் சொல்லும்

புத்தனையே குறிக்கும் என்றும் "சிறந்திடும் குன்றைவேந்தன் குணபத்திரன்" என்று பின்கலை நிகண்டும் "சக்கரப் பெருஞ் செல்வன்" என்று சூளாமணியும் "சினவுணர்கடந்த செல்வன்" என்று சீவகசிந்தாமணியும் குறிப்பிடுவதைச் சான்றுகளாகவும் எடுத்துரைப்பார்.

வெற்றி வேற்கையின் காப்புச் செய்யுளாக,

"வெற்றி ஞான வீரன் வாய்மை

முற்றும் அறிந்தோர் மூதறிவோரே"

என்னும் அடிகளைத் தந்து "வெற்றி வீரனாகிய புத்தனின் மெய் வாக்கியங்கள் நான்கையும் முழுவதும் தெரிந்து கொண்டவர்கள் முற்றும் உணர்ந்த பேரறிவாளராகும்" என்று பொருள் உரைப்பார்.

ஆத்திசூடியின் "அறம் செய விரும்பு" எனும் முதற் செய்யுள் "அறன் செயல் விரும்பு" என்று மாற்றப்பட்டு அறக்கடவுளாகும் புத்தபிரான் செய்கைகளாம் நற்சாட்சி, நற்சிந்தை, நல்வசனம், நற்செய்கை, நல்வாழ்க்கை, நல்லூக்கம், நற்கருத்து, நல்லமைதி எனும் இவைகளை விரும்ப வேண்டும் என்று பொருள் உரைக்கப் பெறும். அறன் என்னும் வல்லின றகரம் அமைந்த தெய்வப் பெயர் உண்டோ வென்பார்க்கு அயோத்திதாசர்,

கொடு வெஞ்சிலை வாய்க் கணையில் கொடிதாய்

நடு நாளிரவின் னவைதான் திருமால்

நெடு வெண்ணிலவின் நிமிர்தேர் பரியா

தடு மாரெழினின்றற னே யருளே

எனும் சீவக சிந்தாமணிப் பாடலை மேற்கொள் காட்டுவார்.

புத்த நெறி கொண்டு பொருள் தரும் அயோத்திதாசர் ஆங்காங்கே தமது பாலிமொழி யறிவையும் பயன்படுத்திக் கொள்கிறார். "சனி நீராடு" எனும் வரிக்கு உலோக ஊற்றுகளில் உடல் முழுவதும் அழுந்தக் குளித்தெழு என்று பொருள் உரைத்துச் சனி நீரென்பது பாலிமொழியில் உலோக ஊற்றைக் குறிக்குமென்றும் அதற்கு எண்ணெய் தேய்த்துக் குளித்தல் என்னும் பொருள் பொருந்தாதென்றும் வாதிடுவார்.

எள் நெய் கண்டு பிடித்த காலம் ஆயிர வருஷங்களுக்குப் பிந்தியும் கானிஷ்காவரசனுக்கு முந்தியது மாகும். இந்திய மாதா என்னும் அம்பிகையம்மன் வாசக நூல் இயற்றிய காலம் ஆயிரத்தி ஐந்நூறு வருஷங்களுக்கு மேற்பட்டதாகும். ஆதலின் எள் நெய் தேய்த்து முழுகென்பது வாசக நூலின் காலவரைக்குப் பொருந்தாது. இன்னும் சகலதேக மக்களுக்கும் எண்ணெய் ஸ்நானம் பொருந்தாதென்பதும் திண்ணம் (அயோத்திதாசர் II *25.6*)

"அரனை மறவேல்" என்பதை "அறனை மறவேல்" என்று பாடம் கொண்டு அறவாழிக் கடவுளாம் புத்தபிரானை என்றும் மறவாதே என்று பொருள் உரைப்பார். புத்தர் வாழ்ந்த காலத்தில் தன்னைத் தொழ வேண்டுமென்றோ, தன்னை மறக்கக் கூடாதென்றோ அவர் சொல்லவில்லையாயினும் ஔவையார் இவ்வாறு கூறுதற்குக் காரணம் புத்தனை எண்ணும்போது புத்தன் மொழிந்த பொருளை முற்றும் சிந்திக்க ஏது உண்டாகும் என்பதே எனும் விளக்கமும் தரப்படும்.

"அனந்தல் ஆடேல்" என்னும் வரிக்கு "அதி நித்திரை செய்யாதே" எனும் பொருள் தவறானதென்றும் "அதிக வெள்ளப் பெருக்கத்தில் நீந்தி விளையாடாதே" என்பதே சரியான பொருளென்றும் பாலிமொழியில் அனந்தல் என்னும் சொல்லுக்கு வெள்ளம், பேரலை, நீர்வேகம் எனும் பொருள் உண்டென்றும் கூறி,

திரிபிடகம், திரிக்குறள், திரிமந்திரம், திரிகடுகம், திரிவாசகம் முதலிய நூற்கள் யாவற்றிலும் பாலி மொழிகளே மிக்க மலிவுள்ளது கொண்டு அனந்தல் என்னும் மொழிக்கு வெள்ளம் என்னும் பொருளை விவரித்துள்ளோம்.

என்று குறிப்பிவது பழந்தமிழ் இலக்கியங்களில் பாலி மொழிச் சொற்களின் பயன்பாடு பற்றிய ஆய்வைத் தூண்டுவதாகும்.

"சக்கர நெறி நில்" எனும் அடிக்கு அறவாழியாம் தருமச் சக்கர ஒழுக்கத்தில் நிலைத்திரு என்று பொருள் கூறிச் சக்கர நெறி பற்றி அவர் தரும் விளக்கம் கருதற்குரியது.

திரிபேத மென்றும் திரிபீடமென்றும் வழங்கிய சுருதி மொழிகளைக் கலை நூற்களில் வகுத்து நூல் நெறி யென்றும் செய்யுட்களில் வகுத்துப் பாநெறி யென்றும் அரசர்கள் செவ்வியக்கோல் வழியில் வகுத்துக் கோனெறியென்றும் பொதுவாய் நீதிநெறியில் வகுத்து நீள்நெறி யென்றும் போதித்துள்ளவற்றில் உலகெங்கும் சூழ்ந்துள்ள சருவ சீவர்கள் மீதும் கருணை வைத்துக் காக்கும் நெறியே விசேஷ நெறியாதலின் நமது ஞானத்தாய் சக்கர நெறி நில்லென வற்புறுத்திக் கூறியுள்ளாள் (அயோத்திதாசர் II 4142).

"சையெனத் திரியேல்" எனும் அடிக்கு "ஞானியென்று உன்னை மெச்சும்படியான வேஷம் பூண்டு நீ உலாவாதே" என்று பொருள் கூறிப் பாலிமொழியில் சை என்னும் சொல்லுக்கு ஞானமென்றும் சைலம் என்னும் சொல்லுக்கு ஞானக்குன்று என்றும் சைலம் என்னும் சொல்லுக்கு ஞான பாக்கியம் என்றும் பொருள் இருப்பதை எடுத்துரைப்பார்.

"திருமாலுக்கு அடிமை செய்" என்னும் அடியில் 'திருமால்' மனுமக்களுள் சிறந்த புத்தபிரான் என்று பொருள் தரும் எனக்

குறித்துத் தம் கருத்தை வலியுறுத்த அவர் தரும் விளக்கம் நீண்டது.

தன்மசக்கரப் பிரவர்த்தனன் என்ன உலகெங்கும் வட்டமிட்டு அறவாழியை உருட்டியது கொண்டு மாலென்னும் பெயர் பெற்ற புத்தபிரானின் பாததூளியென்றெண்ணிச் சங்கத்தோர்களையே சங்கரன் எனப் பாவித்துச் சங்க தருமத்தையே சிந்தித்துப் பற்றறுக்க வேண்டும் என்னும் கருத்தால் பற்றற்றானுக்கு அடிமையாக வேண்டுமென்பது கருத்து (அயோத்திதாசர் II *50*).

“தெய்வம் இகழேல்” எனும் அடிக்குத் தேய்வகமாம் உள்ளொளி கண்டோரைத் தாழ்வு செய்யாதே என்று பொருள் உரைத்து மனிதருள் உயர்ந்தோரே தேவரென்றழைக்கப்படுவார் என்றும் அவர் புராணங்கள் கூறும் பொய்த் தேவர் அல்லர் என்றும் தாசர் தரும் விளக்கம் சிறப்புடையது.

பொய்வேதப் புலம்பலாலும் பொய் புராணக் கட்டுக் கதைகளாலும் ஆகாயத்தினின்று பூமியில் வந்து தோன்றினாரென்னும் பொய் தேவக் கதைகளையும் ஆகாயத்திலிருந்த தேவர் பெண் வயிற்றில் பிறந்தார் என்னும் பொய் தேவக் கதைகளையும் அவனைக் கொல்ல அவதரித்தான், இவனைக் கொல்ல அவதரித்தான் என்னும் பொய்த் தேவர்களையும் அந்த மதத்தைக் கண்டிக்க அவதரித்தான் இந்த மதத்தைக் கண்டிக்க அவதரித்தான் என்னும் பொய்த் தேவர்களையும் விசாரணைப் புருஷர் இழிவு கூறுவதில் ஓர் இடுக்கணும் இல்லை, புகழ்ச்சி செய்வதால் ஓர் பிரயோசனமும் இல்லை.

மக்களினின்றும் தேவரெனத் தோன்றியவர்கள் பிற்ப்பு இறப்பு அற்று மறுபடியும் கருவில் வந்து தோன்றார்கள் என்பது சத்தியமாம் (அயோத்திதாசர் II *53*).

“தையல் சொற்கேளேல்” என்பதற்குப் பெண்களின் சொற்களைக் கேட்காதே” என்று பொருள் உரைக்காமல் “எதிரிகள் உன் உள்ளத்தைத் தைக்குமாறு கூறும் சொற்களுக்குச செவி கொடாதே” என்று பொருள் தருவார்.

“பொருள்தனைப் போற்றி வாழ்” என்னும் அடியும் புதிய விளக்கம் பெறுகிறது. இங்குப் பொருள் என்பது மெய்ப் பொருளைக் குறிக்கும் என்பார் தாசர்.

தன்னைத்தான் உணரென்றும் தனக்குள்ள நற்செயல்களையும் துற்செயல்களையும் உணர்ந்து தனக்கொரு கேடும் வராது துற்செயல்களை அகற்றி நற்செயல்களைப் பெருக்கி சுகநிலையாம் உண்மைப் பொருள் உணர்ந்து நிற்றலே நித்திய வாழ்க்கைக்கு ஆதாரமாதலின் க்ஷணத்திற்கு க்ஷணம் அழிந்து கொண்டே போகும் பொய்ப் பொருளைப் போற்றாது நித்திய ஒழுக்கமாம் நீடுவாழ்க்கையைத் தரும் மெய்ப்பொருளைப் போற்றி

வாழென்று கூறியுள்ளார்கள் (அயோத்திதாசர் ll 67).

“ஆலயந் தொழுவது சாலவும் நன்று” என்னும் அடிக்கும் தாசர் புதுப்பொருள் உரைப்பார். கோயிலுக்குச் சென்று இறைவனை வழிபடல் நன்றென்று கூறாமல் “முதல் தெய்வாமாகக் காணும் தந்தை தாயாரை மனோவமைதி பெற வணங்குவது எக்காலும் சுகம்” என்பது அவர் விளக்கம்.

.... அன்னையையும் பிதாவையும் அன்புடன் போஷித்து ஆலயம் பெறத் தொழுவதை விடுத்து, கல்லையும் செம்பையும் தொழ வேண்டுமென்பது கருத்தன்றாம் .... பாலி பாஷையில் ஆலயமென்றும், ஆவிலயமென்றும் மனோலயமென்றும் வழங்கும் வாக்கியங்கள் மூன்றும் ஒரு பொருளைத் தரும் (அயோத்திதாசர் ll 81).

“ஓதலின் நன்றே வேதியர்க்கு ஒழுக்கம்” என்னும் அடியில் வரும் வேதியர் என்னும் சொல் சமண முனிவரைக் குறிக்கும் என்பார். *பாபம் செய்யாதிருங்கள் என்னும் கன்ம பாகைகளையும் நன்மைக் கடைபிடியுங்கள் என்னும் அர்த்த பாகைகளையும் இதயத்தைச் சுத்தி செய்யுங்கள் என்னும் ஞான பாகைகளையும் அடக்கியுள்ள திரிவேத வாக்கியங்களைச் சகல மக்களுக்கும் அறிவிப்பதே சமண முனிவர்களுக்கு ஒழுக்கமாகும்* என்பது அவர் தரும் விளக்கம்.

“சிவத்தைப் பேணில் தவத்திற்கு அழகு” எனும் அடியில் வரும் சிவத்திற்கு அன்பென்று பொருள் கூறித் தம் கருத்துக்கு அரண் செய்யத் திருமந்திரம், அறநெறித் தீபம் ஆகியவற்றிலிருந்து மேற்கோள்கள் தருவார்.

கோபம் என்னும் அக்கினிக் குன்றின் மீதேறி அவித்து அன்பே ஒருருவு கொண்ட சாந்த ரூபியாம் புத்த பிரானைக் குணகாரணத்தால் சிவனென்றும் சதா சிவனென்றும் கொண்டாடி வந்தார்கள்.

அவன் கொல் இவன் கொல் என்று ஐயப்படாதே

சிவன் கண்ணே செய்ம்மின் கண் சிந்தை சிவன் தானும்

நின்றுக்கால் சீக்கு நிழல் திகழும் பிண்டிக் கீழ்

வென்றிச் சீர் முக்குடையான் வேந்து

(அயோத்திதாசர் ll 95).

“வையம் தொடரும் தெய்வம் தொழு” எனும் தொடரும் தாசர் கூறும் புத்தநெறிக்கேற்ற உரை பெறும்.

பாச அடவியின் பந்தப் பற்றானது வண்டி எருதின் காலைச் சக்கரம் தொடர்ந்து செல்லுவது போல் மாறாப் பிறவிக்கும் மீளாத் துக்கத்திற்கும் கொண்டு போய்விடும். ஆதலின் தெய்வமாம் உள்ளொளியின் அன்பை

வளர்த்தி ஒடுங்க வேண்டுமென்பது கருத்து (அயோத்திதாசர் II *119*).

“ஓதாதர்க்கில்லை உண்மையில் ஒழுக்கம்” எனும் அடிக்கும் “நற்கேள்வியில் முயலாதார்க்குத் தன்னுள்தானே ஒடுங்கிச் சுயம்பாம் நிலை கிடையாதென்பதாம்” என்று புதுப்பொருள் தருவார் தாசர்.

வெற்றி வேற்கையின் காப்புச் செய்யுளில் வரும் வெற்றி ஞான வீரன் புத்தனையே குறிக்கும் என்று சொல்லும் தாசர் “எழுத் தறிவித்தன் இறைவனாகும்” எனும் முதற் பாடலில் இறைவன் என்று போற்றப்படுபவன் புத்தனேயென்றும் அவனே வரிவடிவாம் அட்சரங்களை ஓதுவித்தவன் என்றும் அவன் காலத்தில் பாலி மொழி வரிவடிவாம் எழுத்துகளின்றி இருந்ததென்றும் அவனே “சகட பாஷையாம் சமஸ்கிருத அட்சரங்களையும் திராவிட பாஷையாம் தமிழ் அட்சரங்களையும் இயற்றி வரிவடிவாய்க் கற்களில் வரைந்து கல்வியைக் கற்பித்துக் கொண்டு எழுத்தறிவித்தவன்” என்றும் வாதிடுவார். வேதம் என்பது புத்தன் மொழிந்தது, வேதியர் என்பார் புத்த சமயத் துறவியரே என்று மீண்டும் மீண்டும் வலியுறுத்தும் தாசர் “வேதியர்க்கழகு ஓதலும் ஒழுக்கமும்” எனும் பாடலுக்கு,

சத்திய தன்மமாம் சதுர்வேத மொழிகளை ஓதுவோர்க்கழகு யாதெனில் எத்தேச எப்பாஷைக் காரனாயிருப்பினும் நீதியும் நெறியும் வாய்மையும் நிறைந்து சகலருக்கும் நன்மை விளக்க வேண்டியவனாகவும் அன்றேல் ஓதியுணர்ந்த பயனால் சகலருக்கும் நல்லவனாகவும் விளங்குவோன் எவனோ அவனே வேதம் ஓதும் சிறப்புடையான் என்பது கருத்து (அயோத்திதாசர் II *128*).

என்று விளக்கம் தருவார்.

சாதிப் பாகுபாட்டைச் சாடும் தாசர்,

நாற்பாற் குலத்தின் மேற்பால் ஒருவன்

கற்றிலன் ஆயின் கீழிருப்பவனே

என்னும் வரிகளுக்கு,

அந்தணன், அரசன், வணிகன், வேளாளன் எனும் நான்கு வகைத் தொழில் நடத்தும் நான்கு குடும்பத்தோருள் விவேகம் மிகுந்த மேற்குடும்பமாம் அந்தணர் குடும்பத்தில் பிறந்தும் கலை நூற்களை வாசித்து உணராதவனாய் இருப்பின் அவனைக் கீழ்க் குடும்பமாம் கடைக்குலத்தான் என்றே அழைக்கப்படுவான்.

என்றும்,

எக்குடிப்பிறப் பினும் யாவரேயா யினும்

அக்குடியில் கற்றோர் அறவோராவர்

என்னும் வரிகளுக்கு,

மேற்கூறியுள்ள நால்வகைத் தொழிலை நடத்தும் நாற் குடும்பத்தோருள் எக்குடும்பத்திலாயினும் எவன் ஒருவன் கலை நூற்களைக் கற்றுப் பூரணம் அடைகின்றானோ அவனே அறிவோனாம் அந்தணன் என்றழைக்கப்படுவான் (தாசர் II 134).

என்றும் பொருள் கூறுவார்.

"மனு நெறி" எனும் தொடருக்குத் தாசர் மனுக்களாகிய மனிதர் களுக்குரிய நெறியென்றெ பொருள் கூறுவது நோக்கற்பாலது.

இருவர் சொல்லையும் எழுதரம் கேட்டு

இருவரும் பொருந்த உரையாராயின்

மனு நெறிமுறையால் வழுத்துதல் நன்று

எனும் பாடலுக்கு

நியாயாதிபதியானவன் வாதிப் பிரதிவாதி யிவர்களின்

வார்த்தைகளை எழுதரம் மடக்கி விசாரித்து யதார்த்த

மொழி கண்டு நீதியளித்தல் வேண்டும்

என்றும்,

மனு நெறிமுறையின் வழக்கிழந்தவர் தாம்

மன மறவுறுகி யழுத கண்ணீர்

முறையுறத் தேவர் முனிவர்க் காக்கினும்

வழிவழி ஊர்வதோர் வாளாகும்மே

எனும் பாடலுக்கு,

அங்ஙனம் மனுக்களுக்காய நியாய நெறி வழுவி கெடு நீதி உரைத்து விடுவானாயின் அந்நியாய மடைந்தோன் தான் அடைந்த கேட்டை முனிவரிடத்தேனும் தேவரிடத்தேனும் அழுது முறையிடுவானாயின் அம்முறைப்பாடு பொய்ச்சான்று கூறியவன் சந்ததியையும் அநியாயமளித்தவன் சந்ததியையும் விடாமல் வாள் போன்று அறுத்து வரும்.

என்றும் பொருள் தருவார்.

தாயுமானவர் சமண முனிவர்களில் ஒருவரென்றும் புத்த தருமப் பிரியரென்றும் தாசர் எழுதுவார்.

இத்தகைய சமண முனிவரின் தியானப் பாக்களுடன் சில நூதன மதத்தோர் தங்கள் மதக்கருத்துக்கு இயைந்த பாடல்களை இயற்றிப் பொன்னுடன் தரா கலந்தன போல் சேர்த்துக் கொண்டு தங்கள் மத நூலென மாறுகொளக் கூறி வருகிறார்கள் (அலாய்சியஸ் II *426*).

தாயுமானவர் "அங்கிங்கெனாதபடி எங்கும் பிரகாசமாய்" என்றும் "செங்கமல பீடமேல் கல்லாலடிக்கு வளர் சித்தாந்த மூர்த்தி முதலே" என்றும் "பந்தமெல்லாம் தீரப் பரஞ்சோதி நீ குருவாய் வந்த வடிவை மறவேன் பராபரமே" என்றும் கூறுவது அவர் வணங்கிய சற்குருவாம் புத்தரை மனத்தில் எண்ணியே என்பார் தாசர். "சைவ சமயமே சமயம் சமய வாதீதப் பழம் பொருள் கைவந்திடவும் அன்றுள்ளொளிக் காட்டும் கருத்தை விட்டுப் பொய் வந்துழலும் சமயநெறி புகுத வேண்டா மட நெஞ்சே தெய்வச் சபையைச் சேர்வதற்குச் சேர வாரும் ஜெகத்தீரே" என்று தாயுமானவர் சொல்லும்போது அவர் உலக மக்களைத் தெய்வச் சபையாம் புத்த சங்கத்தில் சேருமாறு அழைப்பதாகப் பொருள் கொள்வார். சைவம் எனும் பாலி மொழிச் சொல்லின் பொருள் தன்னையறிதல் என்றும் சமயம் என்னும் சொல் பாலியில் காலக் குறிப்பு என்று பொருள் தரும் என்றும் தாயுமானவர் சைவ சமயம் என்பது புத்தரது சத்திய சங்கத்தைக் குறிக்குமென்றும் வற்புறுத்தும் தாசர்" காடும் கரையும் மனக்குரங்கு கால் விட்டோட அதன் பிறகே ஓடும் தொழிலால் பயனுளவோ" எனும் அடி புத்தரது மூன்றாம் வேத வாக்கியப் பொருளையே தரும் என்றும் எடுத்துரைப்பார்.

தாயுமானவரின்,

ஆங்காரம் உள்ளடக்கி

ஐம்புலனைக் கட்டறுத்து

தூங்காமல் தூங்கிச்

சுகம் பெறுவது எக்காலம்

எனும் அடிகளுக்குத் தாசர் தரும் விளக்கம் நீண்டது.

ஞானாசிரியரால் அருளப் பெற்ற உபநயனம் என்னும் உதவி விழியாகும் ஞானக்கண் பெற்றுப் புருவ மத்திய சுழிமுனை நாடியை அழுத்தி சதாவிழித்து சருவ பாச பந்தங்களையும் ஒழித்து நனவினில் சுழித்தியாகித் தூங்காமல் தூங்குங்கால் தச நாடிகளின் தொழில் ஒடுங்கிக் குண்டலி நாடி நிமிர்ந்து நாதங்கள் தோன்றிக் கலங்கச் செய்யும் (அலாய்சியஸ் I *553*).

தமிழ்ச் சித்தர்களையும் அரகத்துகளோடு இணைத்துப் பேசும் தாசர், "வேதாந்த சித்தாந்த சமரச நன்னிலை பெற்ற வித்தகச் சித்தர் கணமே" என்றும்,

ஞான கருணாகர முகங்கண் போதிலோ நவனாத சித்தர்களும் உன் நட்பினை விரும்புவார் சுகர் வாமதேவர் முதல் ஞானிகளும் உனை மெச்சுவார்" (அலாய்சியஸ் I 558).

என்றும் தாயுமானவர் கூறியிருப்பதைச் சுட்டுவார்.

ஞானசாதகக் கடைசி நாளில் நிகழ்வன பற்றிப் புத்தரும் ஏசுவும் தமிழ்ச் சித்தர்களும் தாயுமானவரும் கூறியுள்ளவற்றைத் தாசர் ஒப்பிட்டுக் காட்டுவது அறியற்பாலது.

நாதவொலி விவரம் இத்தகைய ஐம்புலன் ஒடுக்க

சதா விழிப்பின் ஜாக்கிரதையால் தச வாயுக்கள்

ஒடுங்கித்தச நாதங்கள் எழுமென்று ததாகதர்

அஷ்டாங்க மார்க்க மன அமைதியில் விளக்கியிருக்கின்றார்.

விழிப்பின் விழிப்பால் வளர் நாதம் தோன்றி

சுழித்திக் கெடும் என்றறி

சுழித்திக் கெடுதல் சுத்த ஞானத்தில்

விழித்தப் பலன் என்றறி.

சுத்த ஞானத்தால் தோன்றிய நாதம்

முத்தியின் வாயன் முனை (அருங்கலைச் செப்பு)

இதை அனுசரித்தே கிறீஸ்துவானவரும் தனது மாணாக்கர்களுக்கு ஞான சாதகக் கடைசி நாளில் எக்காளம் தொனிக்கும் என்று கூறியிருக்கிறார் ...

இதையே அப்போஸ்தலர்கள் சுரமண்டல தொனிகளென்று வரைந்திருக்கிறார்கள்.

அக்காலத்தில் தேகங்கூர்ச்சி, உரோமம் சிலிர்த்து, இதயம் படபடத்து, இரத்த வியர்வை பொழிவதாகும். கிறீஸ்துவுக்குப் பாடு நேரும் சமயத்தில் கெத்திசே மென்னும் தோட்டத்தில் மேற்கூறிய குறிகள் நேர்ந்தது.

இத்தகைய சாதனத்தையே தாயுமானவரும் தெள்ளற விளக்கி யிருக்கிறார்.

உடல்குழைய என்பெலா நெக்குருக விழிநீர்கள் ஊற்றென வெதும்பியூற்ற ஊசி காந்தத்தினைக் கண்டணுகல் போலவே ஓருரவும் உள்ளி உள்ளி படபடென நெஞ்சம் பதைத்து உள் நடுக்குறப் பாடியாடிக் குதித்து (அலாய்சியஸ் I 579).

கடவுள் என்னும் சொல் தமிழ்ச் சொல்லேயென்றும் அச்சொல்லை முதலில் கையாண்டவர்கள் சமண முனிவர்களேயென்றும் அது நன்மையென்று பொருள்தரும் என்றும் புத்தரையே அவர்கள் ஆதிதேவனென்றும் கடவள் என்றும் குறித்தார்களென்றும் உலகத்தைப் படைத்த கடவுள் ஒன்று உண்டு என்று பேசுவதெல்லாம் வீண் என்றும் ஒரு கடவுள் இல்லாததால்தான் பல சமயத்தார் பல கடவுளைப் பற்றிப் பேசி வருகின்றார்களென்றும் வாதிடும் தாசர் நம் கருத்திற்கு அரண் செய்யத் தாயுமானவர் பாடல்களையும் கொண்டு வருவது வியப்பளிக்கும். அவர் அதற்குச் சான்று காட்டும் பாடல்,

எனதென்பதும் பொய் யானெனல் பொய் எல்லாம் இறந்த இடம் காட்டும்

நினதென்பதும் பொய் நீயெனல் பொய் நிற்கு நிலைக்கே தேசித்தேன்

மனதென்பதுவோ என் வசமாய் வாராதைய நின்னருளோ

தன தென்பதுக்கும் இடம் காணேன் தமியேன் எவ்வாறு உய்வேனே

(அலாய்சியஸ் II 30).

என்பதாகும்.

இப்பாடலை "அவனன்றி ஓரணுவும் அசையாது" என்னும் தொடருக்குப் பொருள் கூறும்போது தாசர் பயன்படுத்துவார். அவன் செய்த கன்மத்தை அவனே அனுபவித்துத் தீரல் வேண்டும்; பல சீவர்கள் செய்யும் குற்றங்கள் யாவற்றிற்கும் ஒருவன் காரணன் என்று கூறுவது ஒவ்வாத மொழியாகும். அவன் செயல் நற்செயலாயின் நற்பலன் அடைவான். துற்செயலாயின் துற்பலனடைவான். அவ்விரு வினைப் பயனுடன் ஓரணுவேனும் அகற்றலாகாது.

இப்பொருளை வலியுறுத்தும்போது **"தானான தன் மயமே யல்லால்" என்று தாயுமானவர் வேறோரிடத்தில் கூறியுள்ளதையும் மேற்கோள் காட்டி, "தனக்கு அன்னிய வேறு மயமில்லை" என்பதே முடிந்த முடியென்பார் (அயோத்திதாசர் II 115).**

ததாகதர் ஒரு முறை அன்பர்களை அழைத்துத் தாமரை மலர்களையும் தாமரைக் கொட்டைகளையும் கொண்டு வரச் செய்து அவற்றைப் பூமியில் பரப்பி அவற்றின் மேல் அமர்ந்து "தாமரை நீரிலிருந்தும் நீர் ஒட்டாமல் இருப்பது போல் நான் உங்களுடன் கலந்திருந்தும் பற்றற்று இருக்கிறேன்" என்று அறிவுறுத்தியதால் அன்று முதல் தாமரைக் கொட்டைக்குக் குருமணி என்றும் தாமரை மலருக்குத் தாமரையென்றும் பெயர் உண்டாயிற்று என்று ஒரு தொன்மத்தைக் கட்டமைக்கும் தாசர்,

செங்கமல பீடமேல் கல்லால டிக்குள்வளர்

சித்தாந்த முத்தி முதலே

குருமணி இழைத்திட்ட சிம்மாதனத்தின் மிசை

கொலு வீற்றிருக்கு நின்னை

எனும் தாயுமானவர் கூற்றில் போற்றப்படுவது புத்தரே எனச் சுட்டுவார் (அலாய்சியஸ் II *224*).

தாசரின் கட்டுரைகளில் "நிகள பந்தக் கட்டறுப் பாரே" எனும் தாயுமானவரின் அடியும் ஒரு முறைக்கு மேல் மேற்கோளாக வரக் காணலாம். பர்மாவைச் சேர்ந்த பௌத்த குரு ஒருவரின் இறப்பிற்குப் பின் அவரது கால் பெருவிரல் கட்டப்பட்டது ஏன் என்ற கேள்விக்கு,

"பௌத்த குருக்களில் சமணநிலையில் உள்ளவர்கள் பிணி மூப்பை வெல்லாதவர்கள்; அரகத்து நிலையடைந்தவர்கள் பிணி, மூப்பை வென்றவர்கள்; பெருவிரலைக் கட்டுவது நமது நாட்டிலும் உண்டு. பர்மாவிலும் உண்டு; அவ்வாறு கட்டுதற்குக் காரணம் உலக பாச பந்தக் கட்டு விடவில்லையென்பதைக் குறிக்கவே; இதனால் தான் தாயுமானவர் பதிகள பந்தக் கட்டு அவிழ்ப்பாரே" என்றுரைப்பார் (அலாய்சியஸ் III *75*)

என்பது தாசர் அளிக்கும் விடை.

வேத நெறியாளர்கள் என்றும் பிராமணர்கள் என்றும் அந்தணர்கள் என்றும் தம்மை அழைத்துக் கொண்டவர்கள் சமண, பௌத்த நூல்களில் பெரும்பாலானவற்றை அழித்ததோடல்லாமல் தொல்காப்பியம், புறநானூறு, திருமந்திரம், சிலப்பதிகாரம் போன்ற பழந்தமிழ் நூல்களிலெல்லாம் இடைச்செருகலையும் பாட வேறுபாடுகளையும் புகுத்தி அவற்றின் உயிர் நாடியான கருத்துக்களைச் சிதைத்தார்கள். அவர்களுக்குப் பாடம் புகட்டும் வண்ணம் திருக்குறள், சீவகசிந்தாமணி, அறநெறிச்சாரம் போன்ற அறநூல்கள், ஔவையின் பாடல்கள் ஆகியவற்றையெல்லாம் மறு ஆய்வு செய்து அவற்றின் பொருளைப் புத்தநெறிக்கேற்ப விளக்குவதோடு சிவவாக்கியர், இடைக்காடர் போன்ற சித்தர்களையும் தாயுமானவர் போன்ற அனுபூதிமான்களையும் மீள் பார்வைகளின் மூலம் பௌத்த சமயச் சார்புடையவர்களாகவே காட்டுகிறார். பகைவர்களைப் பழிவாங்க வன்முறைகளில் தாமும் ஈடுபடாது பிறரையும் தூண்டாது அவர்களுக்கு இரக்கம் காட்டி அன்பு வழியில் திருத்த முயல வேண்டும் என்பது அவர் நம்பிக் கடைப்பிடித்த கொள்கை. அதற்கேற்பவே பழந்தமிழ் இலக்கியங்களை இத்தகைய மறுவாசிப்புக்கு உட்படுத்துகிறார் தாசர் என்பது பெரும் பாராட்டுக்குரியதாகும்.

7
புத்தசரிதமும் ஆதிவேதமும்

அசுவகோசர் வடமொழியில் எழுதிய புத்தசரிதம் இருபத் தெட்டுக் காண்டங்களைக் கொண்டது. ஆனால் அவற்றுள் முதல் பதினான்கே இப்பொழுது நமக்குக் கிடைக்கின்றன. எஞ்சிய பதினான்கும் திபெத்திய, சீன மொழி பெயர்ப்புகளில் கிடைப்பதால் புத்த சரிதத்தின் ஆங்கில மொழி பெயர்ப்பாளரான ஈ.எச். ஜான்ஸ்டன் (E.H. Johnston) முதல் பகுதிக்கு வடமொழி மூலத்தையும் இரண்டாம் பகுதிக்கு மற்ற இரண்டு மொழிபெயர்ப்புகளையும் பயன்படுத்திக் கொள்கிறார். அவர் தமது நீண்ட ஆய்வு முன்னுரையில் அசுவகோசர் கி.பி. முதல் நூற்றாண்டின் இறுதிப் பகுதியிலோ அல்லது இரண்டாம் நூற்றாண்டிலோ வாழ்ந்திருக்க வேண்டும் என்றும் அவரது மொழி நடையிலிருந்து அவர் காளிதாசனுக்குப் பல நூற்றாண்டுகளுக்கு முன் வாழ்ந்திருக்க வேண்டும் என்றும் அவர் பிராமணராகப் பிறந்து பிராமணர்களுக்குரிய கல்வியைக் கற்றிருக்க வேண்டுமென்றும் வால்மீகி இராமாயணத்தின் தாக்கம் அவர் நூலில் மிகுதியாக இருக்கிறதென்றும் பிராமணர்கள் மீது அவர் கொண்டிருந்த பெருமதிப்பை அவர் நூலிலிருந்து அறிய முடியுமென்றும் புத்தசரிதம் தவிர சவுந்தர நந்தா, சாரிபுத்திரப் பிரகரணா எனும் இரண்டு

நூல்களையும் அவர் எழுதியிருக்கலாம் என்றும் எடுத்துரைப்பார். சித்தார்த்தரின் சகோதரனாகிய நந்தனின் சமயமாற்றத்தைப் பதினெட்டுக் காண்டங்களில் பேசுவது சவுந்தர நந்தா எனும் காப்பியம். சாரிபுத்திரர், மௌத கல்யாயனர் ஆகிய இருவரின் சமய மாற்றம் பற்றிப்பேசும் ஒன்பது அங்க நாடகம் சாரிபுத்திரப்பிரகணம் ஆகும்.

திபெத்திய, சீன மொழிபெயர்ப்புகள் அவர் வேறு பல நூல்களும் எழுதியிருப்பதாகத் தெரிவிப்பினும் அவையெல்லாம் அவருடையவையாக இருக்க முடியாதென்பது ஜான்ஸ்டனின் முடிவு. புத்த சமயத்தின் ஹீனயானப் பிரிவினைச் சார்ந்தவராகவே அசுவகோசரை அவரது புத்த சரிதம் காட்டும் என்பதும் மொழிபெயர்ப் பாளரின் கருத்து. புத்தசரிதத்தின் ஆங்கில மொழிபெயர்ப்பில் காண்டங்களுக்குக் கொடுக்கப்பட்டுள்ள தலைப்புகள் அதில் கூறப்படும் வரலாற்றின் தன்மையைப் புலப்படுத்தும்.

காண்டம் 1:	புண்ணிய மூர்த்தியின் பிறப்பு
காண்டம் 2:	அரண்மனையில் வாழ்க்கை
காண்டம் 3:	இளவரசரின் உள்ளக் கலக்கம்
காண்டம் 4:	புறக்கணிக்கப்பட்ட பெண்கள்
காண்டம் 5:	வெளியேறல்
காண்டம் 6:	சந்தகனைத் திருப்பி அனுப்புதல்
காண்டம் 7:	தவச்சோலையினுள் நுழைதல்
காண்டம் 8:	அரண்மனையில் புலம்பல்
காண்டம் 9:	இளவரசனுக்குத் தூது
காண்டம் 10:	சிரெண்யரின் வருகை
காண்டம் 11:	உணர்ச்சிகளை வெறுத்தொதுக்குதல்
காண்டம் 12:	அராதரைச் சந்தித்தல்
காண்டம் 13:	மாரனின் தோல்வி
காண்டம் 14:	ஞான ஒளி பெறல்
காண்டம் 15:	அறவாழியின் சுழற்சி
காண்டம் 16:	பல சமயமாற்றங்கள்
காண்டம் 17:	பெருமைக்குரிய அடியார்களின் சமய மாற்றம்

காண்டம் 18: அனாதபிண்டதருக்கு அறிவுரை

காண்டம் 19: தந்தையும் மகனும் சந்தித்தல்

காண்டம் 20: ஜேத வனத்தை ஏற்றுக்கொள்ளுதல்

காண்டம் 21: சமயப் பரப்பில் முன்னேற்றம்

காண்டம் 22: அம்ரபாலியின் பூங்காவிற்குச் செல்லல்

காண்டம் 23: உடல் வாழ்க்கையின் கூறுகளை நிர்ணயித்தல்

காண்டம் 24: லிச்சவிகளுக்கு அருள் புரிதல்

காண்டம் 25: நிர்வாண நிலை நோக்கிப் பயணம்

காண்டம் 26: மகா பரி நிர்வாணம்

காண்டம் 27: நிர்வாண நிலையின் பெருமை

காண்டம் 28: நினைவுச் சின்னங்களின் பங்கீடு

புத்த சரிதத்தின் இறுதியில் அசுவகோசர் தமது கல்வியறிவைக் காட்டிக் கொள்வதற்காகவோ, காவியம் பாடும் ஆற்றலை வெளிப்படுத்தவோ புத்தர் வரலாற்றை எழுதவில்லையென்றும் பொதுமக்களின் நன்மையும் இன்பமும் கருதியே அச்செயலைச் செய்ய முன்வந்ததாகவும் சொல்வார். பௌத்த சமயக் கோட்பாடுகளில் தம்மை வல்லுநராகக் காட்டும் முயற்சியை மேற்கொள்ளாமல் அவற்றை யாவரும் புரிந்து கொள்ளும் வண்ணம் எளிய நடையில் தரும் பணியையே செய்துள்ளார். சொந்தக் கருத்துகளை வலியுறுத்துவது அவர் நோக்கமன்று. அவர் காலத்தில் அச்சமயம் எவ்வாறு ஏற்றுக் கொள்ளப்பட்டிருந்ததோ அவ்வாறு விளக்கமாக, முழுமையாகத் தர முயல்கிறார். புத்தர் வாழ்ந்த காலத்திற்குக் குறைந்தது ஐந்தாறு நூற்றாண்டுகள் பின் வாழ்ந்து புத்தரின் உண்மையான வரலாற்றை அறிந்து சொல்வார் என்று எதிர்பார்க்க முடியாது. காவியநடை கருதி சில கற்பனைக் காட்சிகளைச் சேர்க்கிறார் என்பது தெளிவு. பாத்திரங்களின் உரையாடல்களும் உண்மை வரலாற்றைப் பிரதிபலிப்பவையாக இல்லை. புத்தருடைய அறிவுரைகள் வருமிடங்களில் எல்லாம் பாலிமொழியிலுள்ள புத்தருடைய போதனைகளில் பல எடுத்துக் கொள்ளப்படுகின்றன. அவற்றில் மீண்டும் மீண்டும் வரும் ஏராளமான உவமைகள் கவிஞரால் சேர்க்கப்பட்டவையே. அவருக்கு முன் புத்தரைப்பற்றி எழுதப் பெற்ற நூல்களிலிருந்து சிலவற்றைத் தேர்ந்தெடுத்துக் கொண்டு அவற்றையொட்டித் தம் காவியத்தை அசுவகோசர் எழுதியுள்ளார் என்பதே உண்மை. சீனயாத்திரிகரான ஹியன் சாங் (Hiuan Tsang)

அசுவகோசரின் நூல்களை உயர்வானவையாக மதிப்பிடவில்லை. பாடலிபுரத்தில் சில தீய ஆவிகளோடு அசுவகோசர் போரிட்டதை அவர் மட்டுமே குறிப்பிடுகிறார். எனினும் அசுவகோசர் கவிஞராகவும் புத்த சமயக் கொள்கைகளைத் தெளிவாகத் தந்தவராகவும் இந்திய மக்களின் நினைவில் இடம்பெற்றுள்ளார்.

அசுவகோசரின் புத்தசரிதத்தில் மகாபாரத, இராமாயணக் கதைகள் பெரிதும் சுட்டப்பெறுகின்றன. இவை புத்தரும் புத்தசமயமும் புறக்கணித்த நம்பிக்கைகளை உட்கொண்டவை.

சித்தார்த்தனின் பிறப்பைப் பற்றிச் சொல்லும்போது, அவன் "அவுர்வா தொடையிலிருந்தும், பிருது கையிலிருந்தும், மாந்தாத்து தலையிலிருந்தும் கக்சீவத் அக்குளிலிருந்தும் பிறந்ததுபோல்" அரசியின் விலாப்பகுதியிலிருந்து வலியின்றிப் பிறந்தான் என்று முதற்காண்டம் கூறும் (சரிதம் 3).

புத்தரைத் தங்கள் வலையில் வீழ்த்துமாறு ஏவப்பட்ட பெண்களுக்கு, ஒரு புரோகிதனின் மகன் பெண்ணின்பம் எவ்வாறு பல பெரிய முனிவர்களைக் கவிழ்த்துள்ளது என்பதற்குச் சான்றுகள் தருகின்றான். வியாசர் காசிசுந்தரியெனும் பரத்தையால் காலால் உதைக்கப்பட்டார்; மந்தால கௌதமர் ஒரு பரத்தையை மகிழ்விக்க வேண்டிப் பிணங்களைச் சுமந்தார். தீர்க்கதபாசு கௌதமர் முதிய வயதில் கீழ்ச்சாதியைச் சேர்ந்த இளம்பெண்ணால் இன்பம் பெற்றார். பெண்ணினம் பற்றி ஏதும் அறியாத ரிஷ்யசிருங்கர் சாந்தா என்பவளால் ஏமாற்றப்பட்டார்; அருந்தவம் செய்த விசுவாமித்திரரை அப்சரசான கிருதாசி மயக்குவதில் வெற்றி பெற்றாள் (சரிதம் 47).

இத்தகைய கதைகளெல்லாம் புத்தர் காலத்திற்குப் பல நூற்றாண்டு களுக்குப் பிறகு "வேஷ பிராமணர்களால்" எழுதப் பெற்றவையென்பது அயோத்திதாசரின் முடிவாகும்.

ஒழுக்கத்திற்குத் தலையாய இடம் தரவேண்டுமென்று அறிவுறுத்திய புத்தரின் வரலாற்றில் பல ஆபாசக் கதைகளும் நுழைக்கப்பட்டிருக்கின்றன. முறையற்ற வகையிலும் பெண்ணின்பம் பெறுவதில் தவறில்லையென்று சித்தார்த்தருக்கு அறிவுரை கூறும் உதாயின்,

காமமே தலையாய நன்மையென்று அறிந்த புரந்தரன் கௌதமரின் மனைவியாகிய அகலிகையைக் காதலித்தான்; சோமனின்மனைவி யாகிய ரோகினியைக் கேட்ட அகத்தியன் அவளைப் போன்றிருந்த லோப முத்திரையைப் பெற்றான். நோன்புகள் பல நோற்ற பிருகஸ்பதி உததியாவின் மனைவியாகிய மமதாவின் வழி பரத்வாஜரைப் பெற்றான். சந்திரன் பிருகஸ்பதியின் மனைவி பூசை செய்து கொண்டிருந்த பொழுது அவளைச் சேர்ந்து புதனைப் பெற்றான்.

பராசரன், ஒரு மீனின் மகளாகிய காளியை யமுனை நதிக்கரையில் புணர்ந்தான்.

வசிஷ்டன் அக்சமாலா எனும் இழிகுலத்துப் பெண்ணோடு கூடி, ஒரு மகனைப் பெற்றான் *(சரிதம் 55-56).*

பிறன்மனை நயந்த கயவர்களெல்லாம் பெரியவர்களாகப் பேசப்படும் கதைகள் கண்டிக்கப் பெறாமல் பின்பற்றப்படவேண்டிய சான்றுகளாகத் தரப்படுகின்றன.

வால்மீகி இராமாயணத்தில் அனுமன் இலங்கையில் புத்த விஹாரத்தைப் பார்த்தது குறிப்பிடப்பட்டிருந்ததாலும், வேறு சில குறிப்புகளாலும் இராமன் புத்தருக்கு முன் வாழ்ந்தவன் என்பதெல்லாம் வெறும் கற்பனையென்று அயோத்திதாசர் சுட்டுவார். ஆனால் இராமாயணப் பாத்திரங்களும் நிகழ்ச்சிகளும் புத்த சரிதத்தில் குறிப்பிடப்பெறுகின்றன. சந்தகன் சித்தார்த்தரிடம் "இராமனைக் காட்டில் விட்டுவிட்டு நகருக்குத் திரும்பிய சுமந்தரனைப்போல் நான் உம்மை இங்கே விட்டுவிட்டு ஊர் திரும்பமாட்டேன்" என்று சொல்கிறான் *(சரிதம் 85).*

"சித்தார்த்தர் இல்லாமல் சந்தகன் மட்டும் திரும்பியதைக் கண்ட ஊர் மக்கள் தசரதனின் மைந்தனில்லாமல் அவனதுதேர் திரும்பியதைக் கண்டவர்கள் போல் வருந்தி அழுதனர்" (சரிதம் 105).

"அவனுடைய அறிவுடைய மைந்தனாகிய தசரதன் இராமன் காட்டுக் கேகியவுடன் கண்ணீர் வடிக்கும் துயர வாழ்வை மேற்கொள்ளாமல் விண்ணுலகம் சென்றானாதலால் அவன் நான் பொறாமை கொள்ளுதற்கு உரியவன்" என்று சுத்தோதனன் வருந்தினான் (சரிதம் 121).

புத்தரைக் காட்டில் பார்க்கச் சென்ற புரோகிதனும் அமைச்சனும் இராமனைக் காட்டில் பார்க்கச் சென்ற ஊர்வசியின் மகனையும் வாமதேவரையும் போன்றிருந்தார்கள் *(சரிதம் 124).*

அயோத்திதாசர் புத்தருடைய மொழிகளே வேதங்க ளென்றும் புத்தரே ஐம்புலன்களையும் வென்றமையால் ஐந்திரர் என்றும் இந்திரர் என்றும் அழைக்கப்பட்டார் என்றும் கூறுவார். புத்தசரிதம் வேதங்களில் குறிக்கப்படும் விண்ணுலக இந்திரனைப் பற்றியும் தேவர்களைப் பற்றியும் அடிக்கடி பேசுகிறது. தாசர் சமண, பௌத்த அரகத்துகளே பிராமணர்களென்றும் அந்தணர்களென்றும் அழைக்கப்பட்டார்கள் என்றும் பின்னால் தங்களைப் பிராமணர்கள் என்று அழைத்துக் கொண்டவர்கள் வேடதாரிகளே என்றும் எடுத்துரைப்பார். புத்தசரிதத்தில் அவர்கள் பெருமையாகப் பேசப்படும்

இடங்கள் பல. அவைகளெல்லாம் அசுவகோசருக்குப் பின்னால் வந்தவர்கள் செய்த இடைச் செருகல்களாக இருக்கலாம்.

குழந்தை சித்தார்த்தன் கந்தனோடு ஒப்பிடப்பெறுதலையும் காணலாம். தவ வலிமையால் புத்தரின் பிறப்புபற்றி அறிந்த அசிதன் என்னும் முனிவன் சாக்கிய அரசனின் அரண்மனைக்கு வருகிறான். "அந்திதேவன் வசிட்டனுக்கு மரியாதை செய்ததுபோல் அவனுக்குச் சிறப்புச் செய்தபின்" அரசன் குழந்தையை அவனிடம் காட்டுகிறான். இளவரசன் "பாதங்களில் சக்கரரேகை இருப்பதையும் கை விரல்களும் கால்விரல்களும் மெல்லிய தசையால் இணைக்கப்பட்டிருப்பதையும் இரண்டு புருவங்களுக்கு இடையே மயிர் வட்டம் இருப்பதையும் ஆண்குறியின் காய்கள் யானைக்கிருப்பன போல் பின்னுக்குத் தள்ளியிருப்பதையும்" முனிவன் கண்டு வியப்படைகிறான். "தேவியின் மடியிலிருந்த அக்னியின் குழந்தையைப்போல் சித்தார்த்தன் இருந்ததைக் கண்டு" அவன் கண்ணீர் வடித்தான் (சரிதம் 13).

அசுவகோசரின் புத்தசரிதத்தில் இயற்கையிகந்த நிகழ்ச்சிகள் ஒதுக்கப்படவில்லை. பொதுமக்களைக் கவரவேண்டி, புத்தரும் அவரைச் சார்ந்தவர்களும் அற்புதங்களை நிகழ்த்தவேண்டியுள்ளது. எதிரிகளை வீழ்த்துவதற்குச் சமயக்கோட்பாடுகளைவிட அற்புதச் செயல்களே அதிகம் பயன்படுகின்றன. காஸ்யபர் என்பவரைப் புத்தர் தம்நெறிக்குக் கொண்டுவந்த பின் மகத நாட்டு மக்கள் பலர் கூடியிருந்த அவையில் அவரது மந்திர ஆற்றலைக் காட்டுமாறு பணிக்கிறார். காஸ்யபரும் பல செப்பிடு வித்தைகள் செய்து மக்களைக் கவர்கிறார்.

"காஸ்யபர் தம்மை ஒரு பறவையாக மாற்றிக்கொண்டு காற்றில் பறந்தார். அதி அற்புத் ஆற்றல்களால் வானில் நின்றார்; தரையில் நடப்பதுபோல் வானில் நடந்தார்; படுக்கையில் அமர்வதுபோல் வானில் அமர்ந்தார். பிறகு படுத்தார். ஒருசமயம் தீயைப் போன்று ஒளி வீசினார்; ஒரு சமயம் மேகத்தைப்போன்று நீரைக் கொட்டினார்; ஒரு சமயம் தீயைப் போன்று ஒளிவீசி, நீரையும் உடன்கொட்டினார்; மழை பெய்யும் மேகம் போன்றும் மின்னல் கீற்றுகள் போன்றும் காட்சி அளித்தார்.

மக்கள் அவரைப் பார்த்துப்பெரு வியப்புற்றனர்; அவர்களுடைய கண்கள் அவரையே உற்றுநோக்கின; அவருக்கு மரியாதை செலுத்தி அரிமா போன்று முழக்கம் செய்தனர். அவருடைய வித்தைகளை முடித்தவுடன் புத்தருக்குத் தலைதாழ்த்தி வணக்கம் செய்து, "நான் கடமையை ஒழுங்காகச் செய்த மாணவன்; என்னுடைய தலைவர் புண்ணியமூர்த்தி ஆவார்" என்று கூறினார் (சரிதம் 21).

புத்தரும் தன் தந்தையைச் சந்திக்கும்போது பலவித்தைகளைச் செய்து காட்டுவதாகப் புத்தசரிதம் கூறுகிறது.

புத்தர், அவருடைய தந்தை இன்னும் அவரைத் தம் மகனாகவே கருதுவதை அறிந்து அவர்பால் இரக்கம் கொண்டு அவருக்காக விண்ணிற்குப் பறந்தார். கதிரவனின் தேரைத் தன் கையால் தொட்டார்; விண்ணில் காற்று வீசும் பாதையில் காலால் நடந்தார்; தண்ணீரில் தரையில் நடப்பது போல் நடந்தார்; அமைதியாக மலையை ஊடுருவிச் சென்றார்.

அவருடைய உடலின் ஒரு பகுதியால் மழையைப் பொழிந்தார். இன்னொரு பகுதியால் தீயைப்போல் ஒளிவீசினார். அவரிடம் பேரன்பு கொண்டிருந்த மன்னனுக்கு இச்செயல்களால் மகிழ்ச்சியூட்டிய புத்தர் விண்ணில் இரண்டாவது கதிரவனைப்போல் வீற்றிருந்து கொண்டு, அவனுக்கு அறத்தைப் போதித்தார் (சரிதம் 44).

செப்பிடுவித்தைகளைக் காட்டியதன் மூலமே மன்னனின் மனத்தைத் தம்பால் திருப்பி, அறவுரை கேட்கும் ஆர்வத்தை அவனிடம் புத்தர் தூண்ட முடிந்தது என்றும் புத்தசரிதம் கூறும் (சரிதம் 45).

புத்தருடைய அற்புதச் செயல்கள் மண்ணுலகில் மட்டுமல்லாமல் விண்ணுலகிலும் நிகழ்த்தப்பெறுகின்றன. பல அறிஞர்கள் கூடி அவரை அற்புதங்கள் நிகழ்த்துமாறு கேட்கின்றனர். அவரும் தம் மந்திர ஆற்றலைக் காட்டச் சம்மதிக்கிறார். வேறு சமயக்கோட்பாடுகளைக் கொண்டவர் களையெல்லாம் விந்தைகள் செய்து தோற்கடிக்கிறார். விண்மீன்களிலும் ஒளிவீசும் பரிதிபோல் காட்சி தந்த பின் மூவுலகையும் தாண்டி வானவர் வாழும் இடத்தை அடைந்து தம் தாயைச் சந்தித்து அறவுரைகூறிப் பௌத்த தர்மத்திற்கு அவரை மாற்றுவதாகவும் புத்தசரிதம் கூறும்.

வானவர் உலகத்திலேயே கார்காலத்தில் வாழ்ந்து தேவர்களின் அரசனிடமிருந்து பிச்சையேற்று உண்டு விண்ணுலகங்களிலிருந்து கீழ் இறங்கினார். மன அமைதியை அடையப்பெற்றிருந்த தேவர்கள் தங்களுடைய மாளிகைகளில் நின்றுகொண்டு அவர் செல்வதைத் தம் கண்களால் இறுதிவரை பார்த்தனர். மண்ணுலகிலிருந்த அரசர்கள் விண்ணை நோக்கித் தம் கண்களை உயர்த்தி அவருக்கு வணக்கம் செலுத்தி வரவேற்றனர். வானவர் உலகிலிருந்த அவரது அன்னையையும் வானவரில் விருப்பமுள்ளவரையும் தம் அறத்திற்கு மாற்றிய பிறகு அவர் இவ்வுலகிற்குத் திரும்பினார் (சரிதம் 55-56).

புத்த சரிதத்தின் இறுதிப்பகுதியில் வரும் புத்தர் பௌத்த தன்மத்தைப் பரப்பும்போது அறக் கோட்பாடுகளை எடுத்துச் சொல்வதோடல்லாமல் அவ்வப்போது அற்புதங்களும் நிகழ்த்துகிறார். சௌதாசனைப்போன்று கொடிய பிராமணனான அங்குலிடமாலனைச் சமயமாற்றம் செய்ய அவர் பயன்படுத்தியது மந்திரவலிமையே (சரிதம் 57). தேவதத்தன் என்பான் புத்தரின்

புகழால் ஏற்பட்ட அழுக்காறு காரணமாக அவருக்கு எதிராகப் பல தீச்செயல்களில் ஈடுபட்டதாக இருபத்தோராம் காண்டம் விளக்கும்.

அவனுடைய மனம்கெட்டதால் அவருடைய குடியைச் சார்ந்த வரிடையே பிளவை ஏற்படுத்தினான். கிருதரக்கூட மலையிலிருந்து அவரைக்குறி வைத்து ஒரு பெரும் பாறையைத் தள்ளினான். அது அவர்மேல் விழாமல் இரண்டு துண்டுகளாகப் பிளந்தது. ததாகதர் இருந்த திசையில் யானைகளின் மிகப் பெரியதொன்றைக் கட்டவிழ்த்து விட்டான். அது வழியிலிருந்த பலரைக் கொன்று குவித்து முன்னேறியது. ராஜ கிருகத்தில் இருந்தவர்கள் கூக்குரலிட்டுக் கதறினர். அவர் அதனை நோக்கி அமைதியாக அடிமேல் அடி வைத்துச் சென்றார் ... அவருடைய அடியார்கள் பலரும் அவரைவிட்டு ஓடி ஒளிந்தனர். ஆனந்தர் மட்டுமே அவர் பின் சென்றார். பித்தம் தலைக்கேறிய யானை அவரை நெருங்கியவுடன் அவரது ஆன்மிக ஆற்றலால் பித்தம் தெளிந்து தலையைத் தரையில் வைத்துப் பணிந்து நின்றது. அவருடைய அழகிய கையால் அதன் தலையைத் தடவிக் கொடுத்த முனிவர் அதற்கு அறவுரை கூறினார்.

பாவமற்றவரைக் கொல்வது துயரத்தைக் கொடுக்கும். யானையே, பாவமற்றவருக்குத் தீமை செய்யாதே, பாவமற்றவரைக் கொலை செய்வார் எட்டு நல்ல பிறவிகளில் பிறவிக்குப்பிறவி முன்னேற்றம் அடைய முடியாது. உணர்ச்சி மிகுதி காரணமாகப் பிறவிக்கடலாகிய படுகுழியில் மீண்டும் விழுந்து விடாதே.

இதுகேட்ட யானை மன அமைதியும் மகிழ்ச்சியும் பெற்றது . . . பல பாவங்களையும் கொடுமைகளையும் செய்த தேவதத்தன் யாவராலும் இகழப்பட்டுக் கீழ் உலகத்தில் வீழ்ந்தான் *(சரிதம் 62 — 63).*

சித்தார்த்தனைப் புத்தனாக்குவதற்கு விண்ணிலிருக்கும் தேவர்கள் அவ்வப்போது தமது பங்களிப்பைச் செய்கிறார்கள் என்று புத்த சரிதம் காட்டுகிறது.

இளவரசன் அரண்மனையிலிருந்து தேரிலேறி அரச வீதியில் செல்லும்போது நகரம் விண்ணுலகம்போல் இருக்கக் கண்ட தேவர்கள் அவன் துறவறம் மேற்கொள்ள வேண்டும் என்பதற்காக ஒரு முதியவன் வழியில் இருப்பதைப் போன்ற மாயத்தோற்றத்தை உண்டாக்கினார்கள். அம் முதியவன் ஏன் அவ்வாறு முதுமைக் கோலத்தில் இருக்கிறான் என்று புரியாத இளவரசன் அதுபற்றித் தேரோட்டியைக் கேட்க, தேவர்கள் தேரோட்டி தன்னையறியாமல் உண்மையைச் சொல்லுமாறு அவனது உணர்வை மயக்கி விடுகிறார்கள் *(சரிதம் 37).*

இரண்டாம் முறை மன்னனின் அனுமதியுடன் இளவரசன் வெளியில் செல்லும்போதும் "அதே தேவர்கள்" பிணியால் பீடிக்கப்பட்ட உடலை

உடைய மனிதனைப் படைக்கிறார்கள். அவனைப் பார்த்து மனம் வருந்தும் இளவரசன் அதுபற்றித் தேரோட்டியைக் கேட்கத் தேரோட்டி மக்களை நலியச் செய்யும் நோய் பற்றி அவனுக்கு விளக்குகிறான் (சரிதம் 39).

தேரோட்டியையும் தேரையும் மன்னன் மாற்றிவிட்டு மூன்றாம் முறை இளவரசன் வெளியே செல்ல அனுமதிக்கிறான். இம்முறையும் "அதே தேவர்கள்" ஒரு பிணம் தூக்கிச் செல்லப்படும் காட்சியை இளவரசனும் தேரோட்டியும் மட்டும் காணுமாறு படைக்கிறார்கள். அதுபற்றித் தேரோட்டியை இளவரசன் வினவ அவன் எந்த உண்மையைச் சொல்லக்கூடாதோ அந்த உண்மையைச் சொல்லுமாறு அவனது உணர்வை மயக்கி விடுகிறார்கள் (சரிதம் 41).

இளவரசனுடைய மாளிகையில் அழகிய இளம் பெண்கள் நிறைந்திருந்து இசைக்கருவிகளை மீட்டி அவனுக்குக் களிப்பூட்ட முயல்கிறார்கள். ஆனால் "சுந்தாவாசத்தேவர்களின் ஐந்து வகைகளில் மிகவுயர்ந்தவர்களான அகனிஷ்தர்கள்" அவனது திடமனத்தைக் கண்டு அப்பெண்களையெல்லாம் தூங்குமாறும் அவர்கள் தூங்கும்போது அவர்கள் அங்கங்கள் எல்லாம் அருவருப்பூட்டும் நிலையில் தெரியுமாறும் செய்தார்கள் (சரிதம் 70).

நள்ளிரவில் யாரும் அறியாமல் காட்டிற்கேகிய இளவரசன் தேரோட்டியிடமிருந்த உடைவாளை வாங்கித் தன் தலையணியை அறுத்துத் தூக்கியெறியும் போது அதை விண்ணுலகிலிருந்த தேவர்கள் பிடித்துத் தாங்கள் வணங்குவதற்காக வைத்துக் கொள்கிறார்கள். இளவரசன் தன் உடையை நீக்கி விடவேண்டும் என்று எண்ணியவுடன் விண்ணுலகத்தேவன் ஒருவன் காவி உடையணிந்த மான்வேட்டை ஆடும் வேட்டைக்காரன் உருவத்தில் தோன்ற, அவர்கள் உடை மாற்றிக் கொள்கிறார்கள்.

சித்தார்த்தனுடைய வாழ்க்கையில் தேவர்கள் தலையீடும் துணையும் அளவுக்கதிகமாக இருப்பதாகப் புத்தசரிதம் காட்டுவதால் அவனுடைய துறவின் பெருமை சிதைக்கப்படுகிறது. இது புத்த சரிதத்தின் ஆசிரியரால் அறிந்து செய்யப்படுகிறதா, அறியாமல் செய்யப்படுகிறதா என்பது புரியவில்லை.

சித்தார்த்தன் முதியவனையும் நோயுற்றவனையும் பிணத்தையும் கண்டு மாந்தர்களின் மூப்பு, பிணி, இறப்பு ஆகியவற்றிற்கு முடிவு காணவேண்டுமென்று அரண்மனையிலிருந்து காட்டிற்குச் சென்று வெவ்வேறு கோட்பாடுகள் கொண்ட முனிவர்களைச் சந்தித்து அவர்கள் கண்ட வழிகள் சரியில்லையென்று தீர்மானித்து உண்மை வழி எதுவென்று ஆராய முற்படுவதாகவே புத்தசரிதம் கூறும். பிராமணர்கள் பசு, குதிரை போன்ற விலங்குகளைக் கொன்று வேள்விகள் செய்யும் காட்சியோ அது கண்டு அவன் சினம் கொண்டு வேள்வியால் பயனில்லையென்றும் உயிர்க் கொலை பாவமென்றும்

அவ்வாறு செய்து விண்ணுலகம் அடையலாம் என்ற அவர்களது நம்பிக்கை தவறானதென்றும் கூறும் காட்சியோ புத்தசரிதத்தில் இடம்பெறவில்லையென்பதும் அதற்கு முக்கியவத்துவம் அளிக்கப்படவில்லையென்பதும் கருதற்குரியவை.

தவவனத்தை அடையும் இளவரசர் தவம் மேற்கொண்டுள்ள முனிவர்கள் பலரைப் பார்க்கிறார்; அவர்களோடு உரையாடி அவர்களுடைய நோக்கங்களை அறிகிறார். ஒரு பிராமணன் அத்தவவனத்தில் இருக்கும் முனிவர்களின் வாழ்க்கை பற்றிக்கூறும் விளக்கம் நீண்டதும் ஆய்வுக்குரியதும் ஆகும்.

இங்குள்ள முனிவர்கள் வேதங்களில் குறிப்பிட்டுள்ளபடி சமையல் செய்யப்படாத உணவையே உட்கொள்வர். நீரில் வளர்வன, இலைகள், நீர், பழங்கள், கிழங்குகள் ஆகியவையே முனிவர்கள் உட்கொள்பவை. சிலர் பறவைகளைப்போல் தரையிலிருந்து பொறுக்கியெடுக்கக் கூடியவற்றை உண்பர்; சிலர் மான்களைப்போல் புல்லை மேய்வர்; மற்றவர் காட்டுக் காற்றினால் புற்றுகளாக மாற்றம் பெற்றுப் பாம்புகளோடு தங்களது பொழுதைக் கழிப்பர் . . .

நீரில் நனைக்கப்பட்ட சடை முடிகளோடு சிலர் நாளைக்கிருமுறை அக்கினிக்குப் புனித நூல்களால் அவிகளை அளிப்பர்; மற்றவர் நீரில் மூழ்கி மீன்களோடு வாழ்வர்;

உரிய காலத்திற்கு இத்தகைய நோன்புகளைச் செய்து உயரியவற்றால் மோட்சத்தையும் தாழ்ந்தவற்றால் மாந்தர் வாழும் உலகத்தையும் அடைவர். ஏனெனில் ஆனந்தம் என்பது துன்பத்தின் வழியாகத்தான் அடையப் பெறுகிறது; தர்மத்தின் இறுதி நோக்கம் ஆனந்தம் என்று சொல்வார்கள் (சரிதம் 94-95).

இவைகளைக் கேட்ட சித்தார்த்தன் அவர்களுடைய வழி தவறானதென்றும், உடலை வருத்திக் கொள்வது தான் தர்மம் என்றால் உடலின்பம் தர்மத்திற்கு மாறானதென்றும் தர்மத்தினால் மறு உலகில் இன்பம் அடையலாமென்றால் இவ்வுலகில் தர்மத்தால் கிடைக்கும் பயன் தர்மத்திற்கு எதிரானதென்றும் எண்ணினான்.

தூய்மையான உணவை உண்ணுவதன் மூலம் தான் புண்ணியம் அடைய முடியுமென்றால் மான்களுக்குப் புண்ணியம் சேரவேண்டும். செல்வம் இல்லாததால் எளிய உணவை உட்கொள்வார், தர்மம் பற்றி அறியாதபோதும் புண்ணியம் பெற வேண்டும்...தங்களுடைய செயல்களைத் தூய்மையாக்கிக் கொள்ளத் தங்கள் தலைகளில் தண்ணீரைத் தீர்த்தமென்று தெளித்துக் கொள்வார்க்கு அவர்களுடைய மனநிறைவு உணர்வு அளவிலேயே நின்றுவிடும். ஏனெனில் தண்ணீர் ஒரு பாவியைத் தூய்மைப்படுத்த முடியாது (சரிதம் 97).

அவ்வனத்தில் தவம் செய்து வந்தவர்களின் தலைவர் சித்தார்த்தனை அவ்வனத்திலேயே அவர்களோடு தங்கிவிடுமாறு சொன்னபோதும் அவர்

“உங்களுடைய தர்மம் மோட்சத்தைக் குறித்தது; என்னுடைய விருப்பம் பிறப்பிலிருந்து விடுதலை பெறுவது” என்று விடையிறுத்து வெளியேறினார் *(சரிதம் 101).*

காட்டுக்கேகிய சித்தார்த்தனை மீண்டும் நகரத்திற்கு அழைத்து வருவதற்காக அரசனால் அனுப்பப்பட்ட அமைச்சனும் புரோகிதனும் சித்தார்த்தனைச் சந்தித்து நிகழ்த்தும் உரையாடலில் வேள்விகளின் தீமை பற்றிய பேச்சோ, வருணப்பாகுபாடுகள் பற்றிய விவாதமோ இடம்பெறவில்லை. சித்தார்த்தனைத் தங்களோடு ஊர் திரும்ப வேண்டுமென்று சொல்லும் அமைச்சன்,

நீ தருமத்தைக் கடைப்பிடிப்பதற்கு இது தக்கசமயம் ஆகாது. வயதான காலத்தில் உன் தந்தைக்குத் துயரம் அளிப்பது உன்னுடைய தருமமாக இருக்கமுடியாது. நீ தருமம், செல்வம், காமம் பற்றிப் பெற்றிருக்கும் அறிவு குறையுடையது. உன் கண்களுக்குமுன் இருக்கும் பொருளை இகழ்ந்துவிட்டு யாரும் பார்த்திராத பயன் ஒன்றைத்தேடி அரண்மனையை விட்டு வெளியேறுவது நுட்பமான அறிவைக்காட்டாது. சிலர் மறு பிறவி உண்டென்பர்; வேறு சிலர் இல்லையென்பர். இது ஐயத்திற்கு இடமான கருத்தாதலால் உனக்கு அளிக்கப்பெறும் நாட்டுரிமையை அனுபவிப்பது தான் சரியாகும்... சிலர் இறப்பிற்குப்பின் ஒரு வாழ்க்கை இருப்பதாகச் சொல்கிறார்கள். ஆனால் விடுதலை பெறுவதற்கான வழிகளை அவர்கள் விளக்கவில்லை.. நன்மை, தீமை, வாழ்க்கை, வாழ்க்கையின்மை ஆகியவையெல்லாம் இயற்கையான வளர்ச்சி என்று சிலர் விளக்குவர். இவ்வுலகம் இயற்கையான வளர்ச்சியின் விளைவென்றால் அல்லது விலங்கு பறவைகளின் வெவ்வேறான தன்மைகளை யார் உருவாக்குகிறார்கள்? இவையெல்லாம் இயற்கையாக நிகழ்பவை. நம்முடைய விருப்பம் என்பதற்கோ, நம்முடைய முயற்சிக்கோ இங்கு இடமில்லை. வேறு சிலர் ஈஸ்வரனிடமிருந்துதான் படைப்பு உண்டாகிறது என்கிறார்கள்; அவ்வாறானால் மனிதனின் செயலுக்கு என்ன தேவை இருக்கிறது? இங்கு வருவதும் இங்கிருந்து போவதும் ஆத்மாவின் காரணமாக மட்டுமே என்று பிறர் உறுதியாகச் சொல்வார்கள். ஆனால் அவர்களே இங்கு வருவது முயற்சியின்றி நடைபெறுகிறதென்றும் இங்கிருந்து விடுதலை பெறுவது முயற்சியால் நிகழ்வதென்றும் விளக்குகிறார்கள். ஒரு மனிதன் தன் முன்னோர்களிடம் பட்ட கடனைக் குழந்தைகள் பெறுவதன் மூலமும் முனிவர்களிடம் பட்ட கடனை வேதங்கள் மூலமும் தேவர்களிடம் பட்ட கடனை வேள்விகள் மூலமும் தீர்க்க வேண்டுமென்பதால் அவைகளைத் தீர்ப்பதன் மூலம் அவன் பெறுவதே முத்தியாகும். இவ்வேத நெறிகளின்படி முயல்பவனே விடுதலை பெறமுடியும் என்று அறிஞர்கள் கூறுவார்கள். தத்தம் ஆற்றலால் முத்தி பெற விரும்புவோர் எத்துணை முயன்றாலும் தோல்வியும் சோர்வும் அடைவார்களே தவிர பயனேதும் பெற இயலாது. எனவே முத்தி அடைய நீங்கள் விரும்பினால் நான் விளக்கிய வழிகளைப் பின்பற்றவேண்டும். அவ்வாறு செய்தால் முத்தியும் பெறுவீர்கள்; அரசனின் துயரமும் முடிவுக்கு வரும் (சரிதம் 134 - 136).

என்றெல்லாம் எடுத்துச் சொல்வான். அதற்குச் சித்தார்த்தன் கூறும் விடையிலும் வேள்வி செய்து முத்தி அடையும் முயற்சி, மாந்தருக்குள் ஒரு சாரார்க்கு இழைக்கப்படும் அநீதி ஆகியவை பற்றிய கண்டனம் ஏதும் இல்லை.

இவ்வுலகில் வாழ்க்கை, வாழ்க்கையின்மை பற்றிய கேள்வியைப் பொறுத்தமட்டில் இன்னொருவருடைய சொற்களை வைத்துக் கொண்டு முடிவெடுப்பது என்னால் முடியாததாகும்.. ஐயத்தில் பிறந்ததும் தெளிவற்று முன்னுக்குப் பின் முரணானதுமான ஒரு நெறியை நான் ஏற்பது முறையாகாது ... நன்மை — தீமை பற்றிய விவாதத்தில் என் முடிவு நன்மையின் சார்பானதாகும். பயனற்றுப் போனாலும் நற்செயல் இகழத்தக்க தீச்செயல்மூலம் பெறும் இன்பத்தினும் சிறப்புடையதாகும் (சரிதம் 139). என்பது அவர் தரும் விடையாகும்.

அராதமுனிவர் என்பார் சித்தார்த்தரிடம் தம்முடைய கோட்பாடுகள் பற்றிச் சொல்வதும் அதற்கு அவர் விடையளிப்பதும் ஒரு காண்டத்தில் கூறப்படுகின்றன. அவர் உலகநிலை பற்றி அளிக்கும் விளக்கம் சாங்கியக் கோட்பாடு என்று அடையாளம் காணப்பட்டதாகும்.

முதல் தரப்பொருள், இரண்டாந்தரப்பொருள், பிறப்பு, இறப்பு, முதுமை இவையே, இவை மட்டுமே, இருப்பவை என்று அழைக்கப்படும். முதல் தரப்பொருள் என்பதில் ஐந்து மூலங்கள், தன்முனைப்பு, அறிவு, காணமுடியாத ஆற்றல் ஆகியவை அடங்கும். புலன்களின் பொருள்கள், புலன்கள், கைகள், கால்கள், குரல், பிறப்பு உறுப்புகள், மலக்கழிவு உறுப்புகள், மூளை ஆகியவை இரண்டாந்தரப் பொருள்களாகும்.. எது பிறந்து, வளர்ந்து, முதுமையடைந்து, நோயால் நலிந்து, இறக்கின்றதோ அது 'பார்க்கப்படுவது' என்றும் அதற்கு மாறானது 'பார்க்கப்படாதது' என்றும் உணரப்படும் (சரிதம் 167-170).

இத்தகைய கருத்துகளையெல்லாம் அடுக்கிக்கொண்டே செல்லும் அராதகர் அதே தர்மத்தை இன்னொரு முறையில் சுருக்கமாகவும் தெளிவாகவும் சொல்வதாக அசுவகோசர் சில கருத்துகளைத் தருவார். அவை சாத்திரங்கள் விதித்துள்ளபடி முத்தி நிலையை எவ்வாறு அடைவது என்பது பற்றியவை ஆகும்.

முத்தி பெறவிரும்புவோன் முதலில் குடும்பத்திலிருந்து நீங்கி, இரந்துண்ணும் கட்டுப்பாடான வாழ்வை மேற்கொள்கிறான்; கிடைப்பதைக் கொண்டு மன நிறைவோடு வாழ்க்கைத் துன்பங் களிலிருந்து விலகி தனி இடத்தில் தங்கி சாத்திரங்களை முறையாகப் படிக்கிறான்; புலனின்பங்களைத் துறந்து புலன்களை அடக்கி மன அமைதியைப் பெற முயல்கிறான்; அவன் அடையும் முதல் சுழுத்தி

நிலை, பிறரிடம் அன்பு பாராட்டல், பிறருக்குத் தீமைசெய்ய விழைதல் ஆகியவற்றிலிருந்து விடுபட்டதாகும்.

...இரண்டாவது சுழுத்தி நிலை அடைபவன் ஆபாசுவர தேவதை களின் மத்தியில் இடம்பெறுவான்... மூன்றாவது சுழுத்தி நிலை அடைந்து அதில் மூழ்கி மேலும் முன்னேற முயலாதவன் சுபகிருத்துன தேவதைகளோடு வாழ்வான்.

மூன்றாவது சுழுத்தி நிலை அடைந்தும் அதில் ஈடுபாடு கொள்ளாதவன் இன்பமும் துன்பமும் அற்றதுமான நான்காவது சுழுத்திநிலை அடைவான். அவ்வாறு அடைந்தவர்களுள் சிலர் அஃதே முத்தி என்று கற்பனை செய்து கொண்டு ஏமாறுவர். ஆனால் இவ்வழியில் மேலும் முன்னேறிச் செல்வோர் பிருகத்பாலத் தேவதைகளோடு இணைந்திருப்பர். அந்த ஆழ்நிலைத் தியானத்திலிருந்து வெளிப்பட்டு, ஞானியானவன் உடல் பெற்றிருப்பதால் விளையும் தீமைகளை உணர்ந்து உடலிலிருந்து விடுபடும் வழியை ஆராய்கிறான்... உடலின் கட்டிலிருந்த விடுபட்டவனே முத்தி நிலை அடைந்தவன் ஆவான் (சரிதம் 174-177).

அராதமுனிவரின் கோட்பாடுகளைக் கேட்கும் சித்தார்த்தன், அவர் சொல்லும் நெறி இறுதி முத்தியை அடையத்துணை செய்யாதென்றும் ஆன்மா தூய்மையடைவதாலேயே விடுதலை பெற்று விட்டதாகக் கருத முடியாதென்றும் ஆன்மா தொடர்கின்ற வரை அறியாமையிலிருந்தும் ஆசையிலிருந்தும் செயலாற்றலிலிருந்தும் விடுபடுவது அவற்றிலிருந்து முழுமையாக விடுபட்டதாகாதென்றும் விடையிறுப்பான்.

அராதருடைய நெறியில் ஆன்மா வென்று ஒன்று கற்பிதம் செய்யப்படுவதால் ஏற்படும் பயன் ஏதும் இல்லை யென்று கூறும் சித்தார்த்தன் அதற்கும் மேலான தத்துவத்தை அறிய வேண்டி உத்ரகர் எனும் முனிவரின் ஆசிரமத்திற்குச் செல்கிறான். அவருடைய நெறியும் ஆன்மாவென்று ஒன்று இருப்பதை அடிப்படையாகக் கொண்டிருந்ததால் அதையும் சித்தார்த்தன் ஏற்றுக் கொள்ளவில்லை என்று புத்த சரிதம் கூறும்.

பிறப்பு, இறப்பு என்னும் வளையத்திலிருந்து விடுபட வேண்டிச் சித்தார்த்தன் அடுத்து மேற்கொண்டது உண்ணா நோன்பாகும். குறைந்த அளவு அரிசி, கனி, விதை ஆகியவற்றை மட்டும் உணவாகக் கொண்டு ஆறு ஆண்டுகள், கடுந்தவம் புரிந்ததால் அவன் உடல் நலிந்து, எலும்புந்தோலுமான பின்னும் மனவலிமையால் உறுதியோடிருந்த சித்தார்த்தன் முத்தி பெறுதற்கோ, ஞானம் அடைதற்கோ இது சரியான வழியன்று என்றும் பசியும் தாகமும் உடல் தளர்ச்சியை உண்டாக்குமே தவிர மன அமைதியைத் தரவியலாது என்றும் உணர்ந்து நல்ல உணவை உட்கொள்ள முடிவு செய்தான். நதிக்கரையிலிருந்து பழமரங்களின் கிளைகள் தாழ்ந்து அவன் பழங்களைப்

பறித்துக் கொள்ளத் துணைசெய்தன. தெய்வத் தூண்டுதலால் நந்த பலா எனும் பெண் அங்குத்தோன்றி அவனுக்குப் பால்சோறு அளித்தாள். அவனுடனிருந்த ஐந்து சந்நியாசிகள் அவன் துறவறத்தைக் கைவிட்டு விட்டான் என்று குறை கூறி அவனை விட்டு நீங்கினர் (சரிதம் 185).

சித்தார்த்தனுடைய வாழ்க்கையில் தேவர்களால் நிகழ்த்தப்படும் அற்புதங்கள் பல அவன் புத்தனாக மாறுதற்குத் துணை செய்தனவாகப் புத்த சரிதம் கூறுகிறது. அவன் போதிமரத்தடி சேர்ந்து ஞானம் பெறுதற்கு அவ்வப்பொழுது தேவர்கள் அவனை வழி நடத்தும் செயல்களை மேற்கொள்கிறார்கள். காலன் என்னும் பாம்பு அவன் காலடியோசை கேட்டு எழுந்து "நீ கதிரவனைப்போல் ஒளி வீசுவதால் விரும்பியதை இன்று அடைவாய். நீல நிறப் பறவைக் கூட்டங்கள் உன்னைச் சுற்றி வலம் வருதலாலும் மெல்லிய பூங்காற்று வீசுவதாலும் இன்று நீ புத்தனாவது உறுதி," என்று வருவது உரைக்கிறது. பெருமைக்குரிய, தூய மரத்தடியில் அமர்ந்து "என் பணிமுடியாமல் நான் இவ்விடத்திலிருந்து எழுந்திருக்க மாட்டேன்" என்று அவன் கூறியவுடன் "விண்ணுலகிலிருந்த தேவர்கள் இணையற்ற மகிழ்ச்சி அடைந்தனர்; பறவைகளும் காட்டு விலங்குகளும் ஒலி எழுப்புவதை நிறுத்தின; காட்டு மரங்களில் கிளைகள் காற்றால் தாக்கப்பட்டபோதும் சற்றும் அசையவில்லை" (சரிதம் 187).

அரிய முயற்சிக்குப் பின் புத்தர் ஞான ஒளி பெறும் சிறப்பைச் சொல்லும் பதினான்காம் காண்டத்திலும் புத்தநெறிக்கு ஏற்புடையவை தானா என்று நாம ஐயுறுத்தக்க நிகழ்வுகளும் கருத்துகளும் இடம் பெறுகின்றன.

ஆழ்ந்த தியானத்தில் வெற்றி பெறும் புத்தர் முதல் கட்டத்தில் தம்முடைய முன்னைய ஆயிரக்கணக்கான பிறவிகளையெல்லாம் நினைவுகூர்கிறார். அவருடைய உள்ளம் எல்லா உயிர்களின் பாலும் இரக்கத்தால் நிரம்புகிறது. பிறவிச் சுற்று என்பது வாழை மரத்தின் தண்டு போல் உள்ளீடு அற்றது என்ற எண்ணம் அவருக்குத் தோன்றுகிறது. இரண்டாவது கட்டத்தில் உலகம் முழுவதையும் களங்கமற்ற கண்ணாடியில் பார்ப்பதுபோல் அவர் பார்க்க முடிகிறது. எல்லாவுயிர்களும் மறைவுக்குப்பின் அடையும் நிலைகளை அவர் பார்த்து அவற்றின்பால் மேலும் இரக்கம் கொள்கிறார். பாவச் செயல்களைப் புரியும் உயிர்கள் நரகத்தில் மீண்டும் பிறந்து பல துன்பங்களை அடைகின்றன. சிலர் உருக்கி வார்க்கப்பட்ட இரும்பைக் குடிக்கக் கட்டாயப்படுத்தப் பெறுகின்றனர்; சிலர் நெருப்புத் தூணில் கழுவேற்றப்படுகின்றனர்; சிலர் இரும்பு உலைகளில் உணவுபோல் வேகவைக்கப்படுகின்றனர்; சிலர் எரியும் நிலக்கரிக் குவியல்களில் வறுக்கப்படுகின்றனர்; சிலர் இரும்புப்பற்கள் கொண்ட நாய்களாலும், பறவைகளாலும் கடித்துக் குதறப்படுகின்றனர். (சரிதம் 204).

உயிர் வாழ்பவையாவும் எப்பொழுதும் உழைக்க வேண்டி யிருப்பதையும் பிறப்பு, முதுமை, இறப்பு, மறுபிறப்பு ஆகிய சுழற்சியில் சிக்கித் தவிக்க

வேண்டியிருப்பதையும் கண்ட புத்தர் பிறவி எவ்வாறு ஏற்படுகிறது என்று சிந்தனை செய்தார். அவரது தெய்வீகப் பார்வையால் வினையிலிருந்து பிறப்பு ஏற்படுகிறதென்றும் ஒரு படைப்பாளனிடமிருந்தோ, இயற்கையிலிருந்தோ, தன்னிலிருந்தோ ஏற்படவில்லையென்றும், காரணம் ஏதுமின்றிப் பிறப்பு நிகழ்வதில்லையென்றும் கண்டறிந்தார் (சரிதம் 209).

உயிர் வாழ்க்கையின் மூலமும் தொடக்கமும் பற்றிய ஆய்வையும் புத்தர் மேற்கொள்கிறார். வாழ்க்கையின் விதிகள், புலனின்பம், தன்னைப்பற்றிய கருத்துக்கள், தவறான கருத்துக்கள், ஆகியவற்றைக் கைப்பற்றுதலிலிருந்து உயிர் வாழ்க்கையும், வேணவாவிலிருந்து கைப்பற்றுதலும், உணர்ச்சியிலிருந்து வேணவாவும், இணைப்பிலிருந்து உணர்ச்சியும், ஆறு உறுப்புகளின் மூலம் இணைப்பும் பெயர் — உருவத்திலிருந்து உறுப்புகளும், நனவிலிருந்து பெயர் — உருவமும் தோன்றுகின்றனவென்றும் பெயர் — உருவத்தின் ஆதரவினால் நனவு தோற்றம் பெறுகிறதென்றும் பெயர் — உருவமும், நனவும் ஒன்றுக்கொன்று காரணிகளாய் அமைகின்றன வென்றும் புத்தர் உணர்ந்தார்.

புத்தர் எல்லாம் அறியும் நிலையை அடைந்தவுடன் "நிலமானது மது குடித்த மங்கைபோல் அசைந்தாடியது; சித்தர்களின் கூட்டங்களால் திசைகளெல்லாம் பொலிவுற்றன; வானில் பெரிய முரசங்கள் பேரொலி செய்தன." (சரிதம் 213).

அருள் நிறைந்த உள்ளம் பெற்ற புத்தர் உலகிற்கு அறிவுரை கூறவும் மக்களுக்கு மன அமைதி தரவும் விழைந்தார். அப்பொழுது விண்ணுலகத் தலைவர்கள் இருவர் (இவர்கள் இந்திரனும் பிரம்மாவும் என்ற கதை பின்னால் உருப்பெற்றது) உலக நன்மையை விரும்பிக் கீழுலகம் வந்து அவரைப் பாராட்டி மாந்தர் யாவரும் பிறவிக் கடலிலிருந்து விடுதலை பெற அவர் உழைக்க வேண்டுமென்றும் உலக நன்மைக்காகப் பாடுபடும் எண்ணங்கொண்டவர் இவ்வுலகிலோ விண்ணுலகிலோ வேறு யாரும் இல்லையென்றும் கூறிச் சென்றனர் (சரிதம் 216).

திசைகள் நான்கிலிருந்தும் தேவர்கள் தோன்றி அவருக்குப் பிச்சைப் பாத்திரங்கள் நான்கைக் கொடுத்தனர். கௌதமர் அவை நான்கையும் ஒன்றாக மாற்றிக்கொண்டார். அவ்வழியாகச் சென்று கொண்டிருந்த இரண்டு வணிகர்கள் ஒரு தேவதையின் தூண்டுதலால் அவருக்கு வணக்கம் செலுத்திப் பிச்சையும் அளித்தனர் (சரிதம் 217).

புத்தர் மாந்தரின் அறியாமையைப் போக்க வேண்டும் என்ற முடிவுடன் பீமரதன் விரும்பும் காசி நகரம் நோக்கிப் பயணமானார் என்று இக்காண்டம் முடிவுறும். பீமரதன் என்பவன் யாரென்பதையும் அறிஞர்கள் முடிவு செய்ய இயலவில்லை. காசி மன்னர்களில் ஒருவனாக இருக்கலாம் என்றும் சிவனாக இருக்கலாமென்றும் ஊகங்களை முன்வைப்பர் (சரிதம் 217).

புத்தசரிதத்தின் சீன, திபெத்திய மொழிபெயர்ப்புகள் என்று நமக்குக் கிடைப்பனவற்றிலும் இயற்கை இகந்த நிகழ்ச்சிகளும், வித்தைகளும், விண்ணுலகங்களும், தேவர்களும் இடம் பெறக் காணலாம். பதினைந்தாம் காண்டம் ஞானமடைந்த புத்தர் புத்த தன்மத்தைப் போதிக்கத் தொடங்குகிறார் என்றும் அதனைக் கேட்ட நூறு தேவதைகளும் கௌண்டின்ய கோத்திரத்தைச் சேர்ந்த ஒருவனும் உண்மை அறிந்து உய்வுற்றார் என்றும் விளக்கும்.

புத்தரிடமிருந்து முதலில் அறவுரை பெற்றவன் கௌண்டின்யனே... அதனைக்கேட்ட நிலவுலகில் வாழும் யக்சர்கள் அறச்சக்கரமானது யாவும் உணர்ந்த ஞானியால் எல்லா உயிர்களின் நன்மைக்காகவும் நல்லமுறையில் திருப்பப்பட்டுள்ளது என்று உரத்த குரல்களில் சொன்னார்கள் .... வானிலிருந்த தேவதைகள் அவற்றைக் கேட்டவுடன் அவர்களும் பெருங்குரல் எழுப்பினர். அவ்வொலி ஒரு விண்ணுலகிலிருந்து மற்றொன்றுக்குப் பரவி இறுதியில் பிரம்மாவின் உலகத்தையும் எட்டியது. அவ்வுலகங்களிலிருந்த தன்னடக்கம் உள்ள தேவதைகள் சிலர் மூவுலகமும் நிலையற்றது என்ற கருத்தைக் கேட்ட அளவில் புலன் இன்பங்களை வெறுத்துச் சாந்த நிலை பெற்றார்கள்... இவ்வாறு அறச்சக்கரமானது மண்ணிலும் விண்ணுலும் சுற்றப் பட்டபோது மேகங்களற்ற வானிலிருந்து பூ மழை பொழிந்தது; மூவுலகங்களிலும் இருந்தவர்கள் வலிய முரசங்களை அதிரச் செய்தனர் (சரிதம் 14).

இத்தகைய வருணனை எல்லாம் சீன மொழிபெயர்ப்பு, திபெத்திய மொழிபெயர்ப்பிலிருந்து சில இடங்களில் மாறுபடுவதையும் எது வடமொழி மூலத்திற்கு உண்மையானது என்று கண்டறிய முடியவில்லை யென்பதையும் ஜான்ஸ்டன் ஆங்காங்கே சுட்டிச் செல்வார்.

அம்ரபாலி எனும் பரத்தைக்குக் கௌதமர் அருள்புரியும் காண்டத்தில் பெண்களைப் பற்றி அவருடைய கருத்துகளென்று சொல்லப் பெறுபவையும் ஆய்வுக்குரியன.

அம்ரபாலி நம்மிடம் வருகிறாள். மனவலி குறைந்த ஆண்களுக்கு அவள் நோயாவாள்; நீங்கள் உங்கள் உள்ளங்களைக் கட்டுப்படுத்திக் கொண்டு விழிப்புடன் இருங்கள்.

அறிவும் விழிப்புணர்வும் இல்லாத ஆணுக்குப் பெண் என்பவள் அருகில் குடியிருப்பார்க்குப் பாம்பைப் போலும், உருவிய உடைவாள் கொண்ட பகைவனைப் போலும் துன்பம் தரவல்லவள்.

அமர்ந்திருந்தாலும், படுத்திருந்தாலும், நடந்தாலும், நின்றாலும், ஓவியமாக வரையப்பட்டிருந்தாலும் பெண் ஆண்களின் உள்ளங்களைக் கவர்ந்து விடுவாள்.

துயரத்தால் பீடிக்கப்பட்டிருந்தாலும், கைகளை விரித்து அழுது புலம்பிக் கொண்டிருந்தாலும், பரட்டை முடியால் எரிக்கப்பட்டிருந்தாலும்(?), பெண்கள் ஆற்றல் மிக்கவர்கள். வெளிப் பொருள்களைப் பயன்படுத்திக் கொண்டு பல உத்திகளால் ஏமாற்றுவார்கள்; தங்களுடைய உண்மையான தன்மைகளை மறைத்து வைத்து முட்டாள்களை மயக்குவார்கள்.

அறிவுடையோர் பெண் அனித்தியமானவள், துன்பம் தருபவள், தன்னுணர்வு அற்றவள், தூய்மை கெட்டவள் என்பதை உணர்ந்திருப்பதால் அவளைப் பார்த்தாலும் அவளிடம் தோல்வியடைய மாட்டார்கள் . . . .

பெண்களின் சுழல்கின்ற கண்களைத் தவறான எண்ணத்தோடு பார்ப்பதைவிட எரிகின்ற இரும்புக் குண்டூசிகளால் கண்களைக் குத்திக் கொல்வது நல்லது (சரிதம் 65-66).

அம்ரபாலி அவரை அணுகி வணங்கி அருகில் அமர்ந்தவுடன் அவளிடம் அவர் பெண்கள் பற்றிச் சொல்லுபவையும் கருதற் குரியவை.

இளம் வயதினளாகவும் அழகுடையவளாகவும் இருக்கும் பெண்ணிடம் தருமத்தின்மேல் விருப்பத்தைக் காண்பது அரிது. அறிவுடைய ஆண்கள், துன்பமுற்ற அல்லது தன்னடக்கமுள்ள அல்லது நோயால் வருந்துகின்ற பெண்கள் ஆகியோர் தருமத்தின்பால் நாட்டம் கொள்வதில் வியப்பில்லை.

ஆனால் புலன் இன்பங்களுக்கே இடமளிக்கும் இவ்வுலகில் இயற்கையாகவே குறைவான புரிதலும் நிலையற்ற மனமும் கொண்ட ஓர் இளம் பெண் அறநெறி பற்றி எண்ணுவதென்பது அரிதாகும் ... மற்றவர்களைச் சார்ந்திருப்பது பெருந்துன்பமாகும்; தன்னை நம்பியிருப்பதே பேரின்பமாகும்; ஆனால் மனுவின் குலத்தில் பிறந்த எல்லாப் பெண்களும் மற்றவர்களின் ஆதரவிலேயே இருப்பவர்கள்...

என்றெல்லாம் பெண்களைப் பற்றி மனுநீதி போன்ற பின்னால் வந்த வட நூல்களில் கூறப்பட்டிருக்கும் கருத்துகளை ஒத்தவை இக்காண்டத்தில் இடம் பெறுகின்றன. ஆயினும் அம்ரபாலி புத்த நெறியில் தான் கொண்டிருந்த நம்பிக்கையையும் பிடிப்பையும் விட்டு விடாமல் விடாப்பிடியாய் அதனை ஏற்றுக்கொள்வதாக அவரிடம் உறுதி கூறி விடை பெறுவதாக அக்காண்டம் முடிவு பெறுகிறது.

புத்தசரிதத்தின் இறுதிப் பகுதியிலும் இதிகாசங்களிலும் புராணங்களிலும் குறிப்பிடப்பட்டுள்ள பிராமணர்கள் புகழ்ந்து பேசப்படுகிறார்கள். இவர்களெல்லாம் புத்தர் காலத்திற்கு முன்

வாழ்ந்த வரலாற்றுப் பாத்திரங்களாகவே காட்சி தருகிறார்கள். புத்தர் அவர்களுடைய நெறிக்கு எதிராக ஏதும் பேசாததோடு மட்டுமல்லாமல் அவர்களைப் பாராட்டிப் பேசும் இடங்களும் உண்டு. அசுவகோசர் பிறப்பால் பிராமணர் என்பதால் இவற்றையெல்லாம் தவிர்க்க முடியவில்லையா அல்லது அவையெல்லாம் அவருக்குப் பின்னால் வந்தவர்களால் நுழைக்கப்பட்டவையா என்பது தெரியவில்லை. புத்தர் ஒரு பிராமண மதகுருவைப்போல் பேசும் இடங்களும் உண்டு. தான் ஞானம் அடைந்து விட்டவராதலால் அவருடைய உறவினர்களும் பிறரும் அவரைக் குடும்பப் பெயரைச் சொல்லி அழைக்கக் கூடாது என்கிறார். கங்கையைப் படகில் கடந்தால் தன்னுடைய ஆற்றல் மற்றவர்களுக்குத் தெரியாமல் போய்விடும் என்று தனக்குள் சொல்லிக் கொண்டு அவருடைய அடியவர்களின் படகுகளைப் பயன்படுத்தாமல் ஒரு நொடியில் மாயமாய் அக்கரை அடைகிறார் என்று புத்த சரிதம் கூறும்.

இறப்பை எதிர்நோக்கியிருக்கும் புத்தர் அது கருதி வருந்தும் ஆனந்தருக்கும் மற்றைய அடியவர்களுக்கும் உலகில் எதுவும் நிலையற்றது என்று அறிவுரை கூறுகிறார்.

வசிட்டர், அத்திரி ஆகியோரும் ஏனைய முனிவர்களும் காலத்தின் ஆதிக்கத்திற்குக் கட்டுப்பட வேண்டியிருந்தது. இவ்வுலகில் வாழ்க்கை யென்பது அழிவிற்குரியது. உலகின் மன்னனான மாந்தாத்திரி, வாசவருக்கு இணையான வசு, பெருமைக்குரிய நாகபாகர் ஆகிய யாவரும் மூலப்பொருள்களோடு இரண்டறக் கலந்து விட்டனர். யயாதி, சிறந்த தேரைப்பெற்ற பகீரதன், பழி பூண்ட குரு வமிசத்தார், ராமர், கிரிராஜர்கள், அஜன் ஆகிய அரச முனிவர்களும் ஏனைய இந்திரனுக்கு ஒப்பான பலரும் அழிவெய்தினார்கள்; யாரும் அழிவிலிருந்து தப்பமுடியாது.

பரிதி தன் நிலையிலிருந்து கீழே விழுகிறது; செல்வமுடைய தேவர்கள் கீழிறங்கி இவ்வுலகிற்கு வந்தார்கள்; நூற்றுக்கணக்கான இந்திரர்கள் இறந்து போனார்கள்; யாரும் இறப்பின்றி என்றும் வாழ்தல் என்பது இயலாது. உலகிற்கு அறிவொளி கொடுத்த சம்புத்தர்கள் யாவரும் எண்ணெய் தீர்ந்த விளக்குகளைப்போல் நிர்வாணம் அடைந்தார்கள். எதிர்காலத்தில் ததாகதர்களாகப் போகும் மகாத்மாக்கள் யாவரும் விறகு தீர்ந்த நெருப்புப்போல் நிர்வாணம் அடைவார்கள் (சரிதம் 80).

புத்தசரிதத்தின் இறுதிக் காண்டம் புத்தர் மறைந்த பின் அவருடைய நினைவுச் சின்னங்களுக்காக மல்லர்களுக்கும், அவர்களுடைய நாட்டிற்கருகாமையிலிருந்த ஏழு அரசர்களுக்கும் நடந்த போர்பற்றிப் பேசுகிறது. மல்லர்களின் நகரத்தைப் பின்னவர்களின் படைகள் சூழ்ந்து கொள்ள, துரோணன் என்று அழைக்கப்பெறும் பிராமணன் அவர்களுக்குப் போர் செய்தல் தவறென்றும் அமைதி காத்தல் வேண்டுமென்றும் எடுத்துரைத்து

மல்லர்களிடம் தூது சென்று அவர்களையும் சமாதானப்படுத்துகிறான். அவர்கள் அவனிடம், நீ சொல்வது ஒரு நல்ல நண்பனும் பிராமணனுக்குரிய பண்புகள் கொண்ட ஒருவனும் சொல்லத் தகுந்ததாகும். நாங்கள் தவறான பாதையில் சென்ற தீய குதிரைகளை ஒத்தவர்கள்; நீ எங்களை நல்வழிப்படுத்தினாய் (சரிதம் 121).

என்று அவனுடைய உரையை ஏற்றுப் புகழ்ந்து பகைவர்களோடு ஒத்துப்போவதாக அக்காண்டம் ஒரு பிராமணனின் நற்பண்பையும் நற்செயலையும் முற்படுத்திக் காட்டும்.

அயோத்திதாசர் புத்தரது வரலாற்றைக் கூறும் நூலின் முகப்பில் அதனைப் "பூர்வத்தமிழ் ஒளியாம் புத்தரது ஆதிவேதம்" என்று அழைப்பதும் "இஃது பௌத்த தன்மப் பாலிப் பிரதிகளைக் கொண்டும், தமிழ்ப் பிரதிகளைக் கொண்டும் பரம்பரை சுருதி வாக்கியங்களைக் கொண்டும் எழுதப்பெற்றது" என்று குறிப்பிடுவதும் பொருள் பொதிந்த கூற்றுகளாகும். அவர் வடமொழியிலுள்ள அசுவகோசரின் புத்த சரிதத்தை மூலங்களில் ஒன்றாகச் சேர்க்கவில்லை. அசுவகோசரை வேறு சில இடங்களில் தமது கட்டுரைகளில் சுட்டுகிறார். அவர் எழுதிய நூலிலிருந்து பல கருத்துக்களை தரும் அவர் ஏன் புத்தசரிதத்தைக் கண்டு கொள்ளவில்லையா அல்லது அதனைப் படித்து அதன் பிராமணச் சார்பு கருதி ஒதுக்கினாரா என்று முடிவு கட்டுவதற்குப் போதிய ஆதாரங்கள் இல்லை. எனினும் புத்தர் வரலாற்றிற்கும் புத்த அறத்தை விளக்குதற்கும் பெரும்பாலும் தமிழ் இலக்கியங்களையே சான்று ஆதாரங்களாகக் கொள்கிறார் என்பது நூலை ஒரு முறை படிப்பார்க்கும் தெளிவாகும். பாலி நூல்களிலிருந்தும் ஆங்காங்கே மேற்கோள்கள் தருகிறார். வடமொழி அறிந்தவராயிருந்தும் அம்மொழி நூல்களான வேதங்களையும் உபநிடதங்களையும் மனு சாத்திரத்தையும் மேற்கோள்கள் பல காட்டிக் கண்டிக்கின்றாராயினும் புத்த தன்மத்தை விளக்க அவற்றைப் பயன்படுத்தவில்லை யென்பதால் அவை பொய்யும் புரட்டும் மிகுந்தவை என்று கருதியே புறக்கணித்தார் என்ற முடிவுக்கு வரலாம்.

"ஆதி வேதத்திற்கு" அயோத்திதாசர் எழுதிய பாயிரத்தில் தாம் எவற்றை மூலங்களாகக் கொண்டாரென்பதற்கான பட்டியலைத் தருகிறார்.

எமது குல மரபோரிடத்துச் சிதலுண்டது நீங்கி எஞ்சிய நூற்களாகும் அருங்கலைச் செப்பு, அறநெறிச் சாரம், நிகழ்காலத்திரங்கல், மணிமேகலை, சீவகசிந்தாமணி, சூளாமணி, சிலப்பதிகாரம், திரிக்குறள், திரிமந்திரம், திரிகடுகம், திரியறக்கலை செய்யுட்களைக் கொண்டும் சமணமுனிவர்களால் சித்தி பெற்றோரும் சித்தர்கள் இயற்றியுள்ள சித்த நூல்களின் ஆதாரங்களைக் கொண்டும் சாக்கைய வமிச வரிசையோர் தங்கள் கர்ண பரம்பரையால்

வழங்கி வந்த சுருதிகளைக் கொண்டும் சென்னை சாக்கைய புத்த சங்கத்திற்கு வந்திருந்த மாண்டலே, யு. சாந்தவாரா வென்னும் சமண முனிவராலும், ஹோன்னா சிலோன். யு. வினயலங்காரா வென்னும் சமண முனிவராலும் மோல்மென், யு. தேஜோவன் ஸா வென்னும் சமண முனிவராலும், பாலி பாஷையிலுள்ள அபிதம்மத சங்கஹ, பட்தானா, தம்மசங்கினி, சம்ஹிதசுத்தா வென்னும் தம்மநூற்களை மொழி பெயர்த்தும் நாளது வரையில் வெளியிட்டுள்ள சரித்திர நீதிநெறி ஒழுக்கங்கள் யாவையும் புத்தக ரூபமாகத் திரட்டி வெளியிட்டுள்ளோம் (ஆதிவேதம் 1-2).

தம்முடைய நூல் வடநூலார் கருத்துகளை ஏற்றுக் கொள்ளவில்லை யென்பதை, அது "அன்னிய மதத்தார்களால் வரைந்து வைத்துள்ள பௌத்த நூற்களுக்கு மாறுபட்டே நிற்கும். அதாவது பாலி நூற்களிலிருந்து மொழி பெயர்த்ததனால் உண்டாம் பேதங்களும் செய்யுட்களிலிருந்து பொருள் பிரித்த பேதங்களும் இத்தேசத்திற்கு வந்துள்ள யாத்திரைக்காரர் வசம் எழுதியளித்துள்ள பேதங்களும் பேரானந்த புத்த தன்மத்திற்கு மாறுதலடைந்து பல வகையாய சந்தேகத்தில் ஆழ்த்தித் திகைக்க வைத்திருக்கிறது" (ஆதிவேதம் 2) என்று அவர் வெளிப்படையாகத் தெளிவுபடுத்துவார்.

புத்த தன்மத்தை அறியாதவர்கள் பாலியையும் ஆங்கிலத்தையும் கற்றறிந்து செய்துள்ள மொழிபெயர்ப்புகள் நம்பத் தக்கவையல்ல என்பது அவர் முடிவு.

ஞானசாதன ரகசியங்கள் விளங்காது... தங்கள் தங்கள் மனம் போனவாறு பன்றி இறைச்சியைத் தின்றாரென்றும் பேதிகண்டு தள்ளாடி நடந்து ஓர் அரச மரத்தடியில் இறந்தாரென்றும் புத்த தன்மத்திற்கு எதிரிடையாய அபுத்த தன்மத்தை மொழி பெயர்த்து வரைந்து வைத்திருக்கின்றார்கள் (ஆதிவேதம் 3).

"புத்தர் காலத்திலேயே வேஷப் பிராமணர்கள் இருந்தார்களென்றும் அப்பிராமணர்கள் பௌத்த மார்க்கத்தில் சேர்ந்ததாகவும் எழுதியிருக்குமாயின் அவைகள் யாவும் மத்தியில் சேர்த்துள்ள பொய் சரித்திரங்களென்றே நீக்க வேண்டும்" (ஆதிவேதம் 7) என்று அவர் கூறும்போது அசுவகோசரின் புத்த சரிதமும் அத்தகைய நூல்களில் ஒன்றே என்பதை நாம் உணர வேண்டும்.

புத்தரது காலத்திற்கு முன்னும் தங்கள் மதம் இருந்ததென்பதை மெய்ப்பிக்க வேண்டிப் பல பொய்க் கதைகளைப் பின்னால் வந்தவர்கள் சேர்த்தார்கள் என்பது தாசரின் முடிவு.

சீன யாத்திரைக்காரர்களும் சிங்கள யாத்திரைக்காரர்களும் இந்திர தேசம் வந்து புத்த பிரான் சரித்திரங்களை ஆராய்ச்சி செய்யுங்கால் இந்த வேஷப் பிராமணர்கள் தற்காலம் தோன்றினவர்களன்றி முற்காலத்திலேயே இருந்தவர்களென்று கூறித் தங்களைப்

பூர்வகுடிகளென்று சிறப்பித்துக் கொள்வதற்கு, புத்தரது சிற்சில சரித்திரங்களுடன் பிராமணர்களையும் ஜெயித்து பௌத்த மார்க்கத்தில் சேர்த்து விட்டாரென்று எழுதிக் கொடுத்துள்ளவைகள் யாத்திரைக்காரர்களுக்கு மிக்க வியப்பாயிருந்த படியால் அவைகளைப் பத்திரமாக வரைந்து கொண்டு போய் இப்போது வெளியிட்டு வருகின்றார்கள் (ஆதிவேதம் 7).

பிராமணர்கள் பலரோடு புத்தர் உரையாடுவதாகப் புத்த சரிதத்தில் வரும் காட்சிகள் இங்கு எண்ணிப் பார்க்க வேண்டியவை.

யாகங்கள் என்று கூறி மாடுகளையும் குதிரைகளையும் சுட்டுத்தின்ற ஆரியர்கள் புத்தருக்கு ஆயிரத்து எண்ணூறு வருடங்களுக்குப் பின்பே இந்தியாவில் வந்து குடியேறினர் என்பதால் புத்தர் யாகங்களைக் கண்டித்ததாக வரும் கதைகளெல்லாம் பின்னால் சேர்க்கப்பட்ட வெறும் கற்பனைகள் என்பது தாசர் தரும் விளக்கம்.

அதற்குப் பகரமாக ஓர் ஆட்டிடையனின் கால் உடைந்த ஆட்டுக் குட்டியையும் தோற்பை கம்பளத்தையும் புத்தபிரான் தூக்கிச் சென்று ஆட்டிடையன் வீட்டில் விட்டுச் சென்றதாக சரித்திரம். அதை அனுசரித்தே ஓர் பொய்க்கதையைச் சேர்த்துவிட்டிருக்கிறார்கள். அவையாதெனில் பகவன் ஆட்டுக்குட்டியைத் தூக்கிக் கொண்டு பிராமணர்கள் என்போர் யாகம் செய்யும் இடத்திற்கே போனதாகவும் யாகத்தைத் தடுத்ததாகவும் அதனால் ஆடுகளை நெருப்பிலிட்டுக் கொல்லாமல் நிறுத்தியாதாகவும் ஓர் கட்டுக்கதையை நுழைத்து யாத்திரைக்காரர்களிடம் கொடுத்திருக்கிறார்கள். அவர்களும் அதை மெய்யென்று நம்பி எடுத்துப்போய் இப்போது அச்சிடும் புத்தகங்களில் வெளியிடுகின்றார்கள்... அவர்களுக்குள் பெரும்பாலும் மாடுகளையும் குதிரைகளையும் சுட்டுத் தின்றதாக வரைந்து கொண்டிருக்கிறார்களேயன்றி ஆடுகளை நெருப்பிலிட்டுச் சுட்டுத் தின்றதாகக் கிடையாது (ஆதிவேதம் 8).

அயோத்திதாசர் கூறுகின்றவாறு, புத்தரைப் பற்றியெழுதப் பெற்ற நூல்களில் காலத்திற்கேற்ப இடைச்செருகல்கள் நிகழ்ந்துள்ளன வென்பதையும் நூற்றாண்டுக்கு நூற்றாண்டு கற்பனை நூல்கள் தோற்றம் பெற்றுள்ளன வென்பதையும் அசுவகோசரின் புத்தசரிதத்தை ஆங்கிலத்தில் மொழி பெயர்த்துள்ள ஜான்ஸ்டன் அதன் வடமொழி மூலம், சீன திபேத்திய மொழிபெயர்ப்புகள் பற்றி ஆங்காங்கே தரும் குறிப்புகளாலும் அறிய முடியும். புத்தரே பல சித்து விளையாட்டுக்களைச் செய்து மக்களைக் கவர்வதாகவும் பிராமணர்களையும் அரசர்களையும் தம் நெறிக்கு மாற்றுதற்கு அவர்களிடம் தம் ஆற்றலைக் காட்டச் சித்து வித்தை களைக் கையாள்வதாகவும் அசுவகோசரின் புத்த சரிதம் கூறும். ஆயினும் இது பற்றி அயோத்திதாசர் கொண்டிருந்த கருத்து தெளிவானது.

மனிதனால் செய்யக்கூடிய வித்தைகள் அனந்தமுண்டு. அவ்வித்தைகளால் தருமம் சிறப்படையாது. மனிதனை சீலமும் ஒழுக்கமுமே சிறப்படையச் செய்யும். சித்துக்களை விளையாடியவர்கள் யாவரும் சமண முனிவருள் சித்தி பெற்றோர்களேயன்றி வேறொருவரும் கிடையா. அவர்களினும் மேலாய சித்து வித்தைகளைக் கையாண்டோர் வேறொருவரும் கிடையாதென்பதே திண்ணம். இவ்வித்தைகள் யாவற்றையும் பௌத்தர்கள் வெகுவாக மதிக்க மாட்டார்கள். சீலத்தையும் ஒழுக்கத்தையுமே மேலாக மதிப்பர். மனிதன் அபூர்வமாய சித்துக்களை விளையாடிய போதிலும் அவைகள் யாவுமோர் வித்தையென்றே புத்த பிரானின் பிரதம தமிழ் மாணாக்கர் அகஸ்தியர் இயற்றியுள்ள செய்யுட்களைக் காண்க.

அகஸ்தியர் விவேக தசபாரதம்

கடல் வரவழைக்க, மேருவையனைக்க, கடமுயிர்ப் பெய்யவே செய்ய,

உடல் பிரிந்து அயலோர் உடலதில்பாய, ஊரிலா வெளியில் ஊர்காட்ட,

வடவனல் வளைக்க, அஷ்டநாகங்கள் அனைத்தையும் முன்னிலை அழைத்து

விட பலகோடி சித்து ஆடிடினும் வித்தை யென்றறிவதே விவேகம்

கரி பலகோடி வனத்திருந்தழைக்கக் கரடி சிங்கங்களை ஆட்ட

வரி பலகோடி அழைக்க மேற்கொள்ளவவனியைத் துறந்தறக் காட்ட

நரி பலகோடி பரியென நடத்தி நஞ்சமுதாக்கியே கொடுக்க

விரி பலகோடி சித்தை யாடிடினும் வித்தை யென்றறிவதே விவேகம் (அலாய்சியஸ் II *45051*).

புத்தரது வரலாற்றை ஓர் உரைநடைக்காப்பியமாகத் தரும் அயோத்திதாசர் அவரைத் தமிழ்க் காப்பியத் தலைவனாகவே படைத்துள்ளார். சிலப்பதிகாரம், மணிமேகலை ஆகியவற்றின் அடியொற்றித் தமது நூலின் பிரிவுகளைக் காதைகள் என்றே அழைக்கிறார்.

சித்தார்த்தர் உற்பவக்காதை, சித்தார்த்தர் திருமணக் காதை, சித்தார்த்தர் வாய்மை விசாரிணைக்காதை, சித்தார்த்தி மகாராஜ துறவுக் காதை, சித்தார்த்தர் பஞ்ச விந்திரியத்தை வென்று இந்திரரும், மெய்கண்டு புத்தருமாய காதை, ஆதி வேத வாக்கிய விவரகாதை, சதுர் சத்தியகாதை, சங்கங்களின் ஸ்தாபன காதை, மானைக் காத்த மழுவேந்திய காதை, சதுரகிரிக் காதை, தந்தைக்கு மைந்தன் குருவாகிய காதை, பரத்துவாசருக்கு வியாதிக்குத்

தக்க ஒடதிகளோதிய காதை, விசாகா காதை, குருச்சேத்திர காதை, தர்மசக்கர பிரவந்தன் காதை, கோசல நாட்டரசன் காதை, கலக விவாத காதை, தந்தையின் இரண்டாமுறை தரிசன காதை, சிகாளா விசாரிணைக் காதை, புக்கசாதி துறவு பூண்ட காதை, பிரமன் தரிசன காதை, மகா மங்கள காதை, உபதேச காதை, சுவர்க்க காதை, பரிநிருவாண காதை ஆகிய இருபத்தெட்டுக் காதைகளில் புத்தரது வரலாறு கூறி இறுதியில் "ஆதிவேத விளக்கம்" என்னும் தலைப்பில் புத்தரது வேதவாக்கியங்களையும் அவற்றின் முப்பத்திரண்டு உட்பொருள்களின் நுட்பங்களையும் விளக்குவார். நூலின் இறுதியில் தமது ஆதிவேதம் தமிழில் உள்ள "பஞ்ச காவியங்களின் ஆதாரம் கொண்டும், பாலி பாஷையிலுள்ள பிடகங்களின் ஆதாரம் கொண்டும். திராவிட பௌத்தருள் பிரபலமாக வழங்கி வந்த சுருதியின் அனுபவம் கொண்டும் வரையப்பட்டது என்று தெரிவிப்பார் (ஆதிவேதம் 296).

புத்தர் பிறந்தவுடன் பல இயற்கை இகந்த நிகழ்ச்சிகள் நடந்தன வென்றும் அசித்தா எனும் முனிவர் வருவதற்கு முன் பல பிராமணர்கள் குழந்தையைப் பார்த்துவிட்டு அவன் பின்னால் பேரரசானகவோ முற்றும் துறந்த முனிவனாகவோ ஆவானென்று சொன்னதாகவும் கூறும் அசுவகோசர் பல புராணப் பாத்திரங் களையும் கதைகளையும் அவர்களுடைய உரையாடல்களில் கொண்டு வருகிறார். மாயாதேவியின் விலாவிலிருந்து பிறந்த ஆண் குழந்தை நான்கு திசைகளையும் சிங்கம் போல் பார்த்து விட்டு "நான் உலக நன்மைக்காகவும் ஞான வொளி பெறவும் பிறந்துள்ளேன்; இதுவே இவ்வுலகில் என் இறுதிப் பிறவி" என்று சொன்னதாகவும் அசித்தா பார்த்த ஆண் குழந்தையின் பாதங்களில் சக்கர அடையாளம் இருந்ததோடு கை, கால் விரல்கள் சவ்வினால் இணைக்கப்பட்டிருந்ததாகவும் ஆண்குறியின் கொட்டைகள் யானைக் கிருப்பனபோல் பின்தள்ளி இருந்தனவென்றும் (சரிதம் 10 — 13) அசுவ கோசரின் புத்தசரிதம் கூறும். இவற்றையெல்லாம் புறக்கணித்துவிடும் தாசர்,

கலிவாகு சக்கரவத்தியின் அரசாங்கக் கலியுலகின் நீண்ட கணக்கு 1616 இல் சாக்கையகுல வீரவாகு வமிச வரிசையில் மண்முகவா வென்னும் அரசனுக்கும் மாயாதேவியென்னும் இராக்கினிக்கும் சித்தார்த்தி வருஷம் வைகாசி மாதம் 13 ஆம் நாள் பௌர்ணமி திதி கேட்டை நட்சத்திரம் மீனலக்கனம் ஆதிவாரம் அதிகாலையில் ஓர் ஆண் குழந்தை பிறந்தது. அக்காலத்தில் தேசமெங்கும் சிற்சில நற்சகுணங்கள் தோன்றியதைக் கண்ட சிற்றரசர்களும் சோதியின் இடம் கண்டு கூறும் சோதிட சாஸ்திரிகளும் குழந்தையைக் காணும்படி வந்தார்கள்...

பெரியோன் மண்முகனை நோக்கி அரசே! குழந்தையைப் பற்றி நீர் யாதுக்கும் அஞ்ச வேண்டாம். இதன் அங்க பாத தாமரை ரேகையின் பலாபலனை ஆராயுங்கால் குழந்தை வளர்ந்து பாலதானத்தில் ஏக சக்கிராதி தலைத்தார் வேந்தனாக விளங்கினும் விளங்கும், அல்லது வாலறிஞனாகத்

தோன்றி சருவ சீவர்களுக்கும் சற்குருவாக விளங்கினும் விளங்கும். ஆதலின் அம் மகத்துவத்தை என் கண் குளிரக் காணாது அற்பாயுளைப் பெற்றுள்ளதால் துக்கித்தேனென்றான்... பசுவின் பாலுண்டமர்ந்த குழவிக்குப் பாலிபாஷையில் கௌதமர் கௌதமர் என்னும் மறு பெயரையும் அளித்தார்கள்... அரச புத்தரின் வாலவயதில் கொண்ட விவேக மிகுதிக்கு வாலறிஞன் வாலறிஞன், வாலறிஞன் என்னும் பெயரையும் அளித்தார்கள் (ஆதிவேகம் 7).

என்று புத்தரது உற்பவக் காதையைச் சொல்லிச் செல்வார்.

சித்தார்த்தனுடைய திருமணம் பற்றிக் கூறும்போது புத்தசரிதம் அவனுடைய வயதைக்குறிக்காது அழகும் பண்பும் மிகுந்த யசோதரை எனும் பெண்ணை அரசன் தேர்ந்தெடுத்து மணம் முடித்து வைத்ததாகவும் சனத்குமாரனைப் போல் இருந்த சித்தார்த்தன் யசோதரையை மணந்து இந்திரனும் சசியும் போல் இன்பவாழ்வு வாழ்ந்ததாகவும் தெரிவிக்கும் (சரிதம் 25).

சித்தார்த்தனுக்குப் பதினாறு வயதானபோது மலையரசன் சுப்ர புத்தியின் பன்னிரண்டு வயதான மகள் அசோதரை மணமகளாகத் தேர்ந்தெடுக்கப்பட்டு, அரச குமாரன் தன் ஆற்றல்களை யெல்லாம் காட்டி அவளை மணம் செய்து கொள்வதாகத் தாசர் திருமணக் காதையைச் சீவகசிந்தாமணியில் வரும் ஒரு காட்சி போல் தருகிறார். (ஆதிவேதம் 8—13). சித்தார்த்தனின் கலையறிவும் பாராட்டப் பெறுகிறது.

சக்கரவர்த்தித் திருமகன் சங்கீதம் கோஷிக்குங்கால் அவர் முகம் பேரியாழ் முடிக்கி சச்சற்புட மிடுங்கால் சத்தியோசாத முகமாகவும் சகோட யாழ் முடிக்கி சாசற்புட மிடுங்கால் வாமமுகமாகவும் மகரயாழ் முடிக்கி சட்பிதா பத்திரமிடுங்கால் கோரமுகமாகவும் செங்கோட்டி யாழ் முடிக்கி சம்பத்து வேட்டமிடுங்கால் தற்புருடமுகமாகவும் ஆகிய சதுர்முக தோற்றங்கள் உண்டாயிற்று. அதனால் சித்தார்த்தரை சதுர்முகன் சதுர்முகன் என்றும் அழைத்தார்கள் (ஆதிவேதம் 13).

இளவரசன் அரண்மனையை விட்டு நீங்குதற்குக் காரணமாக இருந்த காட்சிகளை விண்ணுலகத் தேவதைகளே மாயத் தோற்றங்களாக உருவாக்கியதாக அசுவகோசரின் புத்தசரிதம் கூறும். ஆனால் பிணி, மூப்பு, சாக்காடு ஆகியவை பற்றிய விசாரணையில் அவனை ஈடுபடுத்திய மூன்று நிகழ்ச்சிகளும் இயற்கையாய் நிகழ்ந்தவைகளாகத் தாசர் காட்டுவார். சித்தார்த்தனைப் பெண்ணின்பத்தில் ஆழ்த்தி விடவேண்டுமென்பதற்காக அவன் தந்தை பல அழகிய பெண்களை அவனிடம் அனுப்பி அவனைக் கவிழ்க்க உதாயின் என்னும் பிராமணனை முனிவர்கள் பலர் பெண்களிடம் நாட்டம் கொண்ட கதைகளைச் சொல்லுமாறு பணிப்பதாகப் புத்த சரிதம் கூறும். அப்பெண்கள் அவனைக் கவரமேற்கொண்ட முயற்சிகளை ஓர் அதிகாரம் விரிவாக விளக்கும் (புத்தசரிதம் 4460). தாசர் இத்தகைய

காட்சியை முற்றும் புறக்கணித்து சித்தார்த்தர் வாய்மை விசாரணையில் ஈடுபட்டதாகவும் ஆறு சங்கத்தைச் சேர்ந்தவர்களோடு கலந்துரையாடல் நிகழ்த்தியபின் அரண்மனையை விட்டு வெளியேற முடிவெடுத்ததாகவும் கூறுவார். இவர்களுள் முதல் சங்கத்தார் இறப்பும் பிறப்பும் உயர்வும் தாழ்வும் நன்மையும் தீமையும் பஞ்ச பூதங்களால் உண்டானவையென்று கருதிப்பஞ்ச பூதங்களை வணங்குபவர்கள். இரண்டாவது சங்கத்தார் மனிதன் விலங்காகவும் விலங்கு மனிதனாகவும் பிறக்காது மனிதன் மனிதனாகவும் விலங்கு விலங்காகவும் பிறக்குமாதலால் ஒன்றை வணங்குவதால் நன்மையும் இல்லை, வணங்காதலால் தீமையுமில்லையெனும் நம்பிக்கை கொண்டவர்கள். மூன்றாவது சங்கத்தார் மனிதனுக்கு யாதொரு இன்பமும் இல்லையென்றும் இறப்பிற்குப்பின் யாவும் சூன்யமாதலால் சூன்யத்தை விசாரிப்பதில் யாதொரு பயனும் இல்லையென்றும் கருதுபவர்கள். நான்காம் சங்கத்தார் உயிர்களுக்கு ஆதியுமில்லை அந்தமும் இல்லையென்றும் எல்லாம் தானே ஏற்றுக்கொள்வதால் யாவும் தற்செயல் என்றும் எண்ணுபவர்கள். ஐந்தாம் சங்கத்தார் புசிப்பை விரும்பாதவனும் தாகத்தை அடக்குவோனும் அக்கினியின் கொதிப்பைச் சகிப்போனும் சூரிய வெப்பத்தைத் தாங்குபவனும் எக்காலும் சுகமடைவான், இவைகளைத் தாங்காதவன் சுகமடைய மாட்டானென்று முடிவு செய்தவர்கள். ஆறாம் சங்கத்தார் ஒன்பது கோள்கள் கூடி நடத்தும் செயல்களே உலகத்தில் பொருந்தும் நிகழ்ச்சியென்றும் தோற்ற ஒடுக்கங்கள் யாவும் நவகோட்களின் ஆட்டங்கள் என்றும் அறிந்து நடப்பவர்கள் (ஆதிவேதம் 17-23).

பௌத்தத்திற்கு முன் வேதநெறியாளர்களென்றழைத்துக் கொண்ட பிராமணர்கள் இருந்தார்களென்றும் அவர்களோடு புத்தர் பின்னால் வாதிட்டதாகவும் புத்தசரிதம் கூறும். ஆனால் தாசர் இந்து சமயம் என்பதெல்லாம் பின்னால் வேஷ பிராமணர்கள் கற்பித்துக் கொண்டதென்றும் உண்மையான வேதங்கள் புத்தரின் அறவுரைகளே என்றும் எடுத்துரைப்பவராதலால் புத்தருக்கு முன் கடவுளைப்பற்றி வெவ்வேறு கருத்துகளைக் கொண்டிருந்த ஆறு சங்கத்தார் பற்றி மட்டும் பேசுகிறார்.

இவ்வாறு சங்கத்தார் பற்றிய செய்திகளை அருங்கலைச் செப்பு எனும் தமிழ் நூலிலிருந்து அவர் மேற்கோள்களாகத் தருவதும் குறிப்பிடத்தக்கது. ஆறாம் சங்கத்தார் என்போர் கலிவாகு மரபில் வந்த சாக்கையர்கள் என்றும் சோதிடத்தில் வல்லவர்கள் என்றும் தாசர் கூறுவதும் கருதற்குரியது. அவர்கள்,

சக்கரவர்த்திக் திருமகன் போதித்த ஒழுக்கத்தைப் பின்பற்றுவதால் ஊழ்வினையற்று ஜெனனத்தில் புண்ணிய பலன் தோற்றம் உணர்ந்து ஒவ்வொருவர் கணிதக்குறிப்பையும் ஒலிவடிவ பாலிபாஷையில் "ஜநநீ ஜென்ம சௌக்கியானாம் வத்த நீ குல சம்பதாம் பதவிபூர்வ புண்யானாம்" என சுருதியாக ஏதுக்குத் தக்க நிகழ்ச்சியாகும் பூர்வச் செயலுக்குத்தக்க

தோற்றங்களை விளக்கி ஒழுக்கத்தை விருத்தி செய்து கலிவாகுவின் கணிதத்தைப் பரவச் செய்து வந்தார்கள் (புத்தசரிதம் 25).

சித்தார்த்தர் அரண்மனையை விட்டு வெளியேறி, துறவறம் மேற்கொண்டு, புலன்களைவென்று, மெய்யுணர்ந்து, உள்ளொளி பெற்றதை நான்கு, ஐந்தாம் காதைகளிலேயே தாசர் கூறிவிட்டு மேல் வரும் காதைகள் பலவற்றைப் புத்ததன்மத்தை விளக்கப் பயன்படுத்திக் கொள்வார். ஆனால் அசுவகோசரின் புத்தசரிதம் சித்தார்த்தரின் பிறப்பு, அரண்மனை வாழ்க்கை, மன உளைச்சல், ஈர்க்கமுயன்ற பெண்களைப் புறக்கணித்தல், அரண்மனையிலிருந்து வெளியேறல், சந்தகனைத் திருப்பி அனுப்புதல், தவப்பூங்காவில் நுழைதல், அரண்மனையில் புலம்பல், சித்தார்த்தனை மீண்டும் அரண்மனைக்குக் கொண்டுவர மேற்கொள்ளப்பெற்ற முயற்சி, சிரேன்யர் சித்தார்த்தரைச் சந்தித்தல், உணர்ச்சிகளைக் கட்டுப்படுத்தல், அராதமுனிவருடன் விவாதம், மாரனை வெல்லுதல் என்ற தலைப்புகளில் சித்தார்த்தன் புத்தராதற்கு முன் நடந்தனவற்றைப் பதின்மூன்று காண்டங்களில் கூறிவிட்டுப் பதினான்காம் காண்டத்தில் அவர் ஞானம் அடைந்ததைச் சொல்லும் வடமொழிக்காப்பியம் நிகழ்ச்சிகளிலும் உரையாடல்களிலும் கவனம் செலுத்த, ஆதிவேதம் தமிழ் இலக்கியங்களைப் பின்பற்றி வாழ்க்கைக்குரிய நெறிகளைப் புத்தரின் வாயிலாக விளக்கிச் செல்லும். புத்தர் ஆதிவேதம் என்னும் மூன்று பேத வாக்கியங்களையும் அவற்றோடு வீட்டையும் சேர்த்து நான்கு வாக்கியங்களுக்கும் முப்பத்திரண்டு உப நிடதங்களையும் வழங்கினார் என்றும் பிம்பா சார நகரத்துள் சென்று அதன் மன்னனின் மூலம் தசபாரமாம் பாரதப்பத்தைப் பாறையில் பதியச் செய்தார் என்றும் தாசர் எடுத்துரைப்பார். எல்லா உயிர்களிடத்தும் அன்பு காட்டல், ஏழையர்க்கு ஈதல், மனத்தை அடக்கல், நல்லொழுக்கத்தைக் கடைப்பிடித்தல், பிறன்மனை விரும்பாதிருத்தல், பிறர் பொருளைக் களவாடாதிருத்தல், பிறவுயிர்களுக்குக் தீங்கு செய்யாதிருத்தல், அறிவை மயக்கும் பொருள்களை அருந்தாதிருத்தல், பொய்சொல்லி வஞ்சியாதிருத்தல், காம வெகுளி மயக்கங்களை அகற்றல் ஆகிய பத்தையும் தசபாரங்கள் என்றழைத்துப் "பாரதம் பத்தும் பாறைப் பதிந்த சீரது தந்தான் சினன்" என்று பாரதப் பத்திலிருந்து மேற்கோள் காட்டுவார் தாசர்.

விநாயகர் என்னும் புத்தபிரான் பாரதத்தை மலையில் எழுதியுள்ளாரென்பதும் மகா புராண பாடம் பாரத மென்பதும் தசபாரமென்பதும் பாரமிதமென்பதும் செய்யுட்களாய் இராது. வாசகநடையில் எழுதியுள்ள தசசீலத்தின் பெயராம் (ஆதிவேதம் 49).

புத்தரை விநாயகர் என்றழைப்பதற்கு ஆதாரமாகப் பின்கலை நிகண்டிலிருந்து

தருமராசன், முநிந்திரன், சினன் பஞ்சதாரை விட்டே

அருள் சுரந்து அவுணர்க் கூட்டும் ததாகதன் ஆதிவேதன்

விரவு சாக்கையனே சைனன் விநாயகன் சினம் தவிர்ந்தோன்

அரசு நீழலில் இருந்தோன் அறி அறன்பகவன் செல்வன்

எனும் பாடல் வரிகளைத் தாசர் சுட்டுவார் (ஆதிவேதம் 49).

அசுவகோசரின் புத்தசரிதமும் புத்தரை விநாயகர் என்று அழைப்பது குறிப்பிடற்குரியது (புத்தசரிதம் 56).

"சதுர்சத்ய காதை"யில் பிறப்பு, பிணி, மூப்பு, சாக்காடு ஆகிய நான்காலும் துக்கமுண்டாமென்பது சத்தியம் என்றும் துக்கம், துக்கோற்பத்தி, துக்க நிவாரணம், துக்க நிவாரண மார்க்கம் ஆகிய நான்கும் பரிசுத்த சத்தியங்களென்றும் புத்த தன்மம் விளக்கப்படும். இக்காதையில் புத்தருடைய கோட்பாடு பற்றித் தாசர் கூறும் கருத் தொன்று குறிப்பிடற்குரியது.

உங்கள் சகோதரர்களில் ஒருவர் உங்களை நோக்கி நமது ஆசான் கௌதமர் ஒரு கோட்பாட்டை உடையவரா என்று கேட்பார்களாயின் அதற்குப் பதிலாக, ததாகர் எவ்விதக் கோட்பாடுகளுக்கும் உட்பட்டவர் அல்லர், ஏனெனில் இந்த தேசம் இவ்வகையானது இவ்விதமாக வளருகிறது இவ்விதமாக மடிகிறதென்றும், உணர்ச்சி இவ்விதமானது இவ்விதமாக உதிக்கின்றது இவ்விதமாக மடிகிறதென்றும் அறிவு இவ்விதம் இவ்விதமாக உதிக்கின்றது இவ்விதமாக மடிகிறதென்றும் தேறக்கண்டு தெளிந்திருக் கின்றனர். ஆதலின் சகலவித கோட்பாடுகளினின்றும் சகல எண்ணங்களினின்றும் சகலவித தப்பபிப்பராயங்களினின்றும் தற்பெருமையினின்றும் தன்னயத்தினின்றும் முற்றும் நீங்கியுள்ளவர் என்று அறிந்து கூறுவீர்களாக (சதுர்சத்யகாதை 67).

"சங்கங்களின் ஸ்தாபன காதை" புத்தர் காசியில் தன்மசங்கங்களை நாட்டி யட்சர் என்பானுக்கும் அவனுடைய நண்பர்களாகிய நான்கு சிறுவர்களுக்கும் அறிவுரை கூறியதாகப் பல புத்த சமயக் கருத்துகளை விளக்கும்.

சருவசீவராசிகளுக்குள்ளும் சிவமென்னும் அன்பும் பிரமம் என்னும் சாந்தமும் ஈசன் என்னும் ஈகையும் நிறைந்துள்ள படியால் அதனதன் கூட்டத்தைப் பாதுகாத்து ஒன்று கூடி விருத்தி செய்து வருகிறது. ஆனால் பட்சிகள் அதனதன் குஞ்சுகளை மட்டிலும் பாதுகாத்து விருத்தி செய்யும்; மிருகங்கள் அதனதன் குட்டிகளை மட்டிலும் பாதுகாத்து விருத்தி செய்யும்; மக்கள் என்னும் மநுக்களோ பட்சிகளைப் போலும் தலை குனிந்து தன்னினத்தில் அன்பு செலுத்தவதுபோல் இராது. தலைநிமிர்ந்து சருவ சீவர்களிடத்தும் அன்பு பாராட்டி ஆதரிக்க வேண்டியவர்களாய் இருக்கிறார்கள் (ஆதிவேதம் 109).

"சதுரகிரிக் காதை"யில் புத்தர் சதுரகிரியென்றும் இயற்கை தீவகமென்றும் வழங்கும் ஒரு மலையின் மீதேறி உச்சியில் நின்று அவரைச் சூழ்ந்து நிற்கும் மக்களுக்கு அறவுரை கூறுகிறார். "பிராஹ்மணவாச்சம்" என்ற பகுதியில்.

பாபத்தினின்று விலகின படியால் பிராஹமணனென்றும் சாந்த வாழ்க்கையில் நடப்பதால் சமணனென்றும் பாபகுற்றங்களை விலக்கி வருகிறபடியால் பிருகஜிதாவென்றும் அழைக்கப்படுவான். மனம் வாக்கு காயத்தால் ஜீவர்களுக்கு யாதொரு துன்பமும் செய்யாதிருப்பவன் எவனோ அவனே பிராஹ்மணன்... உலகப் பற்றற்றவனும் ஏழையுமாய் இருப்பவன் எவனோ அவனே பிராமணன்" (புத்தவேதம் *121–122*).

என்றெல்லாம் பிராமணனுக்குரிய இலக்கணம் கூறப்பெறுகிறது. "பிக்கு வர்க்கம்" எனும் பகுதியில் யார் உண்மையான பிக்கு என்பது வரையறை செய்யப்படுகின்றது.

எவனொருவன் கையைக் காத்துக் கொள்பவனாயும் காலைக் காத்துக் கொள்பவனாயும் வாக்கைக் காத்துக் கொள்பவனாயும் சகலத்தையும் காத்துக் கொள்பவனாயும் தனக்குள் ஆனந்தத்தையும் சாந்தத்தையும் அடைந்தவனாயும் ஏகாந்தமானவனாகவும் ஆறுதலை உடையவனாகவும் இருக்கின்றானோ அவனே பிக்கு. எவனொருவன் நாமரூபமாம் தேகத்தையும் சித்தத்தையும் ஒரு பொருட்டாக மதியாதும் மேலும் மேலும் பொருள் சேர்க்கும் அவாவில்லாமலும் மேலான பதவியை நாடுகின்றானோ அவனே பிக்கு (ஆதிவேதம் *124*).

புத்த போதனையை விரிவாகத் தரும் இக்காதை,

தெய்வம் தெளிமின் தெளிந்தொர் பேணுமின்

பொய்யுரை அஞ்சுமின் புறஞ்சொல் கூறன்மின்

ஊனுன் அகற்றுமின் உயிர்க்கொலை அஞ்சுமின்

. . . . .

மல்லல்மா ஞாலத்து வாழ்வீர் ஈங்கென

என்னும் சிலப்பதிகார வரிகளை மேற்கோளாகத் தருகிறது. (ஆதிவேதம் *135*).

புத்த சரிதத்தின் பத்தொன்பதாம் காண்டம் புத்தரும் அவர் தந்தையும் சிந்திக்கும்போது புத்தர் தமது தந்தை தம்மை இன்னும் மகனாகவே கருதும் எண்ணத்தை மாற்ற வேண்டுமென எண்ணிப் பல வித்தைகளைக் காட்டி அவரை வியக்கச் செய்ததாகக்கூறும். தாசரின் "தந்தைக்கு மைந்தன் குருவாய காதை" யில் இத்தகைய காட்சி எதனையும் சேர்க்காமல் தந்தைக்கு

மகன் பௌத்த தன்மத்தைப் போதித்ததாகவும் அதனால் அவர் "தகப்பன் சுவாமி" என்றும் "பிதா விதாதா" என்று அழைக்கப்பட்டதாகவும் கூறுவார் (ஆதிவேதம் 140).

புத்தர் — அசோதரை சந்திப்பை உள்ளத்தை உருக்கும் ஒரு சிறு நாடகமாகவே உருவாக்குகின்றார் தாசர்.

ததாகதர் தனது தந்தைக்கு ஞானோபதேசம் செய்துவிட்டு அசோதரை வாசம் செய்யும் இடத்தை நாடி வாயிற்படியில் நின்று ததாகதன் வரலாமோ வென்றார். தேவிகா லோத்திரம் தடையின்றி வரலாம் என்னும் மிருது வாக்கு எழும்பிற்று. அதனை வினவிய பகவன் அறைக்குள் சென்று அசோதரையை நோக்கி அம்மே! சுகமோ வென்றார். அசோதரையோ நமது ஐயன் பாதத்தை இறுகப்பற்றி ஐயனே! உமது கருணா நோக்கத்தால் இம்மட்டும் சுகமே யென்றாள். அம்மே! யாதொரு துக்கமும் இல்லையோ வென்றார்.

ஐயே! உம்மைப் பிரிந்த துக்கம் ஒன்றேயன்றி வேறு துக்கம் யாதும் அறியேன் என்றாள்.

ததாகதர் சகலருக்கும் தோன்றி நமக்குத் தோன்றாமல் இருக்கின்றாரேயென்று துக்கித்தாயா என்றேல் ததாகதர் தோற்றமே மறைந்து விட்டதென்று துக்கித்தாயா வென்றார்.

உலகெங்கும் சத்தியதருமமாம், அமுதத்தை ஊட்டிவரும் ஐயன் உடனுயிர் பொருந்தி வாழ்ந்த அடியாளுக்கு அப்பேரின்ப அமுதை ஊட்டாது பிரிந்து நின்ற குறையே பெருந்துக்கத்தில் ஆழ்த்தியதென்றாள். அம்மே, நீவிர் தோன்றிக்கெடும் சிற்றின்பமாம் உலகவிச்சையை ஆசிக்கின்றாயா அன்றேல் என்றும் கெடாமல் நித்தியமாம் பேரின்ப சதா சுகத்தையும் தெரிந்து கொள்ள ஆசிக்கின்றாயா என்றார்.

ஐயனே! சதாசுக நித்ய தன்மமாம் பேரின்பத்தையே தெரிந்துகொள்ள ஆசிக்கின்றேனென்றாள் (ஆதிவேதம் 140).

புத்தர் தமது தந்தைக்கு ஞானோபதேசம் செய்த தோடல்லாமல் மனைவிக்கும் மகனுக்கும் ஆறுதல் கூறி அறநெறியுரைத்துப் புத்த தன்மத்தில் சேரச் செய்கிறார் (ஆதிவேதம் 143) என்று தாசர் எழுதிச்செல்வது புத்தரின் கருணை உள்ளத்தை எடுத்துக் காட்டவே.

புத்தர் கலைகள் யாவற்றிலும் வல்லவர், கலைகள் பலவற்றின் தோற்றத்திற்கும் அவரே மூலம் என்று சுட்ட விரும்பும் தாசர் அதற்கேற்பச் சில காதைகளை அமைத்துக் கொள்கிறார். "பரத்து வாசருக்குப் பிணிக்குத் தக்க ஒடதிகள் போதித்த காதை"யில் தாசரின்

மருத்துவ அறிவும் பளிச்சிடுகின்றது. மருத்துவத்தோடு புத்த தன்மமும் முறையாக இணைக்கப்படுகிறது.

பகவன் பரத்துவாசரை நோக்கி அன்பனே ! உமக்குள் எழும் ரசோகுண, தமோகுண, சத்துவகுணம் என்னும் முக்குணத்திரய காம, வெகுளி, மயக்கங்களைக் காரணமாகக் கொண்டு எழூஉம் முக்குற்றங்களே வாத, பித்த, சிலேத்துமம் என்னும் மூவியாதி பீடமாகி வாதத்தால் ஆயிரத்து ஐந்தாறு வகைத் தோற்றங்களும் பித்தத்தால் ஆயிரத்து ஐந்நூற்று நாற்பது வகைத் தோற்றங்களும் சிலேத்துமத்தால் ஆயிரத்து நானூற்று எட்டுவகைத் தோற்றங்களையும் உண்டு செய்து மக்களை மாளாத்துன்பத்திற்கு ஆளாக்கி மடித்து வருகின்றது. இத்தியாதி வியாதிகளின் தோற்றத்திற்கும் உபாதைக்கும் மக்கள் அவாக்களே காரணமாகும் (ஆதிவேதம் 147).

உமக்குள்ள அன்பை நீடிக்கச் செய்தும், உமக்குள்ள சாந்தத்தை நீடிக்கச் செய்தும் உமக்குள்ள ஈகையை நீடிக்கச் செய்தும் இருப் பீராயின் உமக்குள்ள தீங்குகள் உம்மையறியாமல் நீங்கும் (ஆதிவேதம் 153).

“குருச்சேத்திர காதை”யில் காயா சமாதி, வேதனா சமாதி, சித்த சமாதி, தம்ம சமாதி ஆகிய நான்கு வித சமாதிகளைப் பற்றியும் விளக்கங்கள் தரும் தாசர் ஓரிரண்டு இடங்களில் பாலிமொழி மூலங் களையும் தருகிறார்.

ஓ ! சகோதிரர்களே ! சகோதிரன் ஒருவன் தேக விஷயத்தில் ஜாக்கிரதையும் ஊக்கமும் அறிவும் ஆராய்ச்சியும் உடையவனாகவும் காமமும் துயரமும் அற்றவனாயும் உணர்ச்சி விஷயத்தில் ஜாக்கிரதையும் ஊக்கமும் அறிவும் ஆராய்ச்சியும் உடையவனாகியும் காமமும் துயரமும் அற்றவனாயும் மனவிஷயத்தில் ஜாக்கிரதையும் ஊக்கமும் அறிவும் ஆராய்ச்சியும் உடையவனாகியும் பூதவிஷயங்களில் ஜாக்கிரதையும் ஊக்கமும் அறிவும் ஆராய்ச்சியும் உடையவனாகியும் காமமும் துயரமும் அற்றவனாகவும் இருந்து சிந்திப்பதே நற்கடைபிடி அல்லது நல் தியானம் எனப்படும் (ஆதிவேதம் 186).

“தர்ம சக்ர பிரவர்த்தன காதை”யில் பௌத்தர்கள் போற்றிய புத்தாங்க சரணம், தர்மாங்க சரணம், சங்காங்க சரணம் எனும் மூன்றையும் திரி ரத்னங்களென்றும் மூன்று கீதைகளென்றும் பெயரிட்டுப் பாலிமூலத்தையும் மொழி பெயர்ப்பையும் தாசர் தருவார்.

புத்தம்

மனுக்களில் பெருமையும் அருமையுமான ஆசானும் பகவான் சாக்கைய முனிவர் சகலருக்கும் குருவாக விளங்கி உலகில் முடிக்க

வேண்டியதை முடித்துக் கரையேறி நிருவாண மடைந்த மங்கல கரமான புத்தபிரானை யாங்கள் துணைக் கொள்கிறோம்.

தம்மம்

காமம், அவா, துக்கம் இவைகளினின்று விலகிச் செய்யும் தருமமும் அழியா தருமமும் குற்றமற்றதும் மதுரமானதும் தெளிவானதும் தருக்க ரீதியானதுமான தருமத்தை யாங்கள் துணைக் கொள்கிறோம்.

சங்கம்

எட்டு மார்க்கங்களை உடையவர்களும் நான்கு வித வாய்மை உடையோர்களும் தர்க்கத்தில் தேர்ந்து அதன் பலனைக் கண்டடைந்த சங்கத்தை யாங்கள் துணைக் கொள்கிறோம் (புத்தவேதம் 196).

இவற்றையே உண்மையான கீதைகள் என்று தாசர் கருதி அறிமுகப்படுத்துவார்.

"கோசல நாட்டரசன் காதை" யில் புத்தரை நாடி வந்த கோசல நாட்டு மன்னனுக்கு அவர் கூறும் செறிவான அறவுரைகளைக் காணலாம்.

மரமானது பற்றியெரியுங்கால் ஓர் பட்சியும் அதனருகில் அணுகாமல் திகைப்பது போல் கோபாக்கினி, காமாக்கினி, லோபாக்கினியால் பற்றியெரியும் உள்ளத்தின் கண் உண்மை சேராது திகைத்துப் பேதமையால் பிறப்புண்டாகிப் பிணி, மூப்பு, சாக்காட்டிற்கு இழுத்துப் பின்னும் துக்கத்திற்கு ஆளாக்கும் (ஆதிவேதம் 198).

சந்தனக் குழம்பிலோர் பாதமும் அக்கினிக் குண்டத்தில் ஓர் பாதமும் வைத்துக் கொண்டிருப்பது போல் இன்னின்னது தீயச் செயல்களென்றும் இன்னின்னது நியாயச் செயல்களென்றும் பகுத்துணர்ந்து தீயச் செயலாலுண்டாகும் தீவினைப் பயனாகும் பிறப்பையும் இறப்பையும் அறுத்து நற்செயலால் எழூஉம் நல்வினைப் பயனாகும் பரி நிருவாண நித்திய வாழ்வைப் பெறுவாய் (ஆதி வேதம் 201).

"கலஹ விவாத காதை" யார் யாரையெல்லாம் பிராமணன், சமணன், நாகன், அரஹத்து, பரிபாஜகா, தீரன், குஸலன், முனி, மஹாபிக்கு வென்று அழைக்கலாம் என்று பாலி மேற்கோள்களுடன் விளக்கும். உலகைப் படைத்த இறைவன் ஒருவன் உண்டா, இல்லையா? ஆன்மா எத்தகையது? பிரமம் அதுவா, இதுவா? என்பன போன்ற கேள்விகளைக் கேட்டு யாரும் புரிந்து கொள்ள முடியாத விடைகளை அளிக்காமல் எளிய மக்கள் வாழ்க்கையை எவ்வாறு வாழவேண்டும் என்பதற்கான நெறிமுறைகளை எளிய முறையில் புத்தர் பலருக்கும் எடுத்துச் சொல்கிறார். இல்லறத்தார்,

துறவத்தார் ஆகிய இரு சாரரும், எப்படியிருக்க வேண்டுமென்று தெளிவாகச் சொல்லப்படுகிறது.

ஓ ! சகோதரர்களே ! தகாத காலங்களில் வெளியே செல்லாமலும் குறித்த நேரத்தில் பிச்சா பாத்திரத்தைக் கரத்திலேந்தி கிராமங்களுக்குச் சென்றும், பிச்சை வாங்குங்கால் இவர்கள் ஏழை, இவர்கள் தனவான் என நினையாது சமமனதுடனும் பிச்சா பாத்திரத்தைக் கரத்தில் ஏந்திச் செல்லுங்கால் இந்த இல்லத்தில் நமக்கு நல்லுணவு கிடைக்கும், இந்த இடத்தில் நல்லுணவு கிடைக்காதென்னும் அபிப்பிராயத்துடன் செல்லாமலும் சாவகர்களாம் குடும்பிகள் அன்புடன் அளித்த உணவைப் பிச்சா பாத்திரத்தில் வாங்கிய பின் திரும்புங்கால் இன்னின்ன இல்லத்தில் இவ்விவ்வகைத்தான பதார்த்தங்கள், இவ்விவ்விதமான குடும்பிகளால் அளிக்கப்பட்டனவென நினையாது நடக்கும் போதே மூன்று அடி தூரத்தில் தலை குனிந்து ஒரே பார்வையுடனும் ஒரே மனத்துடனும் சென்று சேர்ந்த பின் இவ்வுணவோ இரும்புத்தூளை ஒத்தது, இத்தகைய உணவோ பசியென்னும் நோய்க்கு மருந்து எனச் சிந்தித்துக் கொண்டும் புசித்தபின் ஒரு தனிமையான இடத்தில் சென்று தான் வருங்கால், மனம் எந்தெந்த விடத்தில் தவறிச் சென்றதோ, அவைகளைத் தியானத்தில் சிந்தித்து மறுபடியும் அவ்வகைத்தான பார்வையில் மனத்தைச் செலுத்தாதிருக்கும்படித் திருத்தியபின் தன்னில் தானே விழிப்புடன் தியான சமாதியில் இருப்பவர் எவரோ அவரையே முனி என்று அழைக்கலாம் (ஆதிவேதம் 207).

"தந்தையின் இரண்டாவது தரிசன காதை" யில் புத்தரும் அவர் தந்தையும் சந்தித்துப் பேசுவதை ஓர் அரிய நாடகக் காட்சியாக மாற்றுகிறார் தாசர். இத்தகைய சந்திப்பும் அசுவகோசரின் புத்த சரிதத்தில் இடம்பெறவில்லை.

சக்கரவர்த்தியாரும் தனக்குள்ளிருந்த வியாதியின் உபத்திரவம் நீங்கித் திருமகனை விழித்துப் பார்த்து அருமை மைந்தனேயென்று அழைக்கலாமோவென்று சிந்தித்தான். மறுபடியும் தன்னைத் தேற்றிக்கொண்டு நாம் அவருக்குப் பிதாவாயினும் நமக்கு அவர் ஞானப்பிதாவாம் தாதாவாச்சுதே அவரை மைந்தன் என்று அழைக்கலாமோ வென்று மருண்டான். அவரது முக தேஜஸைக் கண்டு ஆனந்தக் கண்ணீரைச் சொரிந்தான்.

சுத்தோதயச் சக்கரவர்த்தியின் இத்தியாதி எண்ணங்களின் உதயங்களையும் ஒடுக்கங்களையும் உள்ளுணர்ந்த ஒப்பிலாவப்பன் சுத்தோதயன் அருகில் சென்று ஐயனே! யாது குறையென்று வினவினார்...

ஐயனே ! தோற்றும் பொருட்கள் யாவும் கெடும் என்பதைத் தெள்ளறத் தெளிந்துகொண்டீரா இல்லையாவென்றார். தாதா தெரிந்து கொண்டேன், தெரிந்துகொண்டேன் என்று கூறினான்.நீவிர் தெரிந்து கொண்டது திண்ண

மாயின் உமது கோரிக்கையை மறந்து விடுவதே மகிழ்ச்சியாகும் என்று கூறியவுடன் சுத்தோதயச் சக்கரவர்த்தியின் பேச்சும் மூச்சும் ஒடுங்கிப் பிரேதமானார் (ஆதிவேதம் 21011).

இதை அடுத்து வரும் காட்சி வியப்புக்குரியது. இறந்த அரசனின் உடலைச் சுடலைக் கெடுத்துச் சென்று தகனம் செய்யும் போது அசோதரையும் இராகுலரும் சங்கத்தவர்களும் உறவினர்களும் சூழ்ந்து நின்றார்கள்.

தகனக் காட்சியைக் கண்டு நின்ற ததாகதர் சுத்தோதய மறுமை பிறப்பறுமோ அறாதோ வென்று உள்ளத்துணர்ந்து அறுமென்னும் தோற்ற உணர்ச்சியால் ஆனந்தமுற்று மலைமகள் அசோதரையும் மற்றுமுள்ளோரும் காண, தகன குண்டத்தைச் சுற்றிச் சுற்றித் தனது ஏக சடையுடை துலங்க இவ்வுரு ஆணோ பெண்ணோ என்று கலங்கச் சுடலையில் நடனமாடினார் (ஆதிவேதம் 211).

தந்தைக்கு மறுபிறவியில்லை யென்பதறிந்து தனயன் மகிழ்ச்சிக் கூத்தாடியதாகவும் அதனாலேயே அவர் நடராசனென்றும் சுடலையாடி யென்றும் அழைக்கப்பட்டாரென்றும் சொல்லி இக்காதை முடிகிறது. இந்நிகழ்ச்சிப் படப்பிடிப்பில் அசோதரை “மலைமகள்” என்று அழைக்கப்படுவது கவனத்தில் கொள்ளத்தக்கது.

குடும்பிகளுக்கு அறவுரை கூறவிழையும் தாசர் “சிகாளா விசாரிணிக் காதை” யை அதற்குப் பயன்படுத்திக் கொள்கிறார். சிகாளன் என்னும் குடும்பியொருவன் புத்தரை வணங்கிக் “குடும்பிகளாகிய எங்களுக்குப் பாபகர்மங்களைப் போதித்துக் காத்தல் வேண்டும்” என்று இறைஞ்ச அவர் (1) உம்மையடுத்திருக்கும் சீவர்களின் மீது அன்பு பாராட்டாது கொலை புரிவது பாவம் (2) ஒருவன் மனம் உவந்து உனக்கு ஈயாத பொருளை அபகரிப்பது பாவம் (3) தன் தாரம் இருக்கப் பிறர் தாரம் இச்சிப்பது பாவம் (4) தாம் சொல்லும் சங்கதிகள் யாவும் பொய்யென்று அறிந்தும் அவற்றைப் பேசுதல் பாவம் என்று கூறுவதோடு அமையாது (1) புத்தியை மயக்கும் கள்ளை அருந்தும் பாவக் கிளைகள் (2) சோம்பேறியாய்த் தெருக்களில் உலாவுவதினால் உண்டாகும் பாவக்கிளைகள் (3) நடனம், பாட்டுக்கச்சேரி ஆகியவற்றால் உண்டாகும் பாவக்கிளைகள் (4) குடும்பிகளுக்குச் சூதாட்டத்தால் விளையும் பாவக் கிளைகள் (5) சோம்பேறிகளுடன் சேர்ந்து பழகுவதால் உண்டாகும் பாவக்கிளைகள் ஆகியவற்றையெல்லாம் பட்டியலிட்டு விளக்குவார். யார் யாரை நண்பர்களாகக் கொள்ளலாம், யார் யாரைத் தள்ள வேண்டும், பெற்றோர் மக்களுக்குச் செய்ய வேண்டியவை, மக்கள் பெற்றோரை ஆதரிக்க வேண்டிய முறைகள், ஆசிரியனுக்குத் தேவையான சிறப்புகள், மாணவர்கள் ஒழுக வேண்டிய நெறிகள், கணவன் மனைவியை எவ்வாறு நடத்த வேண்டும், மனைவி கணவனிடம்

நடந்துகொள்ள வேண்டிய முறை, குடும்பத்தான் தன்னைச் சார்ந்தார்க்குச் செய்ய வேண்டியவை, குடும்பத்தானுக்கு அவனது உறவினர் செய்ய வேண்டியவை, எசமான் வேலையாட்களை எவ்வாறு நடத்த வேண்டும், வேலையாட்கள் எசமானனிடம் எவ்வாறு நடந்து கொள்ள வேண்டும், பிக்குகளுக்கு அடியவர்கள் ஆற்ற வேண்டிய கடமைகள், அடியவர்களுக்குப் பிக்குகள் போதிக்க வேண்டிய அறவுரைகள் என்னும் தலைப்புகளில் புத்தர் நீண்ட உரையொன்று ஆற்றுவதாக இக்காதை அமைகிறது.

"மத்திம பதிபதா காதை" பேதமை, செய்கை, உணர்ச்சி, அருவுரு, வாயில், ஊறு, நுகர்ச்சி, வேட்கை, பற்று, கருமத்தொகுதி, பிறப்பு ஆகியவை ஒன்றிலிருந்து ஒன்று உண்டாகின்றன வென்றும் பிறப்பிலிருந்து மூப்பும், மரணமும், வலியும், அழுகையும், துன்பமும், கவலையும், ஏக்கமும் உண்டாகின்றனவென்றும் விளக்கும். "சதுர் பரமார்த்த காதை" மனம், மனத்தின் ஆற்றல், உருவம், நிருவாணம் ஆகிய நான்கு வகைப் பரமார்த்தங்கள் பற்றிப் பேசும். "கன்ம காதை" பேராசையால் செய்யப்படும் கன்மங்கள், பகையால் செய்யப்படும் கன்மங்கள், செறுக்கால் செய்யப்படும் கன்மங்கள், பேராசையற்றுச் செய்யப்படும் கன்மங்கள், பகையற்றுச் செய்யப்படும் கன்மங்கள், செறுக்கற்றுச் செய்யப்படும் கன்மங்கள் என்று கருமங்களைப் பட்டியலிடும்; ஒருவன் பல பிறவிகளில் தசபாரமிதைகளாம் தானம், சீலம், நிக்கஹமா (பிறர் நலனையே கருதுதல்), பிரஞ்ஞா (ஞானத்தை விருத்தி செய்தல்), விரியா (தூய்மை பெற அச்சமின்றிச் சிந்தித்துத் தெளிதல்), சாந்தி (அன்பு பாராட்டி, சினம் கொள்ளாதிருத்தல்), சத்யா (சத்தியத்தைக் கைப்பற்றல்), அதிஷ்டானா (நல்வழியிலிருந்து பிறழாமலும் அவாக்களை எழவிடாமலும் இருத்தல்), மைத்ரீ (தாய் தன் ஒரே மகனைக் காப்பாற்றுதல் போல் எல்லாவுயிர்களிடத்தும் கருணைகாட்டல்), உபேட்சா (நண்பனையும் பகைவனையும் ஒரே விதமாகப் பாவித்தல்) ஆகியவற்றைத் தன் நடைமுறை வாழ்க்கையில் கைக்கொண்டானானால் அரகத்து நிலையை அடைவான் என்றும் எடுத்துரைக்கும் (ஆதிவேதம் 243).

புக்க சதி துறவு பூண்ட காதை (1) களவு செய்யாமை (2) கள்ளருந் தாமை (3) பொய் சொல்லாமை (4) பிறன் மனை நயவாமை (5) கொலை செய்யாமை (6) அகால உணவு அருந்தாமை (7) இசை, வாசனை, கூத்து ஆகியவைகளுக்கு இடங்கொடாமை (8) உயர்வான படுக்கையின் மேல் துயிலாமை ஆகிய எட்டுச் சீலங்களை வற்புறுத்தும்.

"பிருமன் தரிசனக் காதை" ஒரு தனித்தன்மை கொண்டது. சங்க இலக்கியம் கூறும் ஐந்நில மக்களின் வாழ்க்கை முறைகளை இக்காதை விளக்கும். புத்தர் பாலைவனம் சென்று அங்குள்ள மக்களுக்குக் கண்ணாடி செய்யும் தொழிலைக் கற்றுத் தருகிறார். குறிஞ்சி நிலம் சேர்ந்து அங்கு வாழும் குறவர்கள் கொலைத் தொழில் புரியாது கனிகாய் கிழங்கு போன்றவற்றையும் தானியங்களையும் உண்டு வாழ

வேண்டும் என்று அவர்களுக்கு அறவுரை கூறுகிறார். முல்லை நிலம் அடைந்து அம்மக்கள் கொண்டு வந்த பாலில் நெய்யும், தயிரும் கலந்திருப்பது கண்டு அவற்றைப் பிரிக்கும் வகையைக் கற்பிக்கிறார். மருத நில மக்களுக்குப் பயிர்த் தொழில் பயிற்றுவிக்கிறார். நெய்தல் நில மக்களுக்கு மீன் பிடிப்பதைக் கைவிட்டு முத்து, பவழம், சங்கு, உப்பு ஆகியவற்றை விற்று வாழுமாறும் போதனை செய்கிறார். இவ்வாறு ஐந்து நில மக்களின் வாழ்க்கையைப் படம் பிடித்துக் காட்டும் போது "அருங்கலைச் செப்பு", அசோதரை நெஞ்சுவிடு தூது" ஆகிய தமிழ் இலக்கியங்களிலிருந்து தாசர் பொருத்தமான மேற்கோள்களைத் தரக் காணலாம்.

"மஹா மங்கள காதை" யில் புத்தர் ஆசிரமவாசிகளுக்கு எது மங்களம் என்று விளக்கு முகத்தான் எப்படி அவர்கள் வாழ வேண்டும் என்பதைத் தெரிவிக்கிறார்.

சமணீர்காள்! உலக மாக்கள் தங்கள் தங்கள் இல்லங்களில் வாழை, கமுகு, பலா முதலியவைகளை நாட்டி சகல வாத்தியங்களும் முழங்க சிலர் துக்கத்திலும் சிலர் ஆனந்தத்திலும் சிலர் சுக துக்க கலப்பிலுமிருந்து வரும் செயலை மங்கள காலமென்றும் மங்களகரமென்றும் கூறுவார்கள். அஃது அகுஸல கர்மங்களாகும். அதாவது, பாம்பின் வாய்ப்பட்ட தேரை எறும்பைப் பிடித்துண்பதற்கு ஒக்கும். குஸலகன்மங்களாவது யாதெனில் ஒரு குடும்பத்தில் சதியும் பதியுமாகிய இருவர் மனம் ஒன்றாகவும் களங்கமற்ற நெஞ்சினராகவும் இருந்து இல்லற தருமத்தை நல்லறமாக நடத்தி, சருவ சீவர்களுக்கும் உபகாரிகளாக விளங்கி, சத்திய தன்மத்தில் நடப்பார்களாயின் அச்செயலையே மகா மங்களமென்று கூறப்படும் (ஆதிவேதம் 259).

"உபதேச காதை" யில் புத்தர் பிக்குகளை அழைத்து "உட்காரும் போதும் எழுந்திருக்கும் போதும் நடக்கும் போதும், அன்பு மயமாக உட்காருங்கள், அன்பு மயமாக எழுந்திருங்கள், அன்பு மயமாக நடவுங்கள்" என்று அறிவுரை கூறுவார்.

"சுவர்க்க காதை" இராஜ கிருகத்தை அடுத்திருந்த ஒரு சிற்றூர் மக்கள் ததாகதரின் உபதேசம் பெற்றுச் சமண நிலையெய்தி சத்துவசதானத்தில் நிலைத்து விட்டதாகச் சொல்லும். "பரிநிருவாண காதை" யில் புத்தர் தமது அடியார்களாகிய ஆனந்தனையும் பிருங்கியையும் சத்தியசங்கத்து அடியார்களையும் அழைத்துப் பரிநிருவாணத்தை விளக்குவார். தாம் பரிநிருவாணம் அடையுங்காலம் நெருங்கி விட்டதென்றும் அவர்கள் யாவரும் அதன் அந்தரங்க ஒளியின் பிரிவையும் அதன் இன்பத்தையும் துய்த்துப் பிறவியை அறுத்து நித்திய வாழ்வில் நிலைக்க வேண்டுமென்றும் வாழ்த்துவார். மலைவாழ் மக்களுக்கும் ஆனந்தனுக்கும் புத்த தன்மத்தையும், சேணிபன் என்னும் அரசனுக்குக் குடும்ப தன்மத்தையும் போதிப்பார். இக்காதையில் ஒரு மகிழ்வூட்டும் நாடகக்காட்சி இடம்பெறுகிறது.

துறவறம் மேற்கொள்ள விரும்பும் ஒருவன் தன் குருவோடு மண்டபத்திற்குள் நுழைந்து பௌத்த பிக்குவாம் “திரிபிடகாச்சாரி பிரதான நாயகருக்கு” முன் வணங்கியெழுந்து செய்ய வேண்டிய சடங்குகளையும் பெற வேண்டிய உபதேசங்களையும் அழகிய உரையாடல்கள் விளக்கும். இதையடுத்து வரும் காட்சி உள்ளத்தை உருக்குவதாகும். யாவரும் பரிநிருவாணம் அடைந்து பிறவி துக்கத்தை ஒழித்துக் கொள்ளுங்கள் என்று கூறி அடங்கிய நிலையில் புத்தர் இருக்கும் போது விதர்ப்ப நாட்டு மன்னனும் அவன் அமைச்சனும் அவரை அணுகி “எங்களைக் காப்பாற்றும் பொருள் யாதேனும் உண்டா இல்லையா” வென்று கேட்பார்கள். இறைவன் என்று ஒருவன் உண்டாவெனும் இக்கேள்விக்குப் புத்தர் தரும் விடையாக அயோத்திதாசர் கூறுவது ஆழ்ந்த சிந்தனையைத் தூண்டுவது.

உண்டென்பதை உங்கள் உள்ளத்திலும் இல்லையென்பதைத் தோற்றும் பொருள் க்ஷணத்திற்கு க்ஷணம் அழிதலிலும் அறிந்துகொள்ளலாம். அன்னையானவள் குழந்தைக்கு அன்னம் ஊட்டுவாள். அதனை விழுங்கித் தன்னைப் போஷித்துக் கொள்ள வேண்டியது குழவியின் செயலாகும். அது போல ததாகதர் தான் கண்டடைந்த சுகவழியைப் போதிப்பார். நீங்களோ அவ்வழியில் சென்று சுகமுற்று உண்டா இல்லையாவென்பதை உங்களுக்குள் நீங்களே உணர்ந்து தெளிந்து கொள்ள வேண்டும். உண்டென்னிலோ விசாரணையற்ற சோம்பலால் எங்குண்டு என்னும் எதிர் வினாத் தோன்றும். இல்லையென்னிலோ மகோத்மத்தச் சோம்பலால் யாதுக்கில்லையென்னும் பதில் மொழிதோன்றும். ஆதலின் உண்டென்பதை அவனவன் உள்ளத்திலும் இல்லையென்பதை அவனவன் விசாரணையிலுமே தெரிந்துகொள்ள வேண்டியது இயல்பாமென்று தனது இரு கண்களையும் மூடி மார்கழி மாதம் பௌர்ணமி திதி திருவாதிரை நட்சத்திரத்தில் பரிநிருவாணம் அடைந்துவிட்டார் (ஆதிவேதம் 286).

அஸ்வகோசரது புத்த சரிதம் புத்தரின் இறப்பிற்குப் பின் அவருடைய உடல் எரியூட்டப்பட்டதென்றும் எலும்புகளை நினைவுச் சின்னங்களாகக் கொள்ள விரும்பிய அரசர்களுக்கும் மல்லர்களுக்கும் பெரும் போர் நடக்க விருந்ததென்றும் துரோணன் என்னும் பிராமணன் தலையிட்டு அவர்களுக்கு அறவுரை கூறி அப்போரை நிறுத்தி அவர்களெல்லாம் அவற்றைப் பகிர்ந்து கொள்ள வழி செய்தானென்றும் கூறும். இக்கதைக்கு ஒரு காண்டம் புத்த சரிதத்தில் ஒதுக்கப்பட்டுள்ளது. தாசரோ பரிநிருவாண காதையை இறுதிக் காதையாக்கி அஸ்திகளுக்கான தகராறு அரசர்களுக்குள் நிகழ்ந்ததாகவும் அதனை அரஹத்துகளாம் அந்தணர்கள் தீர்த்து வைத்தார்களென்றும் ஒரு சில வரிகளில் சொல்லி முடிப்பார். சாக்கையக் குடும்பத்தினருக்கு விபூதி பூசும் பழக்கம் எவ்வாறு ஏற்பட்டதென்பதையும் இங்கு விளக்குவார். சிறு பெட்டியிலுள்ள மாபூதியாம் சாம்பலைச் சற்குருவின் சிந்தனையும்

தருமமும் மாறாதிருக்க புத்த, தன்ம, சங்கமென்னும் மூன்றையும் சிந்தித்து மூன்று கோடுகளாக நெற்றியில் பூசி அவ்விடம் மிகுந்து கிடந்த சந்தனக் கட்டைகளையும் எடுத்து அரகத்துகளாம் தென்புலத்தோர் உத்தரவின்படி உரைத்து புருவ மத்தியில் பொட்டிட்டு புருஷோத்தமனைச் சிந்திக்கும்படி ஆரம்பித்துக் கொண்டார்கள்.

சாக்கைய வமிச வரிசையோர் சற்குருவைத் தரிசனம் செய்தவிடத்துள்ள மகாபூதியாம் சாம்பலின் மீது ஓர் இந்திரவிகாரம் கட்டி மகாபூதி யென்னுமோர் பெயரளித்தார்கள். மற்றும் நாதனை தகனம் செய்த விடத்திற்கு ஜகந்நாதமென்னும் ஓர் பெயரை அளித்தார்கள். நாதனின் அஸ்தியை அடக்கம் செய்தவோர் தேசத்திற்கே அஸ்தினாபுரமென்னும் ஓர் பெயரையும் அளித்தார்கள்.

அதே காசியம்பதியில் பகவன் ஆதியில் தன்ம சங்கத்தை நாட்டி, ஆதிவேதம் போதித்தவிடத்தில் பெரும் விகாரம் கட்டி, பகவன் சின்முத்திரா ரூபத்தையும் பரிநிருவாணகால ரூபத்தையும் ஸ்தாபித்து காசிநாத விகாரமென்றும் காசி விஸ்வேச விகாரமென்றும் வழங்கி வந்தார்கள்.

கங்கை ஆதாரனாம் புத்த பிரானால் தோன்றிய கங்கைக் கரையின் அருகிலேயே அறவழியான் பள்ளிகொண்ட பரிநிருவாண ஆனந்தத்தால் கங்கா நதி ஸ்னானத்தையும் சங்கரர் அந்தியான பீடத்தையும் புத்தகயாவென்னும் பதியையும் உலகிலுள்ள சகல பௌத்தர்களும் சென்று தெரிவித்து, கங்கையில் மூழ்கிக் காசிநாதா! காசி விசுவேசா! கங்கையாதரா! கமல நாயகரே! கருணாலயனே யெனக் கொண்டாடி வந்தார்கள் (ஆதிவேதம் 290).

தாசரின் கருத்துப்படி ஜகந்நாதம், அஸ்தினாபுரம், காசி, கங்கை ஆகியவையெல்லாம் புத்தரது வாழ்க்கை வரலாற்றோடு தொடர்புடையன வென்பதையும் அவரே முதலில் சங்கரர், காசிநாதன், காசி விசுவநாதன், கங்கையாதரன், கமலநாயகன் என்றெல்லாம் அழைக்கப்பட்டாரென்பதையும் இக்காதையிலிருந்தும் அறியலாம்.

அஸ்வகோசரின் புத்தசரிதத்தையும், தாசரின் புத்தரது ஆதிவேதம் எனும் நூலையும் ஒப்பிட்டுப் பார்த்தோமானால் நாம் சில முடிவுகளுக்கு வர முடியும். புத்த சரிதம் இந்து சமயத்திற்கும் பிராமணர்களுக்கும் இதிகாசங்களுக்கும் வேதநெறிக்கும் புராணக் கதைகளுக்கும் மதிப்பும் மட்டற்ற மரியாதையையும் அளித்தே புத்தரது வரலாற்றைக் கூறிச் செல்கிறது. நமக்குக் கிடைத்திருக்கும் புத்த சரிதம் என்னும் பனுவல் (Text) எந்த அளவுக்கு நம்பகத்தன்மை

(Authenticity) வாய்ந்ததென்பது புலப்படவில்லை. அதனை ஆங்கிலத்தில் மொழி பெயர்த்துள்ள ஜான்ஸ்டன் முதல் பாதி மட்டுமே வடமொழி மூலத்திலிருந்து மொழி பெயர்க்கப்பட்டது என்றும் இரண்டாம் பாதியின் வடமொழி மூலம் அழிக்கப்பட்டு விட்டதால் சீன, திபெத்திய மொழிப் பெயர்ப்புகள் என்று கிடைத்தவற்றிலிருந்து தாம் தமது மொழிப்பெயர்ப்பைக் கட்டமைத்துக் கொண்டதாகவும் கூறுவார். நூல் முழுவதற்கும் பாட பேதங்கள் இருப்பதையும் ஆங்காங்கே சுட்டிக் காட்டுவார். தம்மபதம் கூட மூல மொழியில் கிடைக்கவில்லை யென்பதையும் அதன் சீன மொழிப்பெயர்ப்பிலிருந்தே ஏனைய மொழி பெயர்ப்புகள் செய்யப்பட்டன வென்பதையும் நாம் இங்கு நினைவு கூரவேண்டும். பழந்தமிழ் இலக்கியங்கள் பல அழிக்கப்பட்டதும் எஞ்சியவை இடைச்செருகல்களாலும் பாட வேறுபாடுகளாலும் சிதைக்கப்பட்டதும் மேலை ஆய்வாளர்களால் சுட்டிக் காட்டப்பட்டுள்ளன.

இது கருதியே அயோத்தி தாசர் வடமொழி மூலத்தைத் தவிர்த்துவிட்டுத் தமிழிலுள்ள பௌத்த, சமண சார்புடைய இலக்கியங்களைக் கொண்டும் பாலி மொழி நூல்களைக் கொண்டும் மீட்டுருவாக்கம் செய்கிறார். இந்து சமயமும் வேத உபநிடதங்களும் வேஷ பிராமணர்களால் புத்தர் காலத்திற்குப் பல நூற்றாண்டுகளுக்குப் பின்பு கற்பிதம் செய்து கொள்ளப்பட்டவையென்பது அவரது அழுத்தமான நம்பிக்கையும் முடிவும் ஆகும். தாம் எழுதும் நூலில் புத்தரின் வரலாற்றுச் செய்திகளைவிட புத்த சமயக் கொள்கைகளுக்கே அதிக இடமும் முக்கியத்துவமும் தருகிறார். புத்தரைத் தமிழருக்கு நெருக்கமானவராக, ஒரு தமிழ்க் காப்பியத் தலைவனாகக் கருதப்படும் வரலாற்று நிகழ்ச்சிகளும் பாத்திரங்களும் இடங்களும் அவைகளின் பெயர்களும் சடங்குகளும் விழாக்களும் தொடக்கத்தில் புத்த சமயத் தொடர்புடையன என்பதை எடுத்துக் காட்ட முனைப்புடன் செயல்படுகிறார் தாசர். அவர் சொல்லுவனவற்றுள் சிலவற்றுக்குத் தக்க ஆதாரங்கள் கிடைக்கின்றன. சிலவற்றிற்குக் கிடைக்கவில்லையாயினும் இந்து சமயத்தார் என்று சொல்லிக் கொள்பவர்கள் பழந்தொன்மங்களை மீட்டுருவாக்கம் செய்து, பழம் வரலாற்றைத் தம் நன்மைகருதி மாற்றியெழுதிக் கொண்டதைப் போன்று அவர்கள் செய்த இருட்டடிப்பையும் புரட்டையும் அம்பலப்படுத்த அவர்கள் கையாண்ட ஆயுதங்களைக் கையாள அவருக்கும் உரிமை இருக்கிறதென்பதை யாரும் மறுக்க முடியாது.

8
அரசியல் கட்டுரைகள்:
சொல்லாடல் கலை

தமிழன் என்னும் வார இதழில் 1907 முதல் 1914 வரை ஏழாண்டுகள் அயோத்திதாசர் எழுதிய அரசியல் கட்டுரைகளின் நிறை குறைகளை அவர் காலத்திலேயே சுதேசமித்திரன், இந்தியா போன்ற தமிழ் இதழ்களில் வெளிவந்த கட்டுரைகளோடும் ஸ்டாண்டர்டு (Standard), மாடர்ன் ரிவ்யு (Modern Review) போன்ற ஆங்கில ஏடுகளில் வந்த கட்டுரைகளோடும் நீதிக் கட்சியினரின் ஜஸ்டிஸ் (Justice) எனும் ஆங்கில இதழில் வந்த கட்டுரைகளோடும் ஒப்பிட்டுப் பார்த்து அறியலாம். பெரும் புகழுக்குரிய தமிழ்க் கவிஞராகிய பாரதியார் 1906, 1907, 1908, 1909 ஆகிய ஆண்டுகளில் இந்தியா இதழிலும் 1904 முதல் 1906 வரை சக்ரவர்த்தினி இதழிலும் அரசியல், சமுதாயம், சமயம், இலக்கியம் பற்றிய கட்டுரைகளைப் புதுவையிலிருந்து எழுதி வந்தார். ஜஸ்டிஸ் இதழின் தலையங்கங்கள் 1927இல் சர். ஏ. இராமசாமி முதலியாரால் இலக்கிய நயத்தோடு செறிவான ஆங்கிலத்தில் எழுதப் பெற்றவை. பாரதியின் அரசியல் கட்டுரைகள் "இந்திய காங்கிரஸ் மகாசபை", "ஸ்ரீதாதாபாய் நௌரோஜியின் உபந்நியாசம்", "தாதாபாய்

நௌரோஜியின் அட்ரஸின் கருத்து", "அமைதிக் குணமுள்ள சென்னைவாசிகள்", "வர்த்தமான கர்த்தவ்யம்", "சென்னையில் ராஜபக்திக் கொண்டாட்டம்", "தேசப் பிரதிஷ்டம்", "இந்தியாவின் லாபம்", "அதர்மப் பத்திரிகைகள்", "பாபு அசுவினி குமாரதத்தர்", "ஸ்ரீ ஹரி ஸர்வோத்தம ராவ்", "கீழ்த்திசையில் ஸ்வதந்திரக் கிளர்ச்சி — அதற்கு நேரும் பீடைகள்", "ராஜபக்தி உபதேசம் செய்யும் சுதேசிகள்", "நமது ஆங்கிலேய மித்திரர்கள்", "ஸ்ரீ பாரத தேச தாஸர்களின் பக்தி" போன்ற தலைப்புகளில் அமைந்திருப்பது பாரதி தேர்ந்தெடுத்துக் கொண்ட பாடுபொருள்கள், அவர் கையாளும் நடை பற்றி நாம் அறியத் துணை செய்யும். அவர் காலத்தவர் எழுதி வந்த வடமொழி மிகக் கலந்த தமிழில் இருக்கும் அவர் கட்டுரைகள், அவருடைய கவிதை தரும் இன்பத்தில் ஊறித் திளைத்தவர்களுக்குப் பெரும் ஏமாற்றத்தையே அளிக்கும்.

இராமசாமி முதலியார் "சென்னை ஸ்வராஜிஷ்டுகள்", "சட்ட ஆலோசனை உறுப்பினர்", "சமுதாயச் சிக்கல்கள்", "பணி அமர்த்தும் நிறுவனங்கள்", "அரசியல் சட்டப் பிரச்சனைகள்", "வைஸ்ராய்" ஆகிய தலைப்புகளில் எழுதிய கட்டுரைகள் யாவும் கல்வி கற்ற பிராமணர், பிராமணர் அல்லாதார் ஆகிய இரு சாரார் அரசு அலுவலகங்களில் பதவிக்காக நிகழ்த்தி வந்த போராட்டங்களையே மையமாகக் கொண்டவை. உயர் பதவிகள் யாவும் பிராமணர்களால் கைப்பற்றப்படுதலையும் பிராமணர் அல்லாதவர் தகுதி பெற்றிருந்தும் ஆங்கில அரசால் புறக்கணிக்கப்படுவதையும் சில குறிப்பிட்ட பிராமணத் தலைவர்கள் வஞ்சகமான முறையில் எல்லா நலன்களையும் பெற்று வருவதையும் சுட்டிக் காட்டுபவை. அரசுத் துறைகளில் மட்டுமல்லாமல் காங்கிரஸ் கட்சியிலும் இந்து மகாசபை போன்ற நிறுவனங்களிலும் அவர்கள் செலுத்திய ஆதிக்கத்தைக் கடுமையாகக் கண்டிப்பவை. குறிப்பிடத்தக்க அரசியல் நிகழ்ச்சிகள், தலைவர்கள் பற்றியும் சட்ட நுணுக்கங்கள் பற்றியும் நல்ல ஆங்கிலத்தில் ஷேக்ஸ்பியர், டென்னிசன் போன்ற கவிஞர்களின் கூற்றுகளை மேற்கோள்களாகக் கொண்டு வரையப்பட்டவை.

பொருளடக்கங்களைப் பார்த்த அளவிலேயே அயோத்திதாசரின் வீச்சு மற்ற இருவரின் வீச்சினையும் விட மிக அதிகமானது என்பது தெரிய வரும். சட்ட நுணுக்கங்கள் பற்றி மட்டுமல்லாமல் சமயங்கள் பேசும் தத்துவ நுட்பங்கள் பற்றி மட்டுமல்லாமல் இலக்கியங்கள் பற்றி மட்டுமல்லாமல் முக்கியமான அரசியல் நிகழ்ச்சிகள், பாத்திரங்கள் பற்றி மட்டுமல்லாமல் சமுதாயத்தின் அடித்தளத்திலிருந்து ஒடுக்கப்பட்ட மக்களின் துயரங்களைப் பற்றியும் தாசரால் எழுத முடிந்தது. பாரதி ஏழை வாழ்வு வாழ்ந்தவராயினும் தாழ்த்தப்பட்டவர்களின் நிலையை நன்கு உணர்ந்து தக்க முறையில்

எதிர்வினை செய்கிறார் என்று கூறத்தக்க கட்டுரை ஒன்றையும் தந்திருப்பதாகச் சொல்ல முடியாது. இராமசாமி முதலியார் இந்திய நாட்டு மக்களில் வறுமைக் கோட்டிற்குக் கீழ் உள்ளவர்களைப் பற்றி அறிந்திருக்க வழியில்லை. பிராமணர்கள் உயர் பதவிகளைப் பிடித்துக் கொள்வதில் கையாளும் தந்திரங்களை அம்பலப்படுத்துவதில் தம் முழுக்கவனத்தையும் செலுத்தினார். அவர்களுடைய சமயக் கொள்கைகளில் அவரும் நம்பிக்கை கொண்டிருந்தவராதலால் அவற்றின் குறைகளைப் பேச அவர் முனையவில்லை.

விடுதலைப் போராட்ட வீரர்களைப் பெரிதும் பாராட்டிக் கட்டுரைகள் எழுதிய பாரதியார் சுதேசிய இயக்கத்திலும் இந்து சமயத்தின் பெருமைகளிலும் ஈடுபாடு கொண்டு அவை பற்றி விளக்குவதையே தமது கடமையாகக் கொண்டிருந்ததை நாம் எளிதில் உணர முடியும். அவருடைய சமயம், இலக்கியம் பற்றிய கட்டுரைகளிலும் கூட அயோத்திதாசர் பெற்றிருந்த அளவு வடமொழி, பாலி, தமிழ் இலக்கியங்கள் பற்றிய அறிவு வெளிப்படவில்லை. ஆங்கிலம், பிரெஞ்சு மொழிகள் அறிந்தவராயினும் தமிழில் பண்டிதராயினும் சிறு வயதிலேயே பலநூல்கள் பயின்றிருந்தாராயினும் பாரதியின் கல்வியறிவு அயோத்திதாசரின் கல்வியறிவினும் மிகக் குறைந்ததென்பது அவர்களுடைய கட்டுரைகளை ஊன்றிப் படிப்பார்க்குத் தெளிவாகும். தமிழில் அவர் காலத்துக் கிடைத்த எல்லா இலக்கியங்களையும் தாசர் ஆழமாகப் படித்திருந்தார் என்பதில் ஐயமில்லை. பாரதியைப் பற்றியும் அவர் கோட்பாடுகள், நம்பிக்கை பற்றியும் மிகவுயர்வான எண்ணம் கொண்டிருந்தவர்களுக்கு அதிர்ச்சியூட்டும் சில உண்மைகள் அவர் கட்டுரைகளில் புதைந்து கிடைக்கின்றன. சான்றாக, இரண்டு மூன்று இடங்களில் சில குற்றம் புரிவாரைச் சாதியிலிருந்து நீக்க வேண்டும் என்று சொல்வார். "பஞ்சம்! பஞ்சம்!" எனும் கட்டுரையில்,

பருத்தி, மணிலாக் கொட்டை முதலிய பிற நாட்டுக்கேற்றுமதியாகும் பொருள்களை அதிகமாக யாருடைய தாட்சணியத்திற்காகவேனும் விதைக் காதேயுங்கள். லாபம் காரணமாக விதைத்து அனுப்புகிறவர் களை ஜாதியை விட்டு விலக்கி, அவர்கள் வேலையை நடக்க வொட்டாதபடி செய்துவிடுங்கள். (பாரதியின் கட்டுரைச் செல்வம் 467)

ஒரு சில கருத்துகளை வலியுறுத்த அயோத்திதாசர் அழகிய குட்டிக் கதைகளைச் சொல்கிறார். தன்னலம் மட்டும் கருதுவோன் தான் வயிறுபிழைக்க அரசையும் குடிகளையும் கெடுத்துப் பாழாக்குவது உண்டாதலால் அவ்வகை மிலேச்சர்களை எவ்வரசாட்சியில் கண்டாலும் அவர்களை அங்குத் தங்கவிடாமல் துரத்துவதோடு அவ்வகையார் வித்துக்களுக்கும் பதவிகள் கொடாமலிருப்பதே அரசிற்கு நல்லதாகும் என்பதற்கு நகைச்சுவை மிக்க ஒரு கதை

சொல்லப்படுகிறது. பௌத்தர் காலத்திற்குப் பின்னும் முகமதியர் ஆட்சிக்கு முன்னும் இருந்த ஒரு தமிழரசன் தன் அவையில் தமிழ் வித்துவான்களே சூழ்ந்திருக்க வேண்டுமென்றும் அமைச்சன் முதல் காவற்காரன் வரை யாவரும் அவர்கள் சொல்லும் செய்திகளை வெண்பா, விருத்தம் போன்ற பாடல்களாலேயே சொல்ல வேண்டுமென்றும் அப்பையர் என்பாருடைய அறிவுரையைக் கேட்டு ஆணையிட்டுச் செயல்படுத்தி வந்தான்.

இவ்வாறு நிகழ்ந்து வரும் ஓர் நாள் இராணிக்குக் கருப்பை வேதனைத் தோன்றியுள்ளதை அரசனுக்குத் தெரிவிக்குமாறு தோழிப் பெண் சென்று முன்னின்று சங்கதியை வெண்பாவில் சொல்லலாமாவென்று எண்ணிக் கொண்டு அரசன் முகத்தைத் தோழி பார்த்துக் கொண்டும் தோழியின் முகத்தை அரசன் பார்த்துக் கொண்டும் காலம் போக்கிக் "கண்ணுக்கினிய கடையாட்டி, கருப்பை நோய் மண்ணிற் கிடந்து மடிகின்றாள்" என்றவுடன் அரசன் கோபித்து நீ சொல்வது வெண்பாவா கலிப்பாவா என்றான். அரசே வெண்பா என்றாள். வெண்பா சீர் சிதைந்த காரணம் என்ன என்றான். அரசே, அவசரம் என்றாள். அவசர வெண்பா உனக்குக் கற்பித்தவன் யார் என்றான். அப்பையரென்றாள். அரசன் வேவுகனை அழைத்து,

வேவுகனே வெகு விரைவில் சென்று கூடம்

வித்து வான் அப்பையன் தனை அழைத்து

மேவும் என் முன்னிலையால் கொண்டு வந்தால்

வேண விசாரணையுண்டு விவரமாக

என்று சொல்லிப் பேசாமலிருந்தான். அதை உணர்ந்த சேவகன் அரசனை நோக்கி விருத்தத்திற்கு இன்னும் இரண்டு சீர் குறைகிறதே என்றான். அரசன் இஃது அவசர விருத்தம் நீர் உடனே செல்லுமென்றான். தங்கள் சபையிலுள்ள வித்துவான்கள் ஆசிரிய விருத்தம், கலி விருத்தம், மட்டு விருத்தம் கற்பித்தார்களேயன்றி எனக்கு அவசர விருத்தம் கற்பிக்கவில்லையே என்றான். இவ்வகைக் காலப் போக்கில் இரண்டு நாழிகை கழிந்து இராணிக்கு அதிக நோய் கண்டு இன்னொரு தோழி ஓடி வந்தாள்.

அரசன் கொட்டாரத்தருகில் போய் குதிரை வெந்து மடிந்திருப்பதைக் கண்டு அப்பையனை அழைத்து வாருங்கோள் என்றான். இராணியின் சுகவீனமும் மகவை மடிவும் குதிரை மாய்வுங்கண்ட அப்பையன் அரசனைக் கண்டால் அவதி நேரிடும் என்று அப்புறமே ஓடிவிட்டான். அதையறிந்து அரசன் மந்திரிகளை வரவழைத்து இனிப் பாடல்களால் சொல்லும் சங்கதியை நிறுத்தி வழக்கம் போல் அவரவர்கள் அலுவல்களை நடத்தி வரும்படி உத்தரவளித்தான் (அலாய்சியஸ் I 6-7).

இக்கட்டுரையை அயோத்திதாசர் எழுதிய ஆண்டு 1907 என்பது நினைவில் கொள்ளத்தக்கது. தமிழகத்தைத் தமிழரசர்கள் ஆண்ட காலத்தில் ஆரியர்கள் அவர்களுக்கு அமைச்சர்களாகி எவ்வாறெல்லாம் அடுத்துக் கெடுத்தார்கள் என்று கூறும் சிறுகதைகளும் நாவல்களும் நாடகங்களும் திராவிட இயக்கத்தைச் சேர்ந்தவர்களால் பின்னால் ஏராளமாக எழுதப்பட்டன. அவைகளுக்கெல்லாம் முன்மாதிரியான இக்கதை மூலம் அயோத்திதாசர் தமிழ் மன்னர்கள் எவ்வாறு அழிந்தார்கள் என்பதைத் தெரிவிப்பதோடு அவர் காலத்திலிருந்த ஆங்கிலப் பேரரசு எவ்வாறு செயல்பட வேண்டுமென்பதையும் யார் யாரை நம்பக் கூடாதென்பதையும் மறைமுகமாகச் சுட்டுகிறார். தாம் சொல்லும் கருத்துக்கள் படிப்போரின் உள்ளத்திலும் அறிவிலும் ஆழப் பதிய வேண்டுமென்பதற்காக அயோத்திதாசர் கையாளும் உவமைகள் மிகப்பல; அவை வாழ்க்கையின் பல துறைகளிலிருந்தும் எடுக்கப்பட்டவை. நாடு கெட்டதற்குக் காரணம் சாதி சமய வேறுபாடுகளே என்பதை இவ்வாறு விளக்குவார்:

இத்தேசத்துள் கொசுக்கள் அதிகரித்து மக்களை வாதிப்பதற்கு மூலம் யாதெனில் நீரோடைகளிலும் கால்வாய்களிலும் கிணறுகளிலும் நீரோட்டம் இன்றித் தங்கி நாற்றமுறில் அதனின்று சிறிய புழுக்கள் தோன்றி அந்நாற்றப் பாசியைப் புசித்து வளர்ந்து இறக்கைகள் உண்டாக, புழுக்கள் என்னும் பெயர் மாறி கொசுக்கள் என்னும் உருக்கொண்டு பரந்து வெளி வந்து சீவர்களை வாதிக்கிறது. இவ்வகை வாதிக்கும் கொசுக்களின் உற்பத்திக்கு மூலம் அங்கங்குக் கட்டுப்பட்ட கெட்ட நீர்களேயாம்.

அதுபோல் உலகிலுள்ள சகல விவேகிகளும் கொண்டாடும் வித்தை, புத்தி, ஈகை, சன்மார்க்கம் நிறைந்த இந்து தேசமானது நாளுக்கு நாள் வித்தை கெட்டு, புத்தி கெட்டு, சன்மார்க்கங்கள் கெட்டு வருவதற்கு மூலம் யாதெனில், தங்களை உயர்த்திக் கொள்ளத் தங்களுக்குத் தாங்களே ஏற்படுத்திக் கொண்ட சாதிகளும் வித்தை புத்திகளால் பிழைக்க விதியற்று சாமி பயங்காட்டிப் பிழைக்கும் சமயங்களுமாம் (அலாய்சியஸ் I *39*).

சாதிகளும் சமயங்களும் நோய் தரும் கொசுக்களை உற்பத்தி செய்யும் சாக்கடைகள் என்பது அவர் கூறும் உவமை.

வேறோரிடத்தில் சாதியால் பிழைப்பாரைக் கீழ்க்கண்டவாறு சாடுவார்:

நமது தேயத்தார் நூதனமாக சாதிகளை ஏற்படுத்திக் கொண்டு உப்பு அதிகரித்தால் நீரும் நீர் அதிகரித்தால் உப்பும் இட்டுக் கொள்ளுவது போல் தங்களுக்கு லாபமும் சுகமும் கிடைக்கக்கூடிய இடங்களில் சாதியில்லை என்பது போல் நடித்து அன்னியர் தங்களுக்கு லாபமும் சுகமும் கோறும் இடங்களுக்கு சாதி உண்டு என்று நடிப்பது வழக்கம். ஆதலின் சாதி பேதம்

இல்லா திராவிடர்கள் யாவரும் அஞ்ச வேண்டியவர்களாம் (அலாய்சியஸ் I 65).

அயோத்திதாசரின் நகையுணர்வு வியப்புக்குரியது. கசப்பான உண்மைகளையும் அவல நிகழ்வுகளையுங்கூட அவரால் நகைச் சுவையோடு சொல்ல முடிகிறது. நம்மவர்களுக்குப் பெருங் கூட்டம் சேர்ப்பதில் உள்ள விருப்பையும் செயல்திறனில் அக்கறையின்மையையும் வெளிப்படுத்த, ''நம்முடைய தேசத்தார் மசான வைராக்கியம், பிரசவ வேதாள வைராக்கியங்களைப் போல் கூட்ட வைராக்கியம் கொண்டவர்கள். அதாவது ஓர் கூட்டம் கூட வேண்டும் என்று ஒருவர் அல்லது இருவர் முயன்று ஒவ்வோர் காரியங்களை உத்தேசித்து ஆயிரம் பெயரைக் கூட்டி நடத்தும் முடிவை நாடுகின்றது. அவ்வகை நாட்டமுருங்கால் முயற்சியினின்ற ஒருவரோ இருவரோ அயர்ந்து விடுவார்களாயின் அவர்களுடன் சேர்ந்த ஆயிரம் பெயர்களும் அயர்ந்து விடுவது வழக்கம்'' (அலாய்சியஸ் I 43).

என்றுரைப்பார்.

பெரிய சாதி சின்ன சாதி என்னும் வேடங்களைப் பெருக்கிக் கொண்டே போவார் சாதிப் பெயர்களை எவ்வாறெல்லாம் பயன்படுத்திக் கொள்கிறார் என்பதை எடுத்துக்காட்ட, மதுரை முதலிய இடங்களிலுள்ள பட்டு நூல் வியாபாரிகளும் கைக்கோளர் என்று அழைக்கும்படியானவரும் ஓர் கூட்டத்தார் முப்பது வருடங்களுக்கு முன்பு குப்புசாமி, பரசுராமன் என்று அழைத்து வந்தார்கள். அவர்களே சில வருடங்களுக்கு முன் நூல் வியாபாரத்தைக் கொண்டு தங்களைக் குப்புசாமி செட்டி, பரசுராம செட்டி என்று வழங்கி வந்து தற்காலம் தங்கள் பெயர்களைக் குப்புசாமி ஐயர், பரசுராம ஐயர் என்று வழங்கி வருகிறார்கள்.

இவ்வோர் அனுபவத்தைக் கொண்டே அரைச் செட்டையை நீக்கிவிட்டு முழுச் செட்டையைப் போர்த்துக் கொள்வதும் முழுச் செட்டையை நீக்கிவிட்டு அரைச் செட்டையைப் போர்த்துக் கொள்வதும் போல் சாதிப் பெயர்கள் யாவும் ஒவ்வோர் கூட்டத்தார் சேர்ந்து சாதித் தொடர் மொழிகளைச் சேர்த்துக் கொள்ள வேண்டிய காலத்தில் சேர்த்துக் கொள்வதும் அவற்றை நீக்கிவிட வேண்டிய காலங்களில் நீக்கிவிட வேண்டிய பெயர்களாய் இருக்கின்றபடியால் இச்சாதிப் பெயர்களைப் பெரிதென்று எண்ணி தேச சிறப்பையும் ஒற்றுமையையும் கெடுத்துக் கொள்வது வீண் செயலேயாம் (அலாய்சியஸ் I 42).

என்று எழுதுவார்.

நாடெங்கிலும் அன்றாடம் நடந்த நிகழ்ச்சிகளில் தமக்கு வேண்டியவற்றைத் தேர்ந்தெடுத்து அவற்றை அங்கதமும் நகையுணர்வும் கலந்து எடுத்துக் கூறுவதோடு தமது கருத்துக்களுக்கு அவை அரண் செய்வதையும் அயோத்திதாசர் தொட்டுக் காட்டுவதைப் பலவிடங்களில் காணலாம். ஸ்ரீரங்கம் கோயிலில் ஒரு சாரார் செய்த கொடுமையைக் கீழ்க்கண்டவாறு தமது "தமிழன்" பத்திரிகையில் தருவார்:

திரிசிரிபுரம் ஸ்ரீரங்கர் கோவில் உற்சவம் நடந்து ஆழ்வார் சுவாமிகளை ஊர்வலம் கொண்டு வருங்கால் வடகலை தென்கலை நாமம் போட்டுத் திரியும் பார்ப்பார்கள் பொறாமையினால் சண்டையிட்டு சுவாமியென்றும் கவனிக்காது ஆழ்வார் கழுத்திலிட்டிருந்த மாலையைப் பிடுங்கியும் அவரைக் கீழே தள்ளவும் ஆரம்பித்து, போலீசாரால் பிடிபட்டு விசாரணையிலிருக்கின்றார்கள். பார்ப்பார்கள் ஆழ்வார்மீது வைத்திருப்பது அதிபக்தியா, பொருளின் பேரில் வைத்திருப்பது நித யுக்தியா. ஆராய்ச்சி செய்யுங்கால் இத்துடன் சுய அரசாட்சிக்குத் தலைவராக இருக்கும்படி தென்கலையாருக்குக் கொடுக்கலாமா, வடகலையாருக்குக் கொடுக்கலாமா, குறுக்கு பூச்சுக்குக் கொடுக்கலாமா, நெடுக்குப் பூச்சுக்குக் கொடுக்கலாமா என்பதையும் ஆராய்ச்சி செய்துக் கொள்வோமானால் ஆழ்வாரைக் கீழே தள்ள ஆரம்பித்ததைப் போல் சுய அதிகாரம் பெற்றவர்களைத் தள்ளாமல் சுகம் பெற்று வாழ்வரோ, இல்லை இல்லை (அலாய்சியஸ் I *17*).

'இந்தியா' எனும் பத்திரிகையில் ஆர். என், சுவாமி என்பார் தங்களுக்காகக் கல்விச் சாலைகள் வேண்டுமென்றும் பஞ்சமர்களுக் கென்று வேறு பள்ளிக்கூடங்கள் ஏற்படுத்த வேண்டுமென்றும் எழுதியிருந்ததைக் குறிப்பிடும் தாசர்,

ஏழைகள் மீது இவர் எதார்த்த இரக்கம் உடையவராயின் ஆ, எமது சுதேசிகளே, மலமெடுக்கும் தோட்டிகளுக்கும் சாதிவுண்டு குறவருக்கும் சாதிவுண்டு வில்லியருக்கும் சாதிவுண்டு பார்ப்பாருக்கும் சாதிவுண்டு என்று எல்லோரும் ஒன்றாய்ச் சேர்ந்து கொண்டு இத்தேசப் பூர்வ சுதேசிகளைப் பஞ் சமர்கள் என்று தாழ்த்திப் பிரித்து வைப்பது அழகன்று என்றும் சகலரும் ஒத்து வாழ்வதே புகழ் என்றும் கூறி அவைகளுக்கொப்ப சீர்த்திருத்தங்களையும் ஒற்றுமையையும் ஒழுக்கங்களையும் போதிப்பர். அங்ஙனமின்றிப் பஞ் சமர்களுக்கென்று பிரத்தியேகப் பள்ளிக்கூடம் போட வேண்டும் என்பது பார்ப்பார்கள் கூடிப் பணம் தானம் செய்வது போலாம் (அலாய்சியஸ் I *73*).
என்று அறிவு புகட்டுவார்.

அவர் காலத்து ஆங்கில, தமிழ்ப் பத்திரிகைகளில் வரும் செய்திகளையும் கருத்துக்களையும் உடனுக்குடன் ஆராய்ந்து அவை பற்றிய தமது எண்ணங்களை வெளியிடும்போது தாசர் காட்டும் வாதத்திறமை பாராட்டுக்குரியது. சுதேசிகள் என்று தம்மை அழைத்துக் கொள்பவர்களின் இரட்டை வேடத்தைப் புலப்படுத்த ஒரு பத்திரிகையில் வந்த கடிதச் செய்தியைப் பயன்படுத்திக் கொண்டு, இந்த ஏப்ரல் மாதம் நான்காம் தேதி சனி வாரம் வெளிவந்த மெயில் பத்திரிகையில் (வில்லேஜ் போலீஸ்) அல்லது வில்லேஜ் மாஜிஸ்டிரேட்டென்று குறிப்பிட்டு அவற்றுள் உயர்ந்த சாதியான் தப்பிதம் செய்வானாயின் அவனைச் சத்திரத்திலேனும் சாவடியிலேனும் சில மணி நேரம் இருக்கச் செய்வதும் தாழ்ந்த சாதியான் தப்பிதம் செய்வானாயின் அவனைத் தொழுக்கட்டையில்

மாட்டி வைக்க வேண்டுமென்றும் உத்தேசம் கூறியிருக்கிறார்கள். ஆனால் இவர்களும் சுதேசிகளாம்.

நாஷனல் காங்கிரஸ் நாடோடிகளே, சுதேசிய சூரர்களே, சற்று நோக்குங்கள். பெரிய சாதி என்போன் பூசணிக்காய் திருடினால் சிறிய திருட்டு, சின்ன சாதி என்போன் பூசணிக்காயைத் திருடுவானாயின் பெரிய திருட்டாமோ. பெரிய சாதிக்காரன் நெல்லைத் திருடினால் சொல்லாலடிப்பதும் சின்ன சாதி என்போன் நெல்லைத் திருடினால் கல்லாலடிப்பது போலும். அந்தோ! கறுப்பர்களுக்கு ஓர் சட்டமும் வெள்ளையர்களுக்கு ஓர் சட்டமும் மாறுபட வேண்டுமோவெனக் கண்டு கேட்டவர்கள் உயர்ந்த சாதியானுக்கு ஓர் சட்டமும் தாழ்ந்த சாதியானுக்கு ஓர் சட்டமும் உண்டாவென உத்தேசிக்க இடமில்லாமல் போயது போலும் (அலாய்சியஸ் I 48).

என்று வாதிடுவார்.

ஏழை எளியவர்களுக்கும் அதிகம் கல்வியறிவு இல்லாதவர்களுக்கும் தம் கருத்துகள் தெளிவாக வேண்டும் என்னும் நோக்குடன் எழுதும் தாசர், நாட்டார் கையாளும் பழமொழிகளை முடிந்த இடங்களிலெல்லாம் பொருத்தமாகச் சேர்ப்பார். ஆங்கிலேயர் தம் நலம் கருதியே நாட்டிற்குச் சில நன்மைகளைச் செய்ய முன் வந்துள்ளார்கள் என்பதை மறுத்து எழுதும் தாசர்,

"பிள்ளையார் முதுகைக் கிள்ளிவிட்டு நெய்வேத்தியம் கொடுப்பது போல் ஆங்கிலேயர் ஆயிரம், இரண்டாயிரம் சம்பளம் பெற்றுக் கொண்டு பஞ்சத்திற்குப் பரிந்து பாடுபடுகின்றார்கள் என்றும், இத்தேசத்தில் இரயில் வண்டிகள் ஓடுவது ஆங்கிலேயர்களுக்கே சுகமென்றும் இரண்டு பத்திரிகைகளில் வரைந்துள்ளதைக் கண்டு மிக்க விசனிக்கிறோம் ... "குதிக்க மாட்டாதவன் கூத்தைப் பழித்தான்; பாட மாட்டாதவன் பாட்டைப் பழித்தான்" என்னும் பழமொழிக்கிணங்க சாமிக்கதை சொல்லும் போதே சூத்திரன் கேட்கப்படாதென விரட்டும் பாவிகள் சாப்பாடு போடும்போது யாருக்கிட்டு யாரை விலக்குவார்கள் என்பது தெரியாதோ. "ஆடு நனையுதென்று ஓநாய் குந்தியழுவது போல்" ஏழைகள் யாவரும் பஞ்சத்தால் பீடிக்கப்படுகிறார்கள் என்று கூச்சலிடும் கனவான்கள் தங்கள் திரவியங்களைச் செலவிட்டுப் பஞ் சத்தை நிவர்த்திப்பதுண்டோ இல்லையே (அலாய்சியஸ் I 51).

என்றெல்லாம் பழமொழிகளை அடுக்குவார்.

தாங்கள் நாட்டுப்பற்றுக் காரணமாகவே கூட்டம் கூடுவதும் பத்திரிகைகளில் எழுதுவதுமாகிய செயல்களைச் செய்து வருவதாயும் தங்களிடத்தில் இராஜ விரோதம் கிடையாது என்று சொல்லும் வேடதாரிகளைப் பற்றி,

"எட்டினால் குடுமி எட்டாவிடில் பாதம்" எனும் பழமொழிக்கிணங்க சுதேசிகளாகும் விவேக மிகுந்தோர் எத்தகைய மிதவாதம் கூறினும் அவற்றைச் செவிகளில் ஏற்காது அமிதவாதத்தையே ஆனந்தமாகக் கொண்டாடியதால்

அரசாங்கத்தார் முநிந்தளித்த அடியோடு தேசாந்திர சிட்சையும், ஐந்து வருடதேசாந்திரச் சிட்சையும், ஆறு வருட தேசாந்திர சிட்சையும் விளங்கியப் பின்னர் அமிதவாதத்தையும் விட்டு அரசாங்க விசுவாசமே ஆனந்தம் என்று கூறி வெளிவருகின்றார்கள் (அலாய்சியஸ் I 6768).

அவர் காலத்து மாந்தர்களையும் நிகழ்ச்சிகளையும் பற்றியெழுதும் போதும் அயோத்திதாசர் இந்துத் தொன்மங் களையும் புராணங் களையும் வேண்டிய இடங்களிலெல்லாம் எடுத்துக்காட்டி அவற்றில் மலிந்து கிடக்கும் அநீதிகளையும் கொடுமைகளையும் வெளிப் படுத்துவது வழக்கம்.

பிரிட்டிஷ் அரசு கோடுங்கோலுடையதன்று என்று வாதிடும் போது,

பிரகலாதனென்னும் பிள்ளையைத் தன் வசப்படுத்திக் கொண்டு நாராயணா நமாவென்று சொல்லும் (?) தகப்பனாகிய இரணியனை வஞ்சித்துக் கொல்லு என்னும் கொடுங்கோல் செலுத்தமாட்டார்கள் (அலாய்சியஸ் I 58).

என்று எழுதுவார். இது போன்று அவர் சுட்டும் புராணக் கதைகள் பல பாரதிதாசன் போன்ற தமிழ்க் கவிஞர்களாலும் அவர் காட்டிய வழியிலேயே தாக்கப்பட்டனவென்பது இங்கு நினைவு கூரற்குரியது.

காங்கிரஸ் கட்சி இரண்டாய்ப் பிரிந்து 1908 — இல் இரண்டு கூட்டங்கள் நடத்தப் போவதாய் வந்த செய்தி பற்றி அவர் எழுதும் சிறிய கட்டுரை அங்கத இலக்கியத்தின் உச்சத்தை எட்டுகிறது. அதற்கு அவர் "சாதிகளில் 1008 சாதி அடுக்கடுக்காய் பிரிவது போல் காங்கிரசும் காலத்திற்குக் காலம் பிரிய வேண்டும் போலும்" என்று தலைப் பிடுகிறார்.

இவ்வருஷத்திய காங்கிரஸ் நாகப்பூரில் ஒன்றும் சென்னையில் ஒன்றும் கூடப் போவதாய் வதந்தி.

அவ்வதந்தி வாஸ்தவமாயின் நாஷனல் காங்கிரசென்னும் பெயரை மாற்றிவிட்டு நாகப்பூரில் கூடுவோர் தங்கள் கூட்டத்தின் பெயரை வங்காளியர் காங்கிரசென்றும் சென்னையில் கூடுவோர் தங்கள் கூட்டத்தின் பெயரை பிரமாண காங்கிரசென்றும் வைத்துக் கொள்வதே நலம் போலும்.

வங்காளத்தைஇரண்டுபிரிவாகக்கர்ஜன்பிரபுபிரித்துவிட்டபடியால் இராஜ துவேஷம் ஏற்பட்டதென்று கூறும் கனவான்கள் காங்கிரஸ் கமிட்டி இரண்டுபட்டதற்கு காரண துவேஷம் யாது கூறுவார்களோ காணவில்லை. நமக்குள்ள ஊழலையும் ஒற்றுமைக் கேட்டையும் சீர்த்திருத்திக் கொள்ள சக்தியற்ற நாம் இராஜாங்க சீர்த்திருத்தங்களை

எடுத்துப் பேசுவது வீண் கலவைகளேயாம். கணக்கெழுதுவோன் கணக்க சாதி, பணிக்கு செல்வோன் பணிக்க சாதி எனப் பரவுதல் போல் மிதவாதத்துள் மிதவாதமும் அமிதவாதத்துள் அமிதவாதமும் தோன்றும் போலும்.

இத்தகைய இரண்டுபட்ட காங்கிரசின் சென்னை காங்கிரஸ் கூட்டத்துள் சீர்த்திருத்த வகுப்பாருள் சிலர் பறையர்களைப் பற்றிப் பரிந்து பேசி அவர்களை முன்னுக்குக் கொண்டு வருவதாக யோசிக்கிறார்களாம்.

இவ்வகைப் பரிந்த பேச்சுகள் பத்திரிகைகளிலும் கூட்டங்களிலும் பேசக் கண்டுள்ளோமன்றி அனுபவத்தில் அவர்களுக்குள்ள குறைகளை நீக்கியவர்கள் ஒருவருமில்லை.

ஆதலின் நமது காங்கிரஸ் கமிட்டியாரும் உள்சீர்த்திருத்தச் சங்கத்தோரும் சற்றுச் சீர்த்தூக்கி தொனித்துப் பறையர்களுக்காய்ப் பரிந்து செய்யும் உபகாரத்தை நிறுத்தி அவர்களுக்குச் செய்து வரும் இடுக்கண்களை மட்டிலும் செய்யாமல் இருக்கச் செய்வீர்களாயின் அவ்வுபகாரமே போதுமாகும் ...

கிராமங்களிலுள்ள அம்பட்டர்களைச் சவரம் செய்ய விடாமல் தடுத்து ரோமரிஷிகளாக்கிவிடும் இடுக்கண்களைத் தவிர்த்துக் குடும்பிகளாக்கி வையுங்கள் (அலாய்சியஸ் । *8687*).

பட்டியல் உத்தியைக் கையாண்டு வாதிடுவதில் வல்லவர் தாசர். “சொல்லத்துலையா சாதிகளில் சுயராட்சியம் யாருக்காம்” என்னும் கேள்வியை எழுப்பி இங்குள்ள சாதிப்பாகுபாட்டு அவலத்தை எடுத்துக் காட்டுவார்.

வடகலை ஐயருடன் தென்கலை ஐயர் பொருந்த மாட்டார். பட்டவையருடன் இஸ்மார்த்த வையர் பொருந்த மாட்டார். கொண்டை கட்டி முதலியார் மற்றும் முதலியாருடன் பொருந்த மாட்டார். தமிழ்ச் செட்டியார் வடுக செட்டியாரைப் பொருந்த மாட்டார். காஜுலு நாயுடு தெலுகு காடை, இடைய நாயுடைப் பொருந்த மாட்டார். இவ்வகை பொருந்தாதிருப்பினும் சமயம் நேர்ந்த போது சகலரும் ஒன்றாய்க் கூடிக் கொண்டு இவர்களால் தாழ்ந்தவர்கள் என்று ஏற்படுத்திக் கொண்ட பறையர்களைப் பொருந்த மாட்டார்கள் ....

சொல்லொண்ணா சாதிகள் நிறைந்த இச்சுதேசத்தில் மகா கனந்தங்கிய லார்ட் மார்லி அவர்கள் சகல சாதியோருக்கும் அளித்துள்ள சுதந்திரமே சுயராட்சியம் எனப்படும். இத்தகைய பேதமற்ற சுயராட்சிய சுதந்திரத்தை விடுத்து வேறு சுயராட்சியம் வேண்டும் என்பது உமி குத்தி மணி தேடுவதே போலாகும். (அலாய்சியஸ் । *100*).

பிரிட்டிஷ் அரசைப் பொதுவாக ஆதரித்து வந்தாரேனும் அது தவறு செய்தபோதும் ஒடுக்கப்பட்டவர்க்கு அநீதி இழைத்தபோதும் அதனைக் குத்திக்காட்ட அவர் தயங்குவதில்லை. அத்தகைய கட்டுரைகளில் எல்லாம் புகழ்வது போலப் பழிக்கும் உத்தியைக் கையாள்வார். சிற்றூர்களில் வாழும் தாழ்த்தப்பட்ட குடியினரின் குறைகளை முறையாக அறிந்து கொள்ளாது ஆங்கிலேய அதிகாரிகள் செயல்படுகிறார்கள் என்பதை ஒரு சிறு கட்டுரையில் எடுத்துரைக்கும் போது,

“நமது கருணை தங்கிய பிரிட்டிஷ் ராஜரீகம் உலகிலுள்ள சகல ராஜரீகத்திற்கும் மேலான பாதுகாப்புற்ற ராஜரீகம் என்று கொண்டாடப் பெற்றதாயிருந்தும் சிற்சில கிராமக் குடிகள் மட்டிலும் வருத்தமடைகிறார்கள்”

என்று தலைப்பிட்டுக் கொண்டு,

இத்தேசத்தில் வாசம் செய்யும் சில சாதியோர் தங்களிடம் 10,000 ரூபாய் கையிருப்பு இருப்பினும் பத்து காசு தூரத்தில் ஓர் பிரபு ஆளொன்றுக்கு ஓரணா தானம் கொடுக்கிறாரென்று கேள்விப் பட்டவுடன் பணத்தின் பேரிலுள்ள பேராசையால் தூரத்தைக் கவனிக்காமல் ஓடி யாசகம் பெறுவது வழக்கம். இத்தகையப் பேராசை கொண்ட சாதியோருக்கு இராஜாங்க உத்தியோகங்களைக் கொடுத்து விடுவதினால் ஆயிரம் குடிகள் அர்த்த நாசம் ஆனாலும் ஆகட்டும். ஆன வரையில் பணத்தை சம்பாதிக்கும் சமயம் இதுதான் என்று எண்ணி தங்கள் வரவைப் பார்த்துக் கொண்டு இராஜாங்கத்தோரை நிந்தனைக்கு ஆளாக்கிவிடுகிறார்கள். இது போன்ற விஷயங்கள் யாவற்றின் மீதும் நமது கருணை தங்கிய இராஜாங்கத்தோர் கண்ணோக்கம் வைத்துக் காப்பதே ஏழைக்குடிகளுக்கு ஈடேற்றமாகும் *(அலாய்சியஸ் I 106).*

என்று வாழைப்பழத்தில் ஊசியேற்றுவது போல் தம் கருத்தைச் சொல்லிவிடுவார். பிரிட்டிஷ் பேரரசைப் பாராட்டிவிட்டு இங்குள்ள ஆட்சி யாளர்களின் குறைகளை அவர் உணர எடுத்துச் சொல்லும் வழக்கமும் அவர்க்குண்டு. “சிறப்புற்று ஓங்கும் நமது சக்கரவர்த்தியாராவர்கள் அமுத வாக்கும் அதனை தழுவாத மகா கனம் தங்கிய லார்ட் மார்லியவர்களின் போக்கும்”

என்று தலைப்பிட்டுக் கொண்டு, இந்து தேச சக்கிரவர்த்தியாய் நம்மையாண்டு வரும் ஸ்ரீமான் ஏழாவது எட்வர்ட் பிரபு அவர்கள் தனது பூரணக் கருணையால் இந்து தேசத்தில் இடியுண்டிருக்கும் ஏழைக்குடிகளை முன்பு சீர்திருத்தி சகல விஷயங்களிலும் சமரச நிலைக்குக் கொண்டு வந்த பின்பு இந்துக்களுக்குச் சிற்சில அதிகார நியமனம் கொடுக்க வேண்டும் என்னும் உத்தேசம் உடையவராய் லார்ட் மார்லியவர் களின் பிரேரேபனைக்கு முன்பே தனது அபிப்பிராயத்தை வெளி யிட்டிருக்கிறார்.

சக்கரவர்த்தியார் கருணை நிறைந்த அமுத வாக்கை லார்ட் மார்லியவர்கள் கவனியாமல் இந்து தேசத்திலிருந்து கமிஷன் விஷயமாகப் பல வகுப்பார் அனுப்பியிருக்கும் விண்ணப்பங்களைக் கருணைகொண்டு ஆலோசியாமலும் தனது விசாரணைக்கெட்டிய வரையில் இந்து தேசத்தில் வாசம் செய்பவர்கள் யாவரையும் இந்துக்கள் என்ற எண்ணம் கொண்டு நூதன சட்டங்களை நிரூபிக்க ஆரம்பித்துக் கொண்டார். அத்தகைய எண்ணம் கொண்டவர் இந்து தேசத்தில் வாசம் செய்யும் முகமதியர்களையும் இந்துக்களாகப் பாவிக்காது முகமதியர்கள் வேறு இந்துக்கள் வேறு என்று பிரிக்க ஆரம்பித்துக் கொணடார். ஆனால் இந்துக்களுள் இடிபட்டு நசிந்து வரும் முக்கிய வகுப்பாரைக் கவனிப்பாரில்லை (அலாய்சியஸ் I 108).

என அவர்கள் செய்த அடிப்படைத் தவற்றைத் தெளிவாக்கு வார்.

பௌத்த மார்க்கத்தார்க்கும் பிராமண சமயத்தாருக்கும் உள்ள தீராப் பகை காரணமாக முன்னவர் எவ்வாறெல்லாம் பின்னவரால் இழிவுப்படுத்தப்பட்டு வருகின்றனரென்பதற்கு அவ்வப்பொழுது சான்றுகள் தந்து கொண்டேயிருப்பதைத் தம் கடமையாகக் கருதிய தாசர் பிராமணச் சமயத்தார் தந்திரமாகச் செயல்படும்போதும் கூர்த்த மதியோடு நிகழ்ந்தனவற்றை ஆய்ந்து தெளிவான விளக்கங்களோடு அம்பலப்படுத்துவார்.

பௌத்த தன்மத்திற்கும் பௌத்தர்களாம் மேன்மக்களுக்கும் சத்துருவாகத் தோன்றிய வேஷ பிராமணர்கள் பௌத்தர்களைத் தாழ்த்திப் பறையரென்று ... நாவிலும் பரவி வருவதற்காய் பறைப்பருந்து பாப்பாரப் பருந்தென்றும் பறை மயினா பாப்பார மயினாவென்றும் பறைப்பாம்பு பாப்பாரப் பாம்பென்றும் வழங்கி வருபவற்றுள் பறை நாய் என்னும் வார்த்தையையும் ஆரம்பித்தவர்கள் அதற்கு எதிர்மொழியாம் பாப்பார நாய் என்பதை வழங்கினால் அஃது தங்களை இழிவுப்படுத்தும் என்று உணர்ந்து பறைநாய் என்னும் மொழியை மட்டிலும் வழங்கி வருகிறார்கள் ... (அலாய்சியஸ் I 143).

வைஸ்ராய் மிண்ட்டோவும் அவர் மனைவியும் சிம்லாவில் தங்கள் நாயுடன் தெருவில் நடந்துக் கொணடிருந்த போது ஒரு வெறி பிடித்த நாய் அவர்கள் நாயைத் தாக்க அதனை அவர்கள் விரட்டி விட்ட செய்தியை ஸ்டாண்டர்டு என்னும் ஆங்கில ஏடு, விஜயா எனும் தமிழ் ஏடு, சுதேசமித்திரன் ஆகிய மூன்றும் எவ்வாறு வெளியிட்டன என்பதை எடுத்துக் கொடுத்து, பிராமணப் பத்திரிகை ஆசிரியரின் குறுமதியையும் சாதிவெறியையும் தாசர் தெளிவுப்படுத்துவார். ஸ்டாண்டர்டு பத்திரிகை அந்நாயைப் பைத்தியம் பிடித்த நாய் (a rabid animal) என்றும், விஜயா பத்திரிகை அதனை 'வெறிநாய்'

என்றும் குறிப்பிட, சுதேசமித்திரனோ ஏழு வரிச் செய்தியில் மூன்று இடங்களில் 'பறை நாய்' 'பறை நாய்' என்று அதனைச் சுட்டுவதை உள்ளவாறு தந்து சுதேசமித்திரன் ஆசிரியரின் சாதி விரோத உணர்வை இது காட்டுவதாக மட்டும் எழுதி அவரை எந்த விதமான கடுஞ்சொற்களாலும் சாடாது விட்டுவிட்டார். தாசரின் பெருந்தன்மையும் சகிப்பு மனப்பான்மையும் இவ்வாறு வெளிப்படும் இடங்கள் மிகப்பல. ஒடுக்கப்பட்டவர்களுக்கு இழைக்கப்பட்ட கொடுமைகளைச் சொல்லி இவற்றைச் செய்யாதீர்கள் செய்யாதீர்கள் என்று பிராமணர்களுக்கு வேண்டுகோள் விடுப்பதல்லாமல் அவர்களை இழி சொற்களால் ஏசுவதையோ அவர்களுக்கு எதிராக வன்முறையைத் தூண்டுவதையோ அவர் என்றும் கருதவில்லை.

இந்தியர்கள் அறிவு வளர்ச்சியில் ஈடுபாடின்றி மூட நம்பிக்கைகளில் முழுகிக் கிடக்கிறார்களேயென்பதை வேதனையோடும் நகைச் சுவையோடும் பலவிடங்களில் பல்வேறு வகைகளில் தாசர் குறிப்பிடுவார்.

இந்தியர்கள் யாவரும் புத்தியில் மிகுந்தோர்களாய் இருப்பார் களாயின் இந்தியர்கள் இரயில்வே, இந்தியர்கள் டெல்லகிராப், இந்தியர்கள் போட்டோகிராப், இந்தியர்கள் லெத்த கிராப், இந்தியர்கள் போனகிராப்பென்னும் தொழில்களை விருத்தி செய்து சகல இந்துக்களையும் சுகமடையச் செய்விப்பார்கள்.

அத்தகைய புத்தியின் விருத்தியின்றிப் பொன்னால் கொட்டை சிறப்புப் பெற்றதா, கொட்டையால் பொன் சிறப்புப் பெற்றதா என்றுணராமல் உருத்திராட்சக் கொட்டை கட்டிக் கொள்ளும் விவேக விருத்தியும் நெற்றியால் நாமம் சிறப்புப் பெற்றதா, நாமத்தால் நெற்றிச் சிறப்புப் பெற்றதா என்றுணராது சிறிய நாமம் போடப்படாது நெற்றி நிறைய பெரிய நாமம் போட வேண்டுமென்னும் விவேக விருத்தியும் நெற்றியால் குழைத்துப் பூச்சும் சாம்பல் சிறப்புப் பெற்றதா, குழைத்துப் பூச்சும் சாம்பலால் நெற்றிச் சிறப்புப் பெற்றதா என்றுணராது கோடிட்டுப் பூச வேண்டுமென்னும் விவேக விருத்தி கூறும்படியானவர்களுக்கு என்ன விருத்தி உண்டென்பதைக் கண்டு கொள்ளலாம். *(அலாய்சியஸ் I 165).*

காங்கிரஸ் தலைவர் சுரேந்திரநாத் பானர்ஜி இங்கிலாந்தில் நிகழ்த்திய சொற்பொழிவொன்றில் இந்தியாவில் வன்முறையில் ஈடுபடும் கொலை பாதகர்கள் இல்லையென்றும் புத்த தன்மத்தைச் சார்ந்தவர்கள் கிறிஸ்து பிறப்பதற்கு 500 ஆண்டுகளுக்கு முன்னமேயே கொடுஞ்செயல்களை நீக்கிச் சீர்த்திருந்தினவர்களென்றும் சொன்னதை விமர்சிக்கும் தாசர் புத்த தன்மம் பற்றிய பானர்ஜியின் கருத்து சத்தியமாயினும் அவர் இந்தியர்கள் கொலை செய்ய மாட்டார்கள் என்று கூறியதை மறுத்து வாதங்களை அடுக்குவார்.

ஆயினும் சங்கராச்சாரி அவதரித்து புத்த தன்மத்தையே ஓட்டி விட்டாரென்று இந்தியர்கள் கூறி வருவதை நமது பானர்ஜியார் அறியார் போலும்.

ஈதன்றி பாரத யுத்தத்தில் கிருஷ்ணரென்னும் கடவுளே சாரதியாகத் தோன்றி அர்ச்சுனனைக் கொண்டு குருசேத்திர பூமியில் தோன்றியவர்கள் யாவரையும் கொல்லும்படிச் செய்தது போதாமல் அப்பாவங்கள் துலைவதற்காக அஸ்வமேத யாகம் செய்து மற்றும் சிற்றூர்களில் இருப்பவர்கள் யாவரையும் சுற்றிக் கொல்லும்படிச் செய்த கதையைக் கண்டாரிலை போலும்.

இராமரென்னும் கடவுள் தோன்றி இலங்கையென்னும் தேசத்திலுள்ள சகலரையும் கொன்றாரென்னும் சங்கதிகளைக் கேட்டாரில்லை போலும். மற்றுமுள்ள தேவர்கள் தோன்றி அவன் தலையை வெட்டிவிட்டார், காலை வெட்டிவிட்டார் என்பது போக எண்ணாயிரம் பௌத்தர்களை, பத்தாயிரம் பௌத்தர்களைக் கழுவிலும் வசியிலும் கற்காணங்களிலும் வதைத்துக் கொன்றார்களென்று கூறும் கழுவேற்றிய படலத்தையும் கண்ணாரக் கண்டாரில்லை போலும்.

இத்தியாதி மக்களைக் கொன்று மாளாக் கீர்த்தியைப் பெற்ற படுங் கொலை போதாது பசு மாடுகளையும் ஆடுகளையும் குதிரைகளையும் பதை பதைக்க நெருப்பிலிட்டுக் கொலை செய்து தின்ற கொடூரக் கதைகளையும் கண்டிலர் போலும் *(அலாய்சியஸ் I 166).*

பானர்ஜியின் இனத்தவர் தங்களுக்குப் பெருமை சேர்க்கும் உண்மை நிகழ்ச்சிகள் என்று நம்புவனவற்றையே எடுத்துச் சொல்லி தாசர், ஒரு கல்லில் இரு மாங்காய் அடிக்கக் காணலாம்.

நாட்டில் அன்றாடம் ஆங்காங்கே நடக்கும் நிகழ்ச்சிகளைக் காலம், இடம், புள்ளி விவரங்களோடு எடுத்துக்காட்டி அரசிடமும் தனியாரிடமும் பணிவோடும் வினயமாகவும் நீதி கேட்கும் தாசர் மறைமுகமாக அரசாள்வோரின் மனத்தில் தைக்கும்படி எவ்விதமான உண்மை நிகழ்ச்சிகளையோ, கற்பனையானவற்றையோ சுட்டாது பொதுவாக அறவுரை கூறும் கட்டுரைகளையும் அவ்வப்போது எழுதி வந்தார். இவற்றில் அரசனின் கடமைகள் யாவை, அமைச்சரின் செயல்திறன் எவ்வாறிருக்க வேண்டும் என்றெல்லாம் பொதுப்படப் பேசுவார். “அரசியல்” என்னும் தலைப்பிலும் “மந்திரிகள் என்னும் மந்திரவாதிகள்” என்னும் தலைப்பிலும் அவர் எழுதிய தொடர் கட்டுரைகள் இத்தகையவை. இவற்றிற்குத் திருக்குறளையும் ஏனைய நீதி நூல்களையும் பயன்படுத்திக் கொண்டு பிரிட்டிஷ் அரசில் இந்தியா இருந்த நிலையை மனத்திற் கொண்டு ஏற்ற கருத்துக்களைத் தொகுத்துச் சொல்கிறார். இக்கட்டுரைகளில் தனிமனிதர்கள்,

ஊர்களின் பெயர்கள் இடம்பெறுவதில்லையாயினும் நாட்டு நடப்புகளில் எவற்றை அவர் முன்னிறுத்த விழைகிறார் என்பது தெளிவாகவே தெரியும்.

சாதிப்பாகுபாட்டை வைத்து வயிறு பிழைப்பாரைத் தட்டிக் கேட்காதது அரசின் குற்றம் என்பதைத் தெரிவிக்க ஒரு குடும்பத்தை உருவகமாகத் தருவார்.

ஓர் தகப்பனுக்கு நான்கு பிள்ளைகள் பிறக்குமாயின் அப்பிள்ளை களை வித்தையிலும் புத்தியிலும் ஈகையிலும் சன்மார்க்கத்திலும் பெருகச் செய்து தந்தை சுகம் அடைவதுடன் அவன் பெயரும் கீர்த்தியும் உலகத்தில் பரவும்.

அங்ஙனம் இராது பிள்ளைகளை சன்மார்க்கத்தில் விடுத்தும் அதனைக் கருதாது துன்மார்க்த்தைப் பின்பற்றி சகோதர ஒற்றுமையற்றுத் தாங்கள் நிலை குலைவதன்றி அன்னியர்களையும் நிலை குலையச் செய்வார்களாயின் தந்தை மறக் கருணையால் தெண்டித்து, சீர் பெறச் செய்வதும் உண்டு.

அவ்வகை சீர்த்திருத்தம் செய்யாது அறக்கருணையால் பிள்ளைகள் போன போக்கில் விடுவானாயின் அவர்களும் கெட்டுத் தனக்கும் யாதொரு சுகமில்லாமல் போமென்பது திண்ணம் (அலாய்சியஸ் | *3*).

ஆட்சியிலிருக்கும் ஆங்கிலேயர் யாரை நம்ப வேண்டும், எக்குழு வினரை நம்பி ஏமாந்து விடக்கூடாது என்பதை ஓரிடத்தில் தெளிவு படுத்துவார்.

ஆதலின் அரசனது அரணும் அகழியும் ஆயுதங்களும் செல்வமும் குறைந்திருந்த போதிலும் தன்னைச் சூழ்ந்துள்ள அமைச்சக்குடி படைகள் நீதியையும் நெறியையும் வாய்மையையும் நிறைந்துள்ள குடும்பங்களில் பிறந்தவர்களாயிருப்பினும் அவர்கள் நீதி நெறிக்காப்பே அரசாங்கத்தைச் சிறப்பிக்கச் செய்யும். அங்ஙனமின்றிப் பித்தளையைத் தீட்டிப் பிரகாசிக்கக் காட்டிய போதிலும் அதைப் பொன்னென்று நம்பாமல் உரைக்கல்லும் ஆணியும் கொண்டு சோதிப்பது போல் அரச அங்கத்தில் சேர்ப்பவர்களின் உருவங்களை நோக்கிச் சேர்க்காமல் அவரவர்கள் குடும்ப குணா குணச் செயல்கள் அறிந்து சேர்த்தல் வேண்டும். ஏனெனில் பொருளைச் சேகரிக்கும் பெரும் அவாக் கொண்டவனை அரச அங்கத்தில் ஒருவனாகச் சேர்த்துக் கொள்வதால் அரச அங்கச் செயல்களில் அதியூக்கம் அற்றுப் பொருள் சேர்க்கும் ஊக்கத்தால் அரசனையும் மற்ற அங்கத்தோர்களையும் விரோதிக்கச் செய்த அரசனுக்குத் தன்னை அதியுத்தமனைப் போல் காட்டி அபிநயிப்பான் (அலாய்சியஸ் | *16*).

தாசர் எவ்வினத்தாரை நம்பி மோசம் போக வேண்டாமென்று எழுதுகிறார் என்பதைச் சொல்ல வேண்டியதில்லை.

ஓர் அரசில் அமைச்சனாக இருக்கத் தகுதியுடையோன் யார் என்று விளக்க முனையும் தாசர் நாட்டு நடப்பை மறைமுகமாகத் தெரிவிக்கிறார். அமைச்சன் நல்லவரையும் கெட்டவரையும் அடையாளம் கண்டு அவர்களைப் பதவியில் அமர்த்த வேண்டும்.

ஒரு பாஷைக்காரர்களாகும் கூட்டத்தாருக்குள் நல்லினத்தோ ரென்றும் தீயினத்தோரென்றும் கண்டறிய வேண்டியது விசேஷமாம். தீவினத்தோர் யாவரெனில்: வஞ்சித்தல், குடிகெடுத்தல், பொய்யைச் சொல்லிப் பொருள் பறித்தல், தனது ஒரு குடும்பம் பிழைப்பதற்குப் பத்துக் குடும்பங்களைப் பாழாக்குதல், எக்காலும் அடுத்தவர்களைக் கெடுக்கத் தக்க எண்ணம் கொள்ளுதல், தங்களுக்கு வேண்டிய பிரயோசனத்திற்காய் எதிரியை அடுத்துக் கேட்டபோது அவர்கள் கொடாவிட்டால் எவ்விதத்தாலும் அவர்கள் குடியைக் கெடுக்க ஆரம்பித்தல், தங்களுக்காக வேண்டிய காரியங்கள் நிறைவேறும் வரையில் எதிரியின் பாதத்தைப் பற்றித் தொழுதிருந்து தனக்கான காரியம் நிறைவேறியவுடன் எதிரியின் குடுமியை எட்டிப் பிடித்துக் கெடுத்தல் ஆகிய வன் நெஞ்சத்தை தன் நெஞ்சம் போல் நடித்துக் காட்டுவோர் தீய இனத்தவர்களாகும். நல்லினத்தோர் யாவரெனில் கல்வி கற்பித்தவர்களைத் தந்தை போல் கருதும் நன்றியறிந்தவர்களும், வித்தை கற்பித்தவர்களைத் தந்தை போல் கருதும் நன்றியறிந்தவர்களும், உத்தியோகமளித்துக் காப்பவர்களைத் தந்தை போல் கருதும் நன்றியறிந்தவர்களும் தாங்கள் சுகமடைவது போல் சகலரும் சுகமடைய வேண்டுமென்று முயற்சிப்பவர்களும் புல் விற்றேனும் வண்டியிழுத்தேனும் தேகத்தை வருத்திச் சம்பாதிப்பவர்களும் ஆகிய நன் நெஞ்சத்தை உடையவர்களே நல்லினத்தோர்களாகும் *(அலாய்சியஸ் I 169).*

அரசன் சுதேச மந்திரவாதச் செயல்களையும் புறதேச மந்திரவாதச் செயல்களையும் ஒரே அமைச்சனிடம் ஒப்பிவிடலாகாது என்று கூறும்போதும் யார் யாரைக் குறிப்பிடுகிறார் என்பதை அவரது வாசகர்கள் உணர்ந்திருப்பார்.

வேதங்கள், உபநிடதங்கள், அவை கூறும் அரிய தத்துவங்கள், ஆன்மா, பிரம்மம் பற்றிய விளக்கங்கள் என்றெல்லாம் ஒரு சாரார் முழக்கமிட்டு வந்ததைக் கண்டித்து "வேஷ வேதாந்திகள் பிறவி" என்னும் கட்டுரையில் அவர்களுக்குத் தக்க பாடம் புகட்டுவார் தாசர். தற்காலம் வேதம் இன்னது இனியது என்று அறியாத வேஷ வேதாந்திகள் சமட்டியென்றால் வியட்டியென்றும் ஆரோபமென்றும் அபவாதம் என்றும் உள்ள வடமொழிகளைப் புகட்டி ஏனையோரை மருட்டிப் பிரமம் எங்கும் நிறைந்திருக்கிறாரென்று சொல்லுவேன், ஆயினும் பறையனிடம் மட்டிலும் இல்லையென்பேன்; பிரமம் சருவமயம் என்பேன்; பிராமணன் தனியென்பேன்; பிரமம் எங்கும் நிறைந்திருக்கினும் சூத்திரனுள் பிரமம் வேறு, வைசியனுள் பிரமம் வேறு, க்ஷத்திரியனுள் பிரமம் வேறு, பிராமணனுள் பிரமம்

வேறென்பேன். காரணம், சூத்திரனாகப் பிறந்தவன் வைசியனுக்கு ஏவல் செய்து அவனிடம் நற்சாட்சி பெறுவானேல் மறுபிறவியில் வைசிகனாகப் பிறப்பான்.

வைசியனாகப் பிறந்தவன் க்ஷத்திரியனுக்கு ஏவல் செய்து அவனிடம் நற்சாட்சி பெறுவானேல் மறுபிறவியில் க்ஷத்திரியனாகப் பிறப்பான்.

க்ஷத்திரியனாகப் பிறந்தவன் பிராமணனுக்கு ஏவல் செய்து அவனிடம் நற்சாட்சிப் பெறுவானேல் மறுபிறவியில் பிராமணனனாகப் பிறப்பான் என்பேன் எனக் கூறும் வேஷ வேதாந்திகள் விசாரணையால் அறிந்துள்ள பிரமத்தின் செயலையும் சாதிகளின் பிரிவையும் ஆராயுங்கால் சூத்திர பிரமம் வேறு, க்ஷத்திரிய பிரமம் வேறு, பிராமண பிரமம் வேறாகவுள்ளன போலும். அவற்றிற்கு ஆதாரமாம் செட்டி பிரமம் வேறு, ஆச்சாரி பிரமம் வேறு, அவர்கள்பால் நின்று தேற விசாரிக்கும் பறையன் பிரமம் வேறு போலும் (அலாய்சியஸ் I 172).

உபநிடதங்கள் பிரமத்தை விளக்கக் கையாளும் நடையையும் உத்தியையும் தாசர் இங்குக் கையாண்டு நையாண்டி செய்து மூலக்கருத்தை எளிதில் தகர்ப்பது குறிப்பிடத்தக்கது.

தமது தமிழன் பத்திரிகை தாய் நாட்டாருக்குப் பரிந்து பேசாமல் ஆட்சியிலிருக்கும் வெளிநாட்டாருக்குத் துணை போவது எனும் குற்றச்சாட்டுக்கு அயோத்திதாசர் தரும் விடை தெளிவானது.

அந்தோ! நாம் சுதேசிகளைத் தூற்றுவதற்கும் பரதேசிகளைப் போற்றுவதற்கும் வந்தோமில்லை. சகல மக்களின் சுகங்களைக் கருதித் தங்களது நீதியைச் செலுத்துகிறவர்கள் யாரோ அவர்களைப் போற்றியும் ஏற்றியும் கொண்டாடுவோம். இதுவே எமது சத்திய தன்மமாகும்.

அங்ஙனமின்றி சுதேசி சுதேசியெனத் தம்பட்டம் அடித்துக் கொண்டு சுயப்பிரயோசனம் கருதோம். அதாவது தற்காலம் சென்னையில் நிறைவேறி வரும் கோவில் வழக்குகளில் வாதிகளும் சுதேசிகளாயிருக்கிறார்கள். பிரதிவாதிகளும் சுதேசிகளாய் இருக்கிறார்கள். வாதிகளின் லாயர்களும் சுதேசிகளாய் இருக்கிறார்கள். பிரதிவாதிகளின் லாயர்களும் சுதேசிகளாய் இருக்கிறார்கள். அவர்கள் எல்லோரும் ஒன்று கூடி சுதேசக் கோவில் சொத்தை அழியவிடாது சீர்த்திருத்தக் கூடாதோ அல்லது தாங்களே ஒருவர் முதன்மையாயிருந்து நியாயமான தீர்ப்பளிக்கலாகாதோ. இல்லை. அதன் காரணமோ சுயப்பிரயோசனத்தைக் கருதுவோர் சுதேசிகளென்று ஏற்றுள்ளபடியால் சுதேசிகளுக்கு சுதேசிகளே நம்பிக்கையற்றுப் பரதேசிகளை அடுத்து நியாயம் கேட்கிறார்கள்.

பரதேசிகளோ தன்சாதி புறசாதி என்னும் சாதியற்றவர்களும் தன்மதம் புறமதம் என்னும் மதமற்றவர்களும் ஆதலின் சகலருக்கும் பொதுவாய் நியாயம் கூறிச் சீர்படுத்தி வருகிறார்கள் (அலாய்சியஸ் I 17374).

சுதேசிகளென்று தம்மை அழைத்துக் கொள்வார். தம் நலமே கருதி அயலவரிடம் பெற வேண்டியதைப் பெற்றுக் கொண்டு அவரோடு போரிடுவது போல் இரட்டை வேடம் போடுகிறார்கள் என்பதைப் பலவாறு தாசர் எடுத்துக்காட்டுகிறார்.

காங்கிரஸ் கட்சியைச் சார்ந்த தலைவர்களுள் இந்து சமயத் தலைவர்களெனப்பட்டோர் வெளியிட்ட கருத்துக்களையெல்லாம் உடனுக்குடன் அலசி ஆராய்ந்து அவற்றுள் எவை ஏற்புடையவை எவை பித்தலாட்டமானவை என்பதை விளக்குவதைத் தாசர் தமது முதற் கடமையாகக் கொண்டு செயல்பட்டார். பேரறிஞர்கள் என்று கருதப்பட்டவர்கள் வெளியிட்ட முடிவுகளையும் முறையாக எடையிட்டு அவற்றின் நிறைகுறைகளைச் சுட்டிக் காட்டும்போது அவருடைய மதி நுட்பமும் வாதத்திறமையும் வெளிப்படும். சுரேந்திர நாத் பானர்ஜி என்னும் வங்க அறிஞர் ஆங்கிலத்தில் பேச்சாற்றல் மிக்கவர். அவர் இந்தியாவில் உள்ள அமைதியற்ற சூழலுக்கு ஆறு காரணங்கள் என்று சுட்டியவற்றை மறுத்து அயோத்திதாசர் உண்மைக் காரணங்களை அடையாளம் காட்டுதல் அவரது சிந்தனை ஆற்றலைப் புலப்படுத்தும்.

1. இந்தியக் குடிகளை கவர்ன்மென்டார் அடியோடு அவமதித்ததே அமைதியற்ற நிலைக்கு காரணமென்கிறார்.

இந்தியாவில் வாசம் செய்யும் அறுபது லட்சத்திற்கும் மேற்பட்ட மக்களை மாடு, ஆடு, குதிரை, கழுதை, நாய் முதலிய மிருக ஜெந்துக்களினும் தாழ்ச்சியாக அவமதித்து வருவதுடன் மிக்க இழிவு கூறி நாணமடையச் செய்தும் வருகிறார்களே இதை நமது பானர்ஜியார் அறியார் போலும்.

2. சில சாதியோரை கவர்ன்மென்டார் பட்சபாதமாக நடத்துவதே அமைதியற்ற நிலைக்குக் காரணமென்கிறார்.

ஓர் ஐரோப்பியர் கலெக்டராக வருவாராயின் மற்றும் வேண்டிய எட்கிளார்க், அஜுர் செருசதார், தாசில்தார், உத்தியோகங்களுக்காக ஐரோப்பியர்களையே தருவித்து வைத்துக் கொள்கின்றார்களா, இல்லையே.

இந்து தேசத்திலுள்ளவர்களில் பிராமணர் என்று சொல்லிக் கொள்வோர்களில் ஒருவர் செருசதாராயினும் தாசில்தாராயினும் சேர்க்கப்படுவாராயின் நாலைந்து வருஷத்துக்குள் அந்த ஆபீசு முழுவதும் பிராமணரென்று சொல்லிக் கொள்கிறவர்களே நிறைந்து

விடுகிறார்கள். இத்தகைய செயலுள் ஐரோப்பியர்கள் பாரபட்சம் உடையவர்களா, இந்தியர்கள் பாரபட்சமுடையவர்களா என்பதை பானர்ஜியார் அறியார் போலும்.

3. இராணியார் இந்துக்களுக்குக் கொடுத்துள்ள வாக்குறுதிகளைப் பூர்த்தி செய்யாது இராஜாங்க நிருவாகத்தில் ஒதுக்கி வைத்தலே அமைதியற்ற செயலுக்குக் காரணமென்கிறார்.

இந்தியர்களுக்குக் கொடுத்துள்ள சுதந்திரங்களைக் கேட்போர்கள் தற்காலம் பெற்றிருக்கும் சுதந்திரங்களில் சகல சாதியோர்களும் அநுபவிக்கும்படியான வழிகளைத் திறந்திருக்கிறார்களா, அடைத்திருக்கிறார்களா என்பதை நமது பானர்ஜியார் அறியார் போலும்.

4. ஐரோப்பியர்கள் இந்தியர்களை இழிவாக நடத்துவதே அமைதியற்ற செயலுக்குக் காரணம் என்கிறார்.

இந்து தேசத்திலுள்ள மநுக்களில் ஆறு பேருக்கு ஒருவராகத் தோன்றி தேகத்தை வருத்திச் சம்பாதிக்கக் கூடியவர்களும் சாதி பேதமில்லா விவேகிகளும் ஆனார்களைப் பறையர்களென்றும் தீயர்களென்றும் சண்டாளர்களென்றும் இழிவு கூறி வருவதும் அன்றி மற்றவர்கள் பிரிட்டிஷ் துரைத்தனத்தில் அடைந்து வரும் சுதந்திரங்களை இவர்கள் அடைய விடாமலும் இழிவு கூறித் தாழ்த்தி வருவதை நமது பானர்ஜியார் அறியார் போலும்.

5. ஆங்கிலோ இந்தியப் பத்திரிகைகள் இந்தியர்களின் நியாயமான விருப்பங்களை நிந்தித்துப் பேசிவர அப்பத்திரிகைகளை மதித்து கவர்ன்மென்டார் நடத்துவதே அமைதியற்ற செயலுக்குக் காரணம் என்கிறார்.

இந்து தேசத்தின் பூர்வக்குடிகளும் சகல சாதியாருக்குள்ளும் பெருந்தொகையினரான பூர்வ பௌத்தர்களைப் பறையர்களென்றும் தாழ்ந்த சாதிகளென்றும் வகுத்துப் பொய்ச் சரித்திரங்களை ஏற்படுத்திப் புத்தகங்களில் அச்சிட்டுக் கொண்டு கூத்து மேடைகளில் அவமானப்படுத்தி வருவதும் ஆகிய பொறாமைச் செயல்களை நமது பானர்ஜியார் அறியார் போலும்.

சுரேந்திரநாத் பானர்ஜி இந்தியச் சமுதாயத்தின் உண்மை நிலை அறியாதிருப்பதையும் அதனைத் திருத்துவதைத் தமது முதற் கடமையாகக் கொண்டிராமல் யார் யாரையோ தேவையில்லாமல் குற்றம் சாட்டுகிறார் என்பதை எடுத்துக்காட்டும் தாசர் காங்கிரஸ் தலைவர்கள் இந்நாட்டில் அடித்தள மக்களின் வாழ்க்கையைப் பற்றி அறியாமலும் அறிந்துகொள்ள முயலாமலும் அது பற்றிச் சற்றும் கவலை கொள்ளாமலும் இருக்கும் அவல நிலையைப் படம்

பிடித்துக் காட்டுகிறார். பிராமணர் அல்லாதார் சிலர் சேர்ந்து கொண்டு நான்பிராமின்ஸ் (Non-Brahmins) சங்கம் என்று ஒன்று தொடங்கியபொழுது ‘நான் பிராமன் கூட்டத்தோரென்றால் யாவர்’ என்ற தலைப்பில் அத்தகைய சங்கத்திலிருக்கும் உள் முரண்பாடுகளை எடுத்துக்காட்டி அவர்களுடைய நோக்கங்களைத் தெளிவுபடுத்துமாறு தாசர் வேண்டுகோள் விடுத்தார்.

தற்காலம் பிராமணர்கள் என்று பெயர் வைத்தள்ள வகுப்பாருள் கீழ்ச்சாதி மேற்சாதி யென்னும் வரம்புகளை ஏற்படுத்தி இருக்கின்றார்கள். அவ்வரம்புக்குள் அடங்கி சாதி பேதம் வைத்துள்ளவர்கள் யாவரும் பிராமணக் கூட்டத்தவர்களையே சேர்ந்தவர்களாகும்.

சைவம், வைணவம், வேதாந்தம் என்னும் சமயங்களையும் அப்பிராமணர் என்போர்களே ஏற்படுத்தி அச்சமயத்தை எவரெவர் தழுவி நிற்கின்றனரோ அவர்களும் பிராமணச் சார்புடையவர்களே யாவர் . . .

ஆதலின் இவற்றைக் கண்ணுறும் அன்பர்கள் ஒவ்வொருவரும் தற்காலம் தோன்றியிருக்கும் ‘நான் பிராமன்ஸ்’ என்போர் யாவரென்றும் அவர்கள் கூட்டத்தின் கருத்துக்கள் யாதென்றும் தெரிவிக்கும்படிக் கோறுகிறோம்.

கூட்டவோட்டச் செலவுகள் யாவும் எங்களைச் சார்ந்தது. ஆட்டபாட்டச் சுகங்கள் யாவும் ஐயரைச் சார்ந்தது என்பாராயின் யாது பலன் என்பதேயாம் (அலாய்சியஸ் I 18384).

சாதிப் பாகுபாடுகளையும் சாதி ஆசாரங்களையும் சமய ஆசாரங்களையும் தழுவிக் கொண்டே நான்பிராமின்ஸ் என்று சங்கம் கூடியிருக்கின்றனரா அன்றேல் சாதியாசாரங்களையும் சமய ஆசாரங்களையும் ஒழித்து அத்தகைய சங்கத்தை அமைத்துள்ளனரா வென்று தாசர் கேட்ட கேள்வி தொலைநோக்குடையதாகும். பின்னால் வந்த நீதிக்கட்சியினர் பலர் சாதி ஆசாரங்களை ஏற்றுக் கொண்டு அரசாங்கத்துறைகளில் பல சாதியாருக்கும் பதவிகள் வழங்க வேண்டுமென்பதை முதல் குறிக்கோளாக வைத்துப் போராடினர். ஆனால் இந்நோக்கம் அடிப்படையில் தவறானது என்பதை அயோத்திதாசர் சுட்டிக் காட்டுகிறார். சாதியாசாரங்களையும் சமயவாசாரங்களையும் ஒழித்துள்ள கூட்டமாயின் அதனோடு பலர் சேர்ந்துழைக்கத் தாமும் பிறரும் தயாராயிருப்பதையும் அரசு அலுவலகங்களில் வேலை வாய்ப்புக்காக மட்டும் ‘நான் பிராமன்ஸ்’ சங்கம் போராடுமென்றால் அது பயனற்றதென்பதையும் தாசர் தெளிவுபடுத்துவது உணர்ந்து பாராட்டத்தக்க நிலையாகும்.

இதேபோல் டிப்பிரஸ்டு கிளாஸை (Depressed Classes) சேர்ந்தவர்களை உயர்த்தப் போகிறோமென்னும் சில மேட்டுக் குடியினர் முன்வந்த

போதும் அவர்கள் உள்நோக்கம் என்னவென்பதை அறிவிக்குமாறு தாசர் கேள்வியெழுப்பினார். பரோடா மன்னர் தமது நாட்டில் கனத்திலும் தனத்திலும் தாழ்ந்தவர்கள் உயர வேண்டும் எனற நோக்கத்துடன் அன்பின் மிகுதியால் ஏழைகளுக்குக் கலாசாலைகளும் கைத்தொழில் சாலைகளும் அமைக்க உதவி செய்தபோது அவரைப் பாராட்டிய தாசர், தென்னிந்தியாவில் தாழ்த்தப்பட்டோரை மேலே கொண்டு செல்வோம் என்று முன்வருபவர்கள் யாரை எப்படி ஏமாற்ற முயலுகிறார்கள் என்பதை வெளிப்படுத்துகிறார்.

இதற்காதரவாக இம்மாதம் ஆறாம் தேதி சனி வாரம் வெளிவந்த சென்னை சுதேசமித்திரன் பத்திரிகை நான்காம் பக்கம் நான்காவது கலத்தில் "கீழ் வகுப்பு சாதியாரை உயர்த்தல்" என்னும் காப்பிட்டு (பரீத்பூர்) என்னும் தேசத்துள் கூடிய கூட்டத்தில் சில பிராமணர்கள் வந்திருந்து அவ்விடம் உள்ளோர்களைப் பார்த்து அன்னிய தேச சரக்குகளை 'பாய்காட்' அதாவது 'வர்ஜ்ஜனம்' செய்வோர்களை உயர்த்தி விடுவதாகக் கூறினார்களாம். இதன் ஆதரவைக் கொண்டே சாதி பேதம் வைத்துள்ள கூட்டத்தார் தங்கள் சுதேசியக் கூட்டத்தை வலுச் செய்து கொள்ள வேண்டும் என்னும் கருத்தால் டிப்பிரஸ்டு கிளாசை சீர்படுத்தப்போகிறோமென வெளித் தோன்றியுள்ளார்களென்று கூறியுள்ளோம் *(அலாய்சியஸ் I 204)*.

சாதிபேதமற்ற திராவிடர்கள் யாவரும் இக்கூட்டத்தினரின் எண்ணங்களை ஆராய்ந்தறியும்படி வேண்டிக் கேட்டுக் கொள்ளும் தாசர், முன்னடந்த வரலாற்று நிகழ்ச்சியொன்றை அவர்களுக்கு நினைவூட்டுவார்.

தற்காலம் பிராமணர்களென்று சொல்லிக் கொள்ளும்படி யானவர்களுக்கும் கம்மாளர்கள் என்பவர்களுக்கும் சில கலகங்கள் நேரிட்டபோது பிராமணர்களென்போர் கம்மாளர்களுக்குப் பயந்து பறையர்கள் என்று அழைப்போர்களைத் தங்கள் வசப்படுத்திக் கொண்டு நீங்கள் வலங்கையர்கள், உங்களுக்கு சகல சுகங்களும் உண்டு, எங்களுடன் வலது கைப்பக்கம் நீங்கள் இருக்க வேண்டுமென்று வெறுஞ் சுதந்திரமும் வெறும் உற்சாகமும் கொடுத்துத் தங்கள் காரியங்கள் யாவும் கைகூடியவுடன் நீங்கள் பழைய பறையர்களேயென்று பாழ்படுத்தி வருவது அனுபவமேயாகும் *(அலாய்சியஸ் I 204)*.

பிராமணர் அல்லாதாரின் சங்கங்களையும் "டிப்பிரெஸ்டு கிளாஸை" உயர்த்துவோம் என்பாரையும் நம்பி, சாதிபேதமற்ற திராவிடர்கள் ஏமாந்துவிடக் கூடாதென்று பல கட்டுரைகளில் தாசர் கூறும் அறிவுரை பின்னைய நிகழ்வுகளை வைத்து எண்ணிப் பார்க்க வேண்டிய ஒன்றாகும்.

கடவுள் பெயரைச் சொல்லிப் பிழைப்பு நடத்துவாரைச் சாடுவதற்கு அவர்களைக் கள்ளுக்கடை வைத்திருப்பவரோடு

ஒப்பிட்டுக் காட்டுவார் தாசர். கள்ளுக்கடை விற்போன் தன் கைப் பொருளைக் கொடுத்துக் கள்ளை வாங்கி விற்று அதன் லாபத்தால் சீவிக்கின்றான். கரிதோசை விற்பவளோ தன் கைப்பொருள் கொண்டு சரக்குகளை வாங்கிக் கரிதோசை செய்து அவற்றை விற்று அதனால் சீவிக்கிறாள்...

குடிப்பவர் ஒழிந்தால் விற்பவர்கள் இரார் என்பது திண்ணம். ஓர் வஸ்துவை வாங்குவோர் இல்லாவிடத்து விற்போர் இரார் என்பது கருத்து.

ஆனால் கடவுட்கடை வைத்திருப்பவர்களோ அவர்கள் சாமி சரக்கைத் தாங்களே காணாதிருப்பினும் பஞ்ச பாதகங்களில் ஒன்றாகிய பொய்யைச் சொல்லி எங்கள் தேவனே தேவன், மோட்சத்திற்கு நேரில் கொண்டு போய் விட்டுவிடுவார், சாமியை நேருக்கு நேரில் பார்த்து உட்கார்ந்திருக்கலாம்; ஆயினும் எங்கள் உண்டிப் பெட்டிக்குப் போடும் பணங்களை மட்டிலும் தடை செய்யாதீர்கள்...

இதற்கு சாமியென்னும் முதலே கடைச்சரக்குகளாய் இருக்கின்ற படியால் கள்ளுக்கடைக்குக் கைம்முதல் வேண்டியிருப்பது போல் கடவுள் கடைகளுக்குக் கைம்முதல் வேண்டுவதில்லை. இன்னும் கடையை விருத்தி செய்ய வேண்டுமாயின் சொத்துள்ள கைம்பெண்கள் எங்கு இருக்கின்றார்களென்று அறிந்து அவர்களை அணுகி அம்மாதர்களை . . . தங்கள் மதக்கடைக் கணக்கில் சேர்த்துக் கொண்டு சாமி வியாபாரத்தைச் சம்பிரமமாகச் செய்து வருவார்கள். தங்களுடைய சொத்துக்களை மறந்தும் மதக்கடை பெயரால் எழுதுவார்களோ ஒருக்காலும் எழுத மாட்டார்கள் (அலாய்சியஸ் I *210).*

தாங்கள் கேளாததும் காணாததுமான ஒன்றைச் சொல்லிப் பொருள் பறிக்கும் பாதகம் கடவுட்கடையென்பதால் அதனை நடத்துவார்கள் விற்பாரினும் கொடியவர் என்று தாசர் எழுதிச் செல்வார்.

ஒரு மனிதர் அல்லது நிகழ்ச்சி அல்லது குழு அல்லது நிறுவனம் பற்றிப் பேசும்போது அதனையொத்த மனிதரோடு அல்லது நிகழ்ச்சியோடு அல்லது குழுவோடு அல்லது நிறுவனத்தோடு ஒப்பிட்டுக் காட்டி நிறைகுறைகளைப் பேசுவது தாசர் அவ்வப்போது கையாளும் உத்தியாகும். இந்தியப் போலீசு பற்றிக் குறிப்பிட விரும்பும்போது,

ஐரோப்பாவிற்குச் சென்றிருந்த பஞ்சாபி ஒருவன் ஓர் ஐரோப்பியரைச் சுட்டுவிட்டபோது ஐரோப்பியப் போலீஸ் உத்தி யோகஸ்தர்கள் யாவரும் பஞ்சாபி ஒருவரை மட்டிலும் பிடித்துக் கொண்டு அவனைக் கைதியாக்கிக்

கொலையின் குற்றத்தை நிரூபித்தார்களன்றி அவனருகில் இருந்தவர்களையும் அவனது நேயர்களையும் பிடித்து உபத்திரவம் செய்தது கிடையாது. நமது இந்து தேசத்திலுள்ள இந்தியப் போலீசு உத்தியோகஸ்தர்களோ என்றால் கொலை செய்தவன், கொலை செய்தவனுக்கு அருகில் நின்றவன், அருகில் நின்றவனை அடுத்துப் பார்த்தவன், அடுத்துப் பார்த்தவனை முடுத்துப் பார்த்தவன் யாவரையும் சேர்த்துக் கொண்டு போய் கைதியாக்கி விசாரிணை நிறைவேறுங்கால் கொலை செய்தவன் இன்னான் கொலைக்கு உதவியாளன் இன்னான் கொலை செய்யாதவன் இன்னானென்று நிரூபிக்கப் பாங்கில்லாது கொலை செய்தவனே தப்பித்துக் கொள்ளுகின்றான் (அலாய்சியஸ் I *197*). என்றெழுதுவார்.

கத்தோலிக்கக் கிறிஸ்தவர்களைப் பற்றியெழுத நேர்ந்தபோது சென்னைக் கத்தோலிக்கர்களையும் புதுவைக் கத்தோலிக்கர் களையும் ஒப்பிடுவார். சென்னைக் கத்தோலிக்கக் குரு ஒருவர் கத்தோலிக் கரால் தாக்கப்பட்ட நிகழ்ச்சியையும் புதுவைக் கத்தோலிக்கக் குரு ஒருவர் தாழ்த்தப்பட்ட சாதியினரை இழிவாக நடத்தியதையும் எடுத்துச் சொல்லி,

கத்தோலிக்கப் பாதிரிமார்களே, இவைகளைச் சற்றுக் கண்ணோக்கிக் கவனியுங்கள். சென்னையில் பாதிரியாரை அடித்துக் கோர்ட்டு வழக்கில் இருப்பவர்களும் கிறிஸ்துவர்களே. புதுவையில் பாதிரியாரால் அவமானப் பட்டுக் கோர்ட்டிற்குப் போயிருப்பவர்களும் கிறிஸ்தவர்களே. ஆதலின் இவ்விரு கிறிஸ்தவர்களுள் குருவை அடித்தவர்கள் யதார்த்தக் கிறிஸ்தவர்களா இவர்களுள் யாரால் கிறிஸ்து மார்க்கம் சிறப்படையும். பாதிரிகளே, பணவரவைப் பாராதீர்கள். ஞானவாட்களாம் குணவரவைப் பாருங்கள், குணவரவைப் பாருங்கள் (அலாய்சியஸ் I *93*).

என்று அறிவுரை கூறி முடிப்பார்.

“பாதிரிகளுக்கோர் விண்ணப்பம்” எனும் நீண்ட கட்டுரையில் கத்தோலிக்கப் பாதிரியார்களும் பிராட்டெஸ்டெண்ட் பாதிரி யார்களும் முதலில் நாட்டிற்குச் செய்த நலன்களையும் பின்னால் திசை தடுமாறிப் போய் சாதி பேதமற்ற திராவிடர்களுக்குச் செய்த தீமைகளையும் தொகுத்துச் சொல்லி அவர்களிடம் இந்நாட்டு ஏழைக் குடிகள் எதிர்பார்ப்பது என்னவென்பதைப் பணிவோடு விளக்குவார்.

தமது முதல் விண்ணப்பத்தைக் கத்தோலிக்கப் பாதிரியார்களுக்குச் சமர்ப்பிக்கும் தாசர் சவேரியார் என்னும் பெரியோரும் பெஸ்கி என்னும் பெரியோரும் 16, 17 — ஆம் நூற்றாண்டுகளில் இங்கு வந்து செய்த தொண்டினைப் பாராட்டி இங்கிருந்த பூர்வ பௌத்தர்கள் அவர்களிடம் அடைக்கலம் பெற்றதைச் சுட்டிக் காட்டுவார். சாதி பேதமற்ற திராவிடர்கள் ஆயிரத்தி ஐந்நூறு வருடங்களாகத் தங்கள் சத்துருக்களின் இடுக்கண்களால் நசுங்குண்டு குலகுருவாம் ஞான

சூரியனையும் குலதேவதையையும் ஞானம்பிகையையும் அவர்கள் போதித்துள்ள நல்லொழுக்கங்களையும் நழுவ விட்டுத் தங்கள் சொந்த மடங்களையும் சத்துருக்களிடம் ஒப்படைத்துவிட்டுப் பராயர்கள் திரிமூர்த்தி கோவில்களுக்குள்ளும் நுழைய விடாமல் தடுக்கப்பட்டுத் தாய் தகப்பனைத் திசை தப்பவிட்டுத் தவிக்கும் மைந்தர்களைப் போல் கலக்கமுற்று ஆங்கிலேயர்களின் ஆதரவைப் பெற்றுச் சற்று சுகித்திருந்தார்களாதலின் இப்பாதிரிகளும் ஆங்கிலேயர் போல் காண்கின்றபடியால் அவர்கள் மதத்தில் நாம் பிரவேசிப் போமாயின் இன்னும் சீரும் சிறப்பும் பெருகுவதுடன் அவர்கள் கோவிலுக்குள் யாதோர் தடையுமின்றிப் போக்கு வரத்திலிருக்கலாம் என்னும் ஆசை கொண்டும் உங்கள் அடைக்கலம் புகுந்தார்கள்...

அவர்களின் நோக்கங்களை அறிந்த கத்தோலிக்கப் பாதிரிமார்களும் அவர்கள் செய்யும் சேரிகளின் மத்தியிலும் பக்கங்களிலும் பூமிகளை வாங்கி ஐயாயிரம், ஆறாயிரம் ரூபாயில் ஒவ்வோர் கோவில்களைக் கட்டிச் சுற்று மதில்களை எழுப்பி அதற்குள்ளாகவே பிணங்களைப் புதைக்கத் தக்க சில இடங்களும் நிருபித்துக் கொண்டார்கள் . . . . அந்தோ! இத்திராவிடர்கள் கஷ்டத்திற்கும் நஷ்டத்திற்கும் அஞ் சாதவர்கள். கிழவன் கிழவியான போதிலும் ஒருவரிடம் சென்று உதவியென்று கேட்காமல் விறகு விற்றேனும் புல் விற்றேனும் ஓரணா சம்பாதித்து சீவிக்கும் ரோஷமுடையவர்கள். இத்தகைய ரோஷமுடையோர் உங்களை அடுத்துக் கண்ட பலன் கைகளில் கப்பரையும் கழுத்தில் மணிகளுமேயானார்கள்...

அம்மட்டிலும் விட்டுவிடாமல் இவர்களுக்கு 1500 வருடமாகச் சத்துருக்களாயிருந்து நசிந்து வந்த சாதி பேதம் உள்ளோர்களைச் சேர்த்துக் கொண்டு நீங்கள் கிறிஸ்தவக் கூட்டத்தில் சேர்ந்த போதிலும் முதலியார் முதலியாராய் இருக்கலாம். நாயகர் நாயகராய் இருக்கலாம். செட்டியார் செட்டியாராய் இருக்கலாம். சந்தனப் பொட்டு வைக்க வேண்டுமானால் சந்தனக் கட்டையை விஞ்சாரித்துக் கொடுத்துவிடுவோம். குங்குமப் பொட்டு வைக்க வேண்டுமானால் குங்குமம் விஞ்சாரித்துக் கொடுத்துவிடுவோம். எங்களுக்குச் சேர வேண்டிய தொகைகள் மட்டிலும் சரி வரச் சேர்த்து விட்டால் போதும் என்று உயர்த்திக் கொண்டு ஆதியில் கிறிஸ்து மதத்தை அடுத்து எங்கும் பரவச் செய்த ஏழை மக்களை எதிரிகளிடம் இரக்கமில்லாமல் காட்டிக் கொடுத்து இவர்கள் பழைய கிறிஸ்துவர்கள் அல்ல, பறைக் கிறிஸ்துவர்கள் என்றும் தாழ்த்தி மனம் குன்றி நாணம் அடையச் செய்து விட்டீர்கள் (அலாய்சியஸ் I 88 89).

கத்தோலிக்கப் பாதிரியார்கள் என்ன செய்ய வேண்டுமென்பதையும் தமது வேண்டுகோளில் தாசர் எடுத்துரைப்பார்.

ஆதலின் பாதர்களென்னும் பெரியோர்களே, இவ்வேழைக் கிறீஸ்தவர் களிடம் பணம் சம்பாதிக்கும் எண்ணங்களை ஓர் புறம் அகற்றி நீங்கள் சேர்த்து

வைத்துள்ள தொகைகளில் கல்விச் சாலைகளும் கைத்தொழிற்சாலைகளும் ஏற்படுத்தி இவ் வேழை பேதை மக்களுக்கு இலவசமாகக் கற்பித்துக் கல்வியிலும் கைத் தொழிலிலும் முன்னுக்குக் கொண்டு வருவீர்களாயின் நீங்கள் சிறப் படைவதும் அன்றி உங்கள் கத்தோலிக்க மார்க்கமும் சிறப்பைப் பெறும் (அலாய்சியஸ் I 90).

இதே நேர்மை உணர்வோடும் பண்போடும் பிராட்டெஸ்டெண்ட் பாதிரியார்களுக்கும் அவர்கள் செய்து வரும் தொண்டின் நிறை குறைகளைச் சுட்டிக் காட்டுவார் தாசர்.

கத்தோலிக்கு மார்க்கத்தோர்களுக்குப் பின்பு இத்தென்னிந்தியாவில் குடியேறி கிறீஸ்துவின் மார்க்கத்தைப் பரவச் செய்வதற்காய் சகல மக்களுக்கும் உபகாரமாகும் கல்விச் சாலைகளை விருத்தி செய்தீர்கள் ! ...

அவர்களுடைய வஞ்சகக் கூத்துகளை அறியா தாங்களும் பெரிய சாதிகளெல்லாம் கிறீஸ்துவர்களாகி விடுகிறார்கள் என்னும் பெருஞ் சந்தோஷத்தாலும் பெரிய சாதியோரைக் கிறீஸ்தவர்களாக்கி விட்டார்கள் என்னும் பெரும்பேர் கிடைக்கும் என்றெண்ணி நூதனக் கிறீஸ்தவர்களின் மீது அன்பு வைத்து அவர்களுக்கே பாதிரி உத்தியோகங்களையும் உபதேசிகள் உத்தியோகங்களையும் உபாத்திமார் உத்தியோகங்களையும் கொடுத்து விருத்தி செய்து கொண்டு இக்கிறீஸ்து மதத்தைப் பரவச் செய்தப் பழையக் கிறீஸ்தவர்களைப் பறைக் கிறீஸ்துவர்கள் என்று சொல்லுவதற்காய்த் தாங்களும் தாழ்ந்த எண்ணத்தை விருத்தி செய்து கொண்டு ஏழைத் தமிழ் கிறீஸ்தவர்களை நடுத்தெருவில் விட்டு தீங்கு செய்ய வைத்தீர்கள் ...

அங்ஙனமின்றி சாதிய ஆசாரமும் பெருக்க வேண்டும். உத்தியோகங்களும் உயர வேண்டும், பொருளாசையும் வளர வேண்டும், கிறீஸ்தவர்கள் என்னும் கூட்டமும் அதிகரிக்க வேண்டும் என்பதாயின் கிறீஸ்துவின் நீதி போதகங்கள் ஒருக்காலும் பரிமளிக்க மாட்டாது. அவரது போத பரிமளம் எக்காலத்தில் மறைகின்றதோ அப்போதே கிறீஸ்துவின் மார்க்கமும் மறைவதற்கு வழியாகும் . . . மத்தேயு 20—ஆம் அதிகாரம் 29—ஆம் வசனம்: கிறீஸ்துவானவர் தனது மாணாக்கர்களையும் அவ்விடம் வந்துள்ள மக்களையும் நோக்கி என் நாமத்தின் நிமித்தம் வீட்டையாவது சகோதரரையாவது, சகோதரிகளையாவது, தகப்பனையாவது, தாயையாவது மனைவியையாவது, பிள்ளைகளையாவது, நிலங்களையாவது விட்டவன் எவனோ அவன் அதற்கு நூறத்தனையான பலனை அடைந்து நித்திய சீவனையும் பெறுவானென்று திட்டாகக் கூறியிருக்கிறார் . . . .

“கிறீஸ்தவன் எனும் சிறந்த மொழியானது

அவன் கிறீஸ்து எனும் பொருளைத் தரும்”

அதாவது கிறீஸ்துவின் நடையுடை பாவனை ஒழுக்கங்களைப் பின்பற்றியவன் எவனோ கிறீஸ்து அவனாவான் என்பதாம் (அலாய்சியஸ் I *92*).

பைபிளிலிருந்து தக்க மேற்கோள்களைத் தந்து எத்தகைய அச்சமோ உள்நோக்கமோ இல்லாமல் பாதிரியார்களுக்கு அவர்களுக்கு விருப்பமான அவர்கள் கையாண்டு வந்த மொழியிலேயே தாசர் விண்ணப்பத்தைச் செய்திருப்பது பெரும் பாராட்டுக்குரியதாகும்.

உண்மைகளை விளக்கி அவற்றை நிலைநாட்டத் தாசர் தக்க வாதங்களையும் சான்றுகளையும் தக்கமொழி நடையில் எடுத்துச் சொல்வார். ‘தாழ்ந்த சாதியினர் அல்லது தாழ்ந்த வகுப்பார் என்பவர்கள் யார்’ எனும் தலைப்பில் அவர் எழுதும் சிறிய கட்டுரையில் பிறரை வஞ்சித்துத் தமது நிலையை உயர்த்திக் கொண்டவர்கள் மீது அவர் காட்டும் அறச்சினம், ஏமாற்றப்பட்டவர்கள் மீது காட்டும் பரிவு, உண்மையறியாது ஆள்வோர் அநீதி தொடரக் காரணமாகின்றார்களே என்ற வருத்தம், உண்மையை யாவரும் அறிய வேண்டுமே என்ற ஆதங்கம், எது சரியென்பது தெரியாமல் போய்விடுமோ என்ற அச்சம் ஆகிய உணர்வுகளெல்லாம் பளிச்சிடக் காணலாம்.

இத்தேசத்துள் பிச்சை இரந்து தின்கின்றார்களே அவர்கள் தாழ்ந்த வகுப்பார்களா, பொய்யைச் சொல்லிச் சீவிக்கின்றார்களே அவர்கள் தாழ்ந்த வகுப்பார்களா, களவு செய்து சீவிக்கின்றார்களே அவர்கள் தாழ்ந்த வகுப்பார்களா. இதன் விபரம் தெரியவில்லை. பூர்வ புத்த தன்ம காலத்தில் பஞ்ச பாதகர்களை மிலேச்சர்கள் என்றும் தீயவர்களென்றும் தாழ்ந்த வகுப்பாரென்றும் இழிந்தோரென்றும் வகுத்து வைத்திருந்தார்கள். காரணம் யாதென்பீரேல், பெண் சாதி பிள்ளைகளுடன் குடும்ப வாழ்க்கையிலிருந்து உழைக்கக்கூடிய தேக பலமிருந்தும் சோம்பேறிகளாய்ப் பிச்சை இரந்து தின்பவர்களை மிலேச்சர்கள் என்றும் கொலை, களவு முதலியவைகளால் சீவிப்பவர்களைத் தீயவர்களென்றும் விபச்சாரம், கள்ளருந்தல் முதலிய செயலுடையோரை இழிந்தோரென்றும் தங்கள் சுயத்தொழில் இன்றி எக்காலும் ஒருவரை வணங்கிச் சீவிப்பவர்களும் விவேகமற்றவர்களும் ஆனாரைத் தாழ்ந்தவர்கள் என்றும் வகுத்திருந்தார்கள் . . .

கருணானந்த நீதிபதியர்களும் நீர் எப்படி உயர்ந்தவன் ஆனீர், அவன் எப்படித் தாழ்ந்தவன் ஆனான் என்னும் விசாரணையின்றி ஒரு சார்பினர் மொழிகளைக் கேட்டுக் கொண்டே தீர்ப்பளிக்கலாமோ (அலாய்சியஸ் I *198–199*).

ஐரோப்பியர்கள் இந்தியர்களைச் சமமாக நடத்த வேண்டும் என்று எழுதிய வங்கப் பத்திரிகை ஆசிரியரிடம் இந்தியர்களே இந்தியர்களுக்கு இழைத்து வரும் கொடுமைகளை அவர் எவ்வாறு அறியாது போனார் என்ற வினாவைத் தாசர் எழுப்புவார்.

சொற்ப சுதந்திரம் இந்தியர்களுக்குக் கொடுத்துள்ள விடத்தில் இந்திய ஏழைகள் படும் கஷ்டங்களைச் சற்று நோக்குவீராக. ஓர் பார்ப்பான் இரெயில்வே ஸ்டேஷன் மாஸ்டராயிருந்து மற்றோர் பார்ப்பான் இன்ஸ்பெக்டராகவாயினும் தாசில்தாராகாவாயினும் இருந்து தன் குடும்பத்தோரை ரயிலிலேற்ற வந்த போது தங்களுக்கு இடம் கிடையாமல் போமாயின் ஏழை இந்துக்கள் யாவரையும் வெளியில் இழுத்துவிட்டுத் தவிக்கச் செய்து தங்கள் குடும்பத்தோரை ஏற்றிவிடுகிறார்கள்.

ஏழைகள் அனுபவித்து வரும் குளம் குட்டை தங்களுக்கு வசதியாகத் தோன்றுமாயின் சாதித் தலைவர்களாம் அதிகார உத்தியோகஸ்தர்களைத் தங்கள் வசப்படுத்திக் கொண்டு ஏழைகளை ஊரை விட்டே ஓட்டிக் குளம் குட்டைகளைத் தங்கள்வசப்படுத்திக் கொள்கிறார்கள் . . .

இவ்வகையாகப் பார்ப்பான் வீட்டுப் பல்லி முட்டை, பறையன் வீட்டு அம்மிக்கல்லை உடைக்கும் அதிகாரத்தில் இருப்பதை பெங்கால் பத்திராதிபர் கண்ணோக்கிச் சீர்திருத்தாது ஐரோப்பியரை நிந்திப்பதால் யாது பயன்? (அலாய்சியஸ் I 207–208).

லாகூரில் 1910—இல் நடந்த காங்கிரஸ் கூட்டத்தில் பிரிட்டிஷ் அரசு இரண்டு மகமதியர்களைக் கவுன்சில் உறுப்பினர்களாக்கியதைக் கண்டித்து மகமதியரையும் இந்தியரையும் அரசாங்கத்தார் வேறாகப் பிரித்துக் குறுக்கில் பெரிய ஒரு மதிலைப் போட்டு விட்டார்களென்று காங்கிரசார் வாதிட்ட போது தாசர் தமது கருத்தை வெளியிட்ட முறை நோக்கற்பாலது. தற்காலம் சென்னை ராஜதானியில் சேர்ந்திருக்கும் கவுன்சில் மெம்பர்கள் 47 பெயர்களில் மகமதியர்கள் 23 பெயரையேனும் நியமித்து விட்டார்களா, இல்லையே. 47 மெம்பர்களில் மகமதியர் இரண்டு பெயரைத்தானே நியமித்திருக்கின்றார்கள்... மகமதியர் மட்டும் 16 பெயருக்கு ஒருவர் இருக்கிறார் என்று கணக்கெடுத்துப் பேசியவர் தாங்கள் எவ்வளவு பெயர் இருக்கிறோமென்று கணக்கெடுக்கவில்லை போலும்...

கருணை தங்கிய இராஜாங்கத்தோர் மகமதியருக்கென்று யாது சுகத்தைக் கொடுத்துவிட்டு இந்தியரைக் கெடுத்துவிட்டார்கள்.

இந்துக்களைப் போல் ஆறு கோடி மக்களைத் தீண்டப்படாது தீண்டப்படாதென்று தீட்டு மதில் போட்டு விட்டார்களா, ஆறு கோடி மக்களைச் சுத்த ஜலம் கொண்டு குடிக்க விடாமல் சுற்று

மதில் போட்டு விட்டார்களா; ஆறு கோடி மக்களுக்குத் தங்கள் வண்ணார்களை வஸ்திரமெடுக்க விடாது அண்ணாந்த மதில் போட்டு விட்டார்களா; இல்லையே. சுவாமியென்பது சகலருக்கும் பொதுவென்பதே உலக சம்மதம். ஆனால் இந்துக்கள் என்னும் கூட்டத்தோர் தொழுது வரும் சுவாமிகள் இருக்குமிடத்திற்குச் சாதிபேதமற்ற ஆறு கோடி மக்களும் போகப்படாது, ஆங்கிலோ இந்தியர்களும் போகப்படாது, மகம்மதியர்களும் போகப்படாது, பாரசீகர்களும் போகப்படாது, கிறிஸ்தவர்களும் போகப்படாது.

பொதுவாகிய சுவாமியைத் தொழும் இடங்களுக்கு இத்தனை பேர் போகக் கூடாத பெருமதில் கட்டியிருக்கும் இந்தியர்கள் வசம் பொதுவாகிய ஆலோசனை சங்க நியமனத்தை விட்டிருப் பார்களாயின் சகல சாதியோடும் உள்பிரவேசிக்கக் கூடாத எப்பெரிய மதிலிட்டிருப்பார்களோ தெரியவில்லை (அலாய்சியஸ் I 220).

கிறிஸ்தவர்களுக்குள் சாதி வைக்கலாமா, வைக்கக்கூடாதா என்று ஆலோசித்து வருகின்றார்களென்பதைக் கேள்வியுற்ற தாசர் அவர்களுக்கு அறிவுரை கூறும் பணியை உடன் மேற்கொண்டார்.

சாதியை உண்டு செய்தவர்களே சாதிகளை ஒழித்துக் கொண்டு வரும்போது சாதி நாற்றமில்லாமல் இத்தேசத்திற்கு வந்துள்ள கிறிஸ்து மதத்தில் சாதி வைக்கலாமா வைக்கலாகாதா என்று ஆலோசிப்பது விந்தையே ...

இத்தகைய சாதிக் கிறிஸ்தவர்களென்றும் சாதியில்லாக் கிறிஸ்தவர்களென்றும் ஏற்படுவார்களாயின் கருணை தங்கிய ராஜாங்கத்தார் அவற்றைக் கண்ணோக்க வேண்டியதேயாகும். காரணம் கிறிஸ்தவர்களாகியும் சாதியை வைத்துக் கொண்டுள்ளவர்கள் ஏதோ ஓர் காலத்தில் சாதியை வைத்துள்ள கூட்டத்தோருடன் கூடிக் கொள்ளுவதற்கு ஏதுக்கள் தோன்றினும் தோன்றும்...

வேண்டுமென்னும் கெட்ட எண்ணத்தால் ஓர் பெருங்கூட்டத் தோரைத் தீண்டாதவர்களென்றும் தாழ்ந்த சாதியோரென்றும் கூறி மனத்தாங்கல் உண்டாக்கி வரும் துற்கருமப் பலனானது இவ்வுலகத் திலும் விடாது நடுத்தீர்வையிலும் விடாதென்பது சத்தியம்.

கிறிஸ்துவின் சத்திய மொழி "தாழ்த்தப்பட்டவன் உயர்த்தப்படுவான்" (அலாய்சியஸ் I 235).

தாசர் தக்க சமயத்தில் கூறிய கருத்து தொலை நோக்குடையது என்பதைச் சொல்லத் தேவையில்லை.

இந்தியாவிலிருந்து நெட்டாலுக்குச் சென்று அங்குக் கூலி வேலை செய்வோர் கொடுமைப்படுத்தப்படுகிறார்களென்றும் அவர்களை அங்கு அனுப்பக் கூடாதென்றும் கோகலே போன்றவர்கள்

பிரிட்டிஷ் அரசைக் கேட்டுக் கொண்டபோது அச்சிக்கலைப் பற்றி ஆராய்ந்து நம்மவர்களுக்கு என்ன செய்யப்பட வேண்டும் என்பதைத் தெளிவுபடுத்துகிறார் தாசர். அதாவது நெட்டாலுக்குச் சென்றுள்ள இந்திய வியாபாரிகளுக்குச் சில இடுக்கண்கள் நேரிட்டு வந்ததாகப் பத்திரிகைகளின் வாயிலாகக் கண்டுள்ளோமன்றிக் கூலிகளுக்கு இடுக்கண் உண்டானதென்று கேள்விப்படவில்லை. அங்ஙனம் இந்தியக் கூலிகளுக்கு என்ன இடுக்கண் உண்டாகியிருக்குமென்றால் சில உழைப்புத் தொழில் அதிகரித்திருக்கக்கூடும். ஆயினும் இந்தியாவில் அரை வயிற்றுக் கஞ்சியேனும் சரிவரக் குடியாது நாள் முழுவதும் உழைப்பவர்களுக்குப் பசியாற உண்டு அதிகம் உழைப்பதனால் யாதொரு கெடுதியும் நேரிடாது.

ஈதன்றி நெட்டாலுக்குச் செல்லும் ஏழைக்குடிகள் பெரும் பாலும் தென்னிந்திய வாசிகளேயாம். இத்தென்னிந்திய ஏழைகள் மட்டிலும் நெட்டாலுக்குப் போகும் காரணம் யாதென்றால் சாதிபேதக் கொடூரச் செயலால் நல்ல தண்ணீரை மொண்டு குடிக்க விடாமலும் வண்ணார்களை வஸ்திரம் எடுக்கவிடாமலும் அம்பட்டர்களைச் சவரம் செய்ய விடாமலும் நாள் முழுதும் கஷ்டப்பட்ட போதிலும் அரை வயிற்றுக் கஞ்சிக்காகும் கூலியைக் கொடாமலும் கொல்லாமல் கொன்றும் வதைக்காமல் வதைத்தும் சாதித் தலைவர்கள் செய்து வரும் படுபாவச் செயல்களுக்குப் பயந்தே பரதேசமாம் நெட்டாலுக்குப் போய் சீவிக்கிறார்கள். அவ்வகை நெட்டாலுக்குச் சென்று இந்தியாவுக்கு வந்துள்ள ஒவ்வோர் ஏழைக் குடிகளும் இரண்டு வீடு மூன்று வீடுகளை வாங்கிக் கொண்டு சுகசீவிகளாக வாழ்வதுடன் நாடுகளிலும் இரண்டு காணி மூன்று காணி பூமிகளை வாங்கிக் கொண்டு சொந்தத்தில் உழுது பயிர் செய்து சுகித்திருக்கிறார்கள் (அலாய்சியஸ் I 237).

இந்திய சாதித் தலைவர்களின் பிரதிநிதியாகவே பேசியுள்ள கோகலே இந்திய ஏழைகளுக்கென்று பாடுபடுவாராயின் பொதுவாய பிரதிநிதியென்று அவரை ஏற்றுக் கொண்டாடலாம் என்றும் பத்து வியாபாரிகளுக்காக முனைந்து கொண்டு தொண்ணூறு ஏழைக் குடிகளைக் கெடுத்துவிடலாகாதென்றும் தாசர் அறிவுறுத்துகிறார்.

வெளிநாடுகளுக்குச் சென்று இந்தியக் கூலிகள் படும் பாட்டைப் பற்றி இந்தியா பத்திரிகை இதழொன்றில் அப்போது கட்டுரை யெழுதிய பாரதியும் சிக்கலின் மூல காரணத்தைப் பற்றிப் பேசாது அக்கூலிகள் எவ்வளவு துன்பங்கள் வந்தாலும் பொறுத்துக் கொண்டு தாய்நாட்டிலேயே இருந்துவிட வேண்டும் என்று தான் கூறுவார். ஏழைக் கூலிகள் வெளிநாடு சென்று பிழைக்க இங்குள்ள மேல்சாதிக்காரர்களே காரணமாவார்கள் என்பதையோ சாதி பேதமற்ற ஏழைகளுக்கென்று இராஜாங்க சங்கத்தில் ஒரு பிரதிநிதி இருப்பது நல்லதென்றோ தாசரைப் போல் எடுத்துச் சொல்லும் வழியில் பாரதி சிந்திக்கவேயில்லையென்பது தெளிவாகிறது.

அன்னிய தேசங்களுக்கு இத்தேசத்துக் கூலியாட்களை அனுப்பி விடுகிறபடியால் இங்கு ஏற்படுத்தப் பெறும் கைத்தொழிற் சாலைகளுக்குக் கூலியாட்கள் கிடைக்காமல் போகிறார்கள் என்று இங்குள்ள பத்திரிகைகள் எழுதிய போதும் தாசர் அடிப்படை உண்மையை அவை மறைத்து வருவதைச் சுட்டிக் காட்டுவார். பச்சையப்பன் கல்லூரியில் கைத்தொழில் கற்பிக்கும் கலாசாலை தொடங்கியபோது கொடுக்கப்பட்ட விளம்பரத்தில் "சாதி பேதம் வைத்துள்ளவர்கள் மட்டிலும் அக்கலாசாலையில் வந்து கற்றுக் கொள்ளலாம். மற்ற சாதி பேதம் அற்றவர்களுக்கு அதில் இடம் கிடையாது என்று பயிரங்கப்படுத்தியிருந்தார்கள் . . . அவர்களை மட்டிலும் ஏன் துரத்தி விடுகிறீர்கள் என்று கேட்டாலே தங்களுக்குச் சாப்பாடு கொண்டு வருவதற்கும் ஜலம் முதலியன மொண்டு கொடுப்பதற்கும் இடைஞ்சலாகிவிடும். ஆதலால் அவர்களைச் சேர்ப்பதில்லையென்று திட்டவட்டமாகக் கூறுகின்றார்கள் (அலாய்சியஸ் | *238*).

சாதிபேதமற்ற ஏழைகளாகிய பறையர்களுக்கு இங்கு வேலையும் கொடாது கைத்தொழிற்சாலைகளில் இடமும் தராது புறக்கணிப்பார். அவர்கள் வெளிநாடு சென்றாவது பிழைப்பதையும் தடுக்க வேண்டாம் என்று தாசர் கேட்டுக் கொண்டது யார் காதிலும் விழவில்லை. பிரிட்டிஷ் அரசு சாராயம், வெள்ளி, மண்ணெண்ணெய், புகையிலை ஆகியவற்றின் மேல் இருந்த வரிகளை அதிகப்படுத்தப் போவதாக அறிந்த தாசர் அரசுக்குக் கூறும் அறிவுரை குறிப்பிடத்தக்கது.

அவற்றுள் மனு குலத்தாருக்குச் சீர்கேட்டை உண்டு செய்யும் சாராயம், புகையிலை இவ்விரண்டிற்கும் வரிகளை அதிகப் படுத்துவது சுகமேயாம். மனுக்களுக்கு உபகாரமாக விளங்கும் வெள்ளியின் பேரிலும் மண் தைலத்தின் பேரிலும் வரிகளை அதிகப்படுத்தாமலிருப்பது சுகமாம். எவ்வகையில் எனில் தற்காலம் வெள்ளி சகாயமாய்க் கிடைக்கின்றபடியால் ஒரு ரூபா, அரை ரூபா, கால் ரூபா என்னும் வெள்ளி நாணயங்கள் சேதமில்லாமல் வழங்கி வருகின்றன... மண் தைலத்தின் சுகமோ தினேதினே ஓரணா சம்பாதிக்கும் கூலியாளும் ஒரு காசு தைலமேனும் வாங்கிக் குடுக்கையில் வைத்துத் தீபமேற்றி வெளிச்சத்தில் புசித்துச் சுகித்து வருகிறார்கள்... சாராயத்திற்கோ இன்னும் வரியை அதிகம் உயர்த்த வேண்டு கிறோம். ஏனென்பீர்களாயின் மனிதர்களாகப் பிறந்தும் மிருகத்திற்கும் கேடாகச் செய்துவிடுவது சாராயமாகும்...

புகையிலைக்கும் வரியை இன்னும் அதிகப்படுத்த வேண்டுகிறோம். ஏனென்பீர்களாயின் சிறு வயதிலேயே மக்களின் மார்பு வறண்டு உதிரம் கக்கச் செய்வது புகையிலையேயாம் (அலாய்சியஸ் | *242*).

சமுதாயத்தின் அடித்தள மக்களுடைய வாழ்க்கையைப் பற்றி முற்றும் அறிந்த தாசர் அவர்களின் நிலையை மனத்திற் கொண்டு அவர்களுக்கு விளையும் நன்மை தீமைகளைக் கணக்கிலெடுத்துத்

தீர ஆய்வு செய்து பிரிட்டிஷ் அரசு, காங்கிரஸ் அரசு, பிராமணர் அல்லாதார் சங்கம், பிராமணர்களின் பத்திரிகைகள் ஆகியவற்றின் முடிவுகளையும் செயற்பாடுகளையும் விமரிசிப்பதை எல்லாக் கட்டுரைகளிலும் காணலாம். அயோத்திதாசரின் அரசியல் கட்டுரைகள் அரசியலின் எல்லாக் கூறுகளையும் எட்டியவை. சமயக் கட்டுரைகளையும் இலக்கியத் தையும் போலவே அவரது ஆழ்ந்தகன்ற அறிவைப் புலப்படுத்துபவை. அவரின் வாதத் திறமையின் நுட்பத்தைக் கண்டு மகிழும் நாம், உவமைகளையும் பழமொழிகளையும் பொருளுக்கேற்ற வேறுபட்ட உத்திகளையும் தலைப்பிலிருந்து இறுதி வரி வரையிலும் அவர் கையாளும் சொற்களையும் வியந்து பார்த்து முருகியல் இன்பமும் பெறுகிறோம்.

மேற்கோள் நூல்கள்

அயோத்திதாசர் சிந்தனைகள் I. தொகுப்பாசிரியர் ஞான. அலாய்சியஸ், பாளையங்கோட்டை: நாட்டார் வழக்காற்றியல் ஆய்வு மையம், 1999.

அயோத்திதாசர் சிந்தனைகள் II. தொகுப்பாசிரியர் ஞான. அலாய்சியஸ், பாளையங்கோட்டை: நாட்டார் வழக்காற்றியல் ஆய்வு மையம், 1999.

அயோத்திதாசர் சிந்தனைகள் III. தொகுப்பாசிரியர் ஞான. அலாய்சியஸ், பாளையங்கோட்டை: நாட்டார் வழக்காற்றியல் ஆய்வு மையம், 2003.

க. அயோத்திதாஸப் பண்டிதர் சிந்தனைகள், தொகுதி ஒன்று, சென்னை: தலித் சாகித்ய அகாடமி, 1999.

க. அயோத்திதாஸப் பண்டிதர் சிந்தனைகள், தொகுதி இரண்டு, சென்னை: தலித் சாகித்ய அகாடெமி, 1999.

க. அயோத்திதாசப் பண்டிதர், புத்தரது ஆதிவேதம், சென்னை: கௌதம அச்சியந்திரசாலை, முதல் பதிப்பு 1912, தலித் சாகித்ய அகாடமி பதிப்பு 1999.

டி. தருமராஜன், நான் பூர்வ பௌத்தன், மதுரை: டாக்டர் அம்பேத்கர் பண்பாட்டு மையம், 2003.

ராஜ்கௌதமன். க. அயோத்திதாசர் ஆய்வுகள், நாகர்கோவில்: காலச்சுவடு பதிப்பகம், 2004.

சுக்கிர நீதி, பண்டிதமணி (மொழிபெயர்ப்பு), மேலைச் சிவபுரி: சன்மார்க்க சபையார், 1982 (இரண்டாம் பதிப்பு)

கௌடலீயம் (முதற் பகுதி), பண்டிதமணி (மொழிபெயர்ப்பு), அண்ணாமலைப் பல்கலைக்கழகம், *1979*.

கௌடலீயம் (இரண்டாம் பகுதி), பண்டிதமணி (மொழிபெயர்ப்பு), அண்ணாமலைப் பல்கலைக்கழகம், *1980*.

The Rig Veda: An Anthology, Wedny Doniger (tr.), London: Penguin Books, 1981.

The Laws of Manu, Wendy Doniger (tr.), London: Penguin Books, 1991.

பாரதியின் கட்டுரைச் செல்வம், தொகு. சீனி. விசுவநாதன், சென்னை: *600035*.

Sri A. Ramaswami Mudaliar, Mirror of the Year, Madras - 7, Dravidian Kazhagam, 1927.